அமெரிக்க உள்நாட்டுப் போர்

அமெரிக்க உள்நாட்டுப் போர்

வானதி

கிழக்கு

அமெரிக்க உள்நாட்டுப் போர்
America Ulnaattu Por

Vanathi ©

First Edition: ____
224 Pages
Printed in India.

ISBN: 978-93-90958-56-6
Kizhakku - 1304

Kizhakku Pathippagam
177/103, First Floor, Ambal's Building, Lloyds Road,
Royapettah, Chennai - 600 014. Ph: +91-44-4200-9603
Email : support@nhm.in Website : www.nhm.in

kizhakkupathippagam kizhakku_nhm

Author's Email: rmuthuprakash@gmail.com

Kizhakku Pathippagam is an imprint of New Horizon Media Private Limited

என் குட்டிம்மாவிற்கு...

பொருளடக்கம்

1. நீதியின் போர்

போர் நரகத்தையே தோற்றுவிக்கும். இது அனைவருக்கும் தெரியும். ஆனாலும் வரலாற்றின் தொடக்கத்திலிருந்து போர்கள் நடந்து கொண்டுதான் இருக்கின்றன. மதிகெட்ட மன்னர்கள், பேராசை கொண்ட சர்வாதிகாரிகள், அரசியல் ஆதாயம் தேடும் குடியரசுகள் என்று அனைவரும் ஏதோ ஒரு காரணத்துக்காகக் குவியும் மையம் போராகத்தான் இருக்கிறது.

எல்லாப் போர்களும் தீங்கானவை என்னும் கருத்தை அனைவரும் ஒப்புக்கொள்வதில்லை. மோசமான போர்கள் இருப்பதுபோல் நியாயமான போர்களும் இருக்கின்றன என்கிறார்கள் இவர்கள். வன்முறையின்றிப் போரில்லை என்றாலும் அதையும்மீறி சில போர்கள் சரியான காரணங்களுக்காக நடைபெற்றிருக்கின்றன என்பதைத்தான் வரலாறும் நமக்கு உணர்த்துகிறது. ஆனால் இத்தகைய போர்கள் விரல்விட்டு எண்ணிவிடக்கூடியவை. அவற்றுள் ஒன்று, அமெரிக்க உள்நாட்டுப் போர்.

இந்தப் போர் எதனால் நியாயமானது என்று அழைக்கப்படுகிறது? அமெரிக்க உள்நாட்டுப் போருக்கான காரணங்கள் பலவாக இருந்தாலும் அவற்றுள் பிரதானமான ஒன்று, அடிமை ஒழிப்பு. அடிமைகளாக இருந்த கறுப்பின மக்கள் விடுவிக்கப்படவேண்டும் என்பதை நோக்கமாகக் கொண்ட போர் இது. அடிமைமுறையை அமெரிக்கா கைவிடவேண்டும் என்பதை வலியுறுத்துவதற்காக நடத்தப்பட்ட போர் இது.

அமெரிக்கர்களின் உள்ளங்களை அடிமை முறைக்கு எதிராகத் திருப்பும் பொருட்டு நிகழ்த்தப்பட்ட போர். எந்தவொரு மனிதனும்

இன்னொருவரைவிடத் தாழ்ந்தவர் கிடையாது என்னும் அடிப்படை மானுடக் கோட்பாட்டை உயர்த்திப் பிடிப்பதற்காக நடத்தப்பட்ட போர். இதைவிடச் சரியான காரணத்துக்காக நடத்தப்பட்ட போர் வேறெதுவும் இருக்கமுடியாது.

இந்தப் போரின் கதாநாயகனாக ஆபிரகாம் லிங்கம் திகழ்ந்தார். அடிமைமுறையை எதிர்த்தவர் என்பதால் ஆட்சியில் அமர்ந்த தினம் தொடங்கி எதிர்ப்புகளை அவர் எதிர்கொள்ள ஆரம்பித்துவிட்டார். அவருடைய பெரும்பாலான ஆட்சிக்காலத்தை உள்நாட்டுப் போர் மொத்தமாக விழுங்கிவிட்டது.

•

அமெரிக்காவைப் பற்றி நம் எல்லோருக்கும் ஒரு கருத்து இருக்கிறது. அந்தக் கருத்தைப் பெரும்பாலும் இன்றைய நிகழ்வுகளே உருவாக்கி இருக்கும். அமெரிக்கா பற்றிய ஒரு நிலைப்பாட்டை நானும் இவ்வாறுதான் உருவாக்கிக்கொண்டேன். அதன்பிறகுதான் தேடத் தொடங்கினேன். ஏன் அமெரிக்கா, அமெரிக்காவைப் போல நடந்துகொள்கிறது என்ற கேள்வி என்னை அமெரிக்க வரலாற்றைப் படிக்கச் செய்தது.

அமெரிக்காவின் வரலாறு நமது நாட்டின் வரலாற்றைப் போலவே ரத்தம் தோய்ந்தது. அதன் கடந்த 250 வருட வரலாறே இன்றும் பலவிதங்களில் அந்த நாட்டின் போக்கை நிர்ணயித்துக் கொண்டிருக்கிறது. அதன் தலைவர்கள் இன்றும் தங்களை 18, 19ஆம் நூற்றாண்டுகளில் வாழ்ந்த பெரும் தலைவர்களோடுதான் ஒப்பிட்டுக்கொள்கிறார்கள். அமெரிக்காவின் சுதந்தரப் போராட்ட வரலாறு, அதன் உள்நாட்டுப் போர், செவ்விந்தியர்களுடனான போர்கள் என அந்நாட்டின் வரலாறு இன்றும் அவர்களது கொள்கை களையும் போக்குகளையும் நிர்ணயித்துக்கொண்டிருக்கிறது.

1861-65 வருடங்களில் நடந்த உள்நாட்டுப் போரில் முதல் முறையாக நவீன போர்க்கருவிகளும் போர்முறைகளும் கையாளப்பட்டன. அதே சமயம், பழங்காலப் போர்க்கருவிகளும் போர்முறைகளும் உள்ளவாறே தொடரப்பட்டன.

முதல் முறையாக நீர்மூழ்கிக் கப்பல்களும் கண்ணிவெடிகளும் பயன்படுத்தப்பட்டன. ரயில் வண்டிகளில் துருப்புகளை விரைவாகப் போர்க்களத்துக்கு அனுப்பி வைத்தார்கள்.

தந்தி வழியே செய்திகள் துரிதமாகப் பரிமாறிக்கொள்ளப்பட்டன. புகைப்படங்கள் எடுக்கப்பட்டன. கைவெடிகுண்டுகள் வீசப்பட்டன.

மற்றொரு பக்கம், வாள்கள், துல்லியமாகக் குறிவைக்க முடியாத பழங்காலத்துத் துப்பாக்கிகள், ஈட்டிகள் போன்றவையும் போர்க்களத்தில் பயன்படுத்தப்பட்டன.

அமெரிக்க உள்நாட்டுப் போர் பல கொலைக்களங்களைத் தொடர்ந்து உருவாக்கியது. எல்லாப் போர்களும் கொலைக்களங்கள்தானே என்று நினைக்கலாம். உண்மைதான் என்றாலும் ஒப்பீட்டின்படி அமெரிக்க உள்நாட்டுப் போரில் நிகழ்த்தப்பட்ட வன்முறையும் உயிர்ப் பலியும் அதிர்ச்சியூட்டும் அளவுக்கு அசாத்தியமானது. முதல், இரண்டாம் உலகப் போர்கள் நிகழும்வரை அமெரிக்க உள்நாட்டுப் போரின் இறப்பு எண்ணிக்கைதான் உயர்வானதாக இருந்தது.

அமெரிக்க நிலப்பரப்பில் சிறிதும் பெரிதுமாக நிகழ்ந்த மோதல்களிலும் போர்களிலும் போர்வீரர்கள் மட்டுமின்றி பொதுமக்களும் இறந்து போனார்கள். கிட்டத்தட்ட 10,000 முறை படைகள் ஒன்றோடொன்று மோதிக்கொண்டன. இவற்றில் இறந்தவர்களின் எண்ணிக்கை கிட்டத்தட்ட 10 லட்சம். காயமடைந்தவர்கள் 5 லட்சம் பேர். இரண்டு பக்கமுமாகச் சிறைபிடிக்கப்பட்டவர்கள் 7 லட்சம் பேர்.

இவை போக, பொருட்சேதம், பொது வாழ்க்கை பாதிப்பு, பொருளாதார பாதிப்பு போன்றவற்றுக்குக் கணக்கே இல்லை. அப்போது அமெரிக்காவின் மக்கள் தொகை 3 கோடி மட்டுமே என்பதைக் கணக்கில் கொண்டால் இந்தப் போர் எப்படி ஒவ்வொருவரையும் பாதித்திருக்கும் என்பதை உணரலாம்.

●

வரலாற்றில் நெருக்கடியான காலம் எப்போதெல்லாம் தோன்றுகிறதோ அப்போதெல்லாம் ஒரு தலைவரும் தோன்றிவிடுவார்.

இந்தக் காலகட்டத்திலும் அப்படியொரு தலைவர் தோன்றினார். இந்தத் தொடரை நான் ஆரம்பிக்க முக்கியக் காரணம் அவர்தான். அமெரிக்கர்களுக்கு மட்டுமல்ல உலகெங்கும் பலருக்கும் ஆபிரகாம் லிங்கன் இன்றளவும் ஆதர்சமாகத் திகழ்கிறார்.

லிங்கனின் தியாகத்திற்கு நன்றியாக அமெரிக்கா வாஷிங்டன் நகரில் எழுப்பியிருக்கும் லிங்கன் நினைவிடத்தை லிங்கன் கோயில் என்றே பலர் அழைக்கின்றனர். அங்கு சென்று லிங்கனின் பணிகளுக்கு இன்றும் மக்கள் நன்றி தெரிவித்துக்கொண்டிருக்கிறார்கள். அப்படி அவர் என்ன செய்துவிட்டார் என்பதை இங்கே விரிவாகக் காணவிருக்கிறோம்.

லிங்கனின் மரணத்துக்குப் பிறகு அவர் தளபதி லிங்கனின் கனவுகளை நிறைவேற்ற முயன்றார். அவர் யுலிசிஸ் கிராண்ட். இந்தக் கதையின் இன்னொரு நாயகர் அவர். தன் மாமனாரின் விவசாய நிலங்களை நிர்வாகம் செய்துகொண்டிருந்தவர் அமெரிக்காவின் குடியரசுத் தலைவராக உயர்ந்ததோடு பரவலாக மக்களின் மனதையும் கவர்ந்தார். அவருடைய கதை ஆச்சரியமூட்டக்கூடியது.

அமெரிக்க உள்நாட்டுப் போர், அடிமை முறை என்னும் அவலத்தை எதிர்த்து நடந்தது என்பதால் நாயகர்களையும் வில்லன்களையும் கண்டறிவது சுலபமானதாக இருக்கலாம். இந்தப் புரிதல் பெருமளவில் உண்மையும்கூட என்றாலும் என்னுடைய தனிப்பட்ட அனுபவம் உணர்த்தும் உண்மை என்ன தெரியுமா? அடிமை முறையை எதிர்த்த வட மாநில மக்கள் அனைவரும் நல்லவர்கள் என்றும் அடிமை முறையை நியாயப்படுத்திய தென் மாநில மக்கள் அனைவரும் கெட்டவர்கள் என்றும் தீர்ப்பெழுதிவிட முடியாது.

நான் அமெரிக்காவில் 10 வருடங்கள் வசித்திருக்கிறேன். அடிமை முறையை ஆதரித்துப் போர் புரிந்த தென் மாநிலங்களில் மிகவும் அன்பான, எந்த வேறுபாடும் பார்க்காத மக்களை நான் கண்டிருக்கிறேன். வாசிப்பின்மூலம் உருவாக்கிக்கொண்ட பிம்பங் களுக்கும் நிஜ வாழ்வுக்குமான இடைவெளியை நான் உணர்ந்து கொண்டேன்.

உள்நாட்டுப் போரை தென் மாநில மக்கள் பார்க்கும் பார்வையே வேறு. அவர்களுடைய கூற்றின்படி, இந்தப் போர் அடிமைமுறைக்கு ஆதரவான போர் அல்ல, மத்திய அதிகாரத்துக்கு எதிரான போர். இது சற்று அதிகப்படியான வாதமாகத் தோன்றினாலும் ஓரளவுக்கு இதில் உண்மையில்லாமலும் இல்லை. அமெரிக்க வரலாற்றில் மாநிலங்களின் உரிமை என்ன, அவற்றைப் பாதுகாக்க அவை எவ்வாறு போராடின என்ற கதையும் இதில் பின்னிப் பிணைந்துள்ளது.

அமெரிக்க ஒன்றியம் என்ற பதத்தையே இங்கே நான் உபயோகித்திருக்கிறேன். அமெரிக்க நாட்டின் அதிகாரப்பூர்வ பெயர் யுனைட்டெட் ஸ்டேட்ஸ் ஆஃப் அமெரிக்கா. இதை 'அமெரிக்காவின் ஒன்றிணைந்த மாநிலங்கள்' என்றும் சொல்லலாம். அமெரிக்கா இன்றளவும் மாநிலங்களின் கூட்டமைப்பாக, ஒன்றியமாக இருக்கிறது என்பதே உண்மை. இதையும் விவாதிப்போம்.

நான் அமெரிக்க உள்நாட்டுப் போர் குறித்து அங்கிருந்த காலங்களிலேயே படிக்க ஆரம்பித்துவிட்டேன். ஒரு நாட்டை, அதன் மக்களைப் புரிந்துகொள்ள அந்த நாட்டின் வரலாற்றை வாசிக்க

வேண்டும். வரலாறு திரும்ப, திரும்ப நிகழ்ந்து கொண்டே இருக்கிறது. ஏன் இந்த விநோதம் நடைபெறுகிறது என்பதைப் புரிந்துகொள்ளவேண்டுமானால் கடந்த காலத்தை நாம் திரும்பிப் பார்க்கவேண்டும்.

எல்லாப் போர்களைப் போல இந்தப் போரும் ஒருநாள் முடிவுக்குதான் வந்தது. ஆனால் இன்னமும் நிறவெறியும் இனவெறியும் அமெரிக்காவில் நிலவிக்கொண்டுதான் இருக்கின்றன. அடிமைமுறை இல்லை என்பது உண்மைதான். ஆனால் ஆண்டை அடிமை மனோபாவம் அழிந்துவிடவில்லை. சுரண்டலும் முடிவுக்கு வந்துவிடவில்லை. நிறவெறியும் இனவெறியும் மதவெறியும் இன்னபிற தீங்குகளும் கட்டுக்கடங்காமல் அதிகரிக்கும்போது சமூகத்தில் என்ன நடக்கும் என்பதை உள்நாட்டுப் போரின் வரலாறு நமக்குக் கற்றுக்கொடுக்கிறது.

2. அமெரிக்காவின் முன்கதை

'கீழ்கண்ட உண்மைகளை நாங்கள் வெள்ளிடை மலை என்று கொள்கிறோம். மனிதர்கள் அனைவரும் சரிசமமாகவே படைக்கப்பட்டிருக்கிறார்கள். அவர்களை உருவாக்கியவர் அவர்கள் அனைவருக்கும் சில மறுக்க முடியாத உரிமைகளைக் கொடுத்திருக்கிறார். வாழ்வதும் சுதந்தரமாக இருப்பதும் மகிழ்ச்சியை நாடுவதும் அந்த உரிமைகளுள் அடங்கும்.'

– அமெரிக்கச் சுதந்தரப் பிரகடனத்திலிருந்து.

அமெரிக்க உள்நாட்டுப் போரின் வரலாறு, அமெரிக்க வரலாற்றிலிருந்து தொடங்குகிறது. அந்த நாட்டின் தோற்றமும் அதன் சுதந்தரப் போராட்டமும், அதற்காக மேற்கொண்ட சமரசங்களும்தான் பின்னாள்களில் உள்நாட்டுப் போருக்கான முதல் விதையை விதைத்தன. எனவே, அமெரிக்காவின் வரலாற்றைச் சுருக்கமாகத் தெரிந்துகொள்வது இந்தக் கதையின் முதல் படி.

16ஆம் நூற்றாண்டில் முதல் ஐரோப்பியர்கள் அமெரிக்கக் கண்டத்தை வந்தடைந்தார்கள். அமெரிக்காவின் வளங்களைக் கொண்டு செல்லவும், நிலங்களை அபகரிக்கவும் ஐரோப்பிய நாடுகளுக்கிடையே கடுமையான போட்டி நிலவியது. ஸ்பெயின், போர்ச்சுகல், இங்கிலாந்து, பிரான்ஸ் முதலிய நாடுகள் இந்த ஆக்கிரமிக்கப் போட்டியில் முன்னணியில் இருந்தன.

குறிப்பாக, ஸ்பெயின். பெரும்பாலான தெற்கு மற்றும் மத்திய அமெரிக்கா, வட அமெரிக்காவின் மேற்கு பகுதிகள் முதலியவை அவர்களின் கட்டுப்பாட்டில் இருந்தது. வட அமெரிக்காவின் கிழக்குக் கடற்கரைப் பகுதிகளை இங்கிலாந்து கைப்பற்றி இருந்தது.

1607இல் இங்கிலாந்தின் முதல் குடியேற்றம் இன்றைய விர்ஜினியா மாநிலத்தின் ஜேம்ஸ்டவுன் என்ற இடத்தில் நிகழ்ந்தது. தங்கத்தைத் தேடி வந்த பிரிட்டிஷார் அங்கே அதைவிடவும் மதிப்புமிக்க புகையிலையைக் கண்டறிந்தனர். புகையிலை இங்கிலாந்தின் முதல் காலனியை உயிர்ப்புடன் மட்டுமல்லாது, மிகுந்த செல்வத்துடனும் வைத்திருந்தது.

1620இல் வட கிழக்கில் பிளைமவுத் என்ற இடத்தில் முதல் ஆங்கிலேயர்கள் வந்திறங்கினார்கள். அங்கு அவர்கள் அமைத்த காலனியும் வேகமாக வளரவே, அதுவும் இங்கிலாந்து அரசரின் கட்டுப்பாட்டிற்குள் சீக்கிரமே வந்தது.

வடகிழக்கில் ரோட் ஐலண்ட், நியூ யார்க், நியூ ஜெர்சி, டெலவர் போன்ற மாநிலங்கள் விரைவாக ஒன்றன் பின் ஒன்றாகத் தோன்ற ஆரம்பித்தன. ஆனால் இங்கு எல்லாம் முக்கியமாக மீன் பிடித் தொழிலும் அடர்ந்த காடுகள் இருந்ததால் மர வியாபாரம், கப்பல் கட்டுதல் போன்ற பெரும் தொழில்களும் வேகமாக வளர்ந்தன. இரும்பு இங்கே இருப்பது கண்டுபிடிக்கப்பட்டது, அது தொடர்பான பெரிய தொழிற்சாலைகள் வருவதற்குக் காரணமாக இருந்தது.

இதற்கிடையே ஐரோப்பாவில் மதத்தின் பெயரால் துன்புறுத்தப்பட்டுக் கொண்டிருந்த குவேக்கர் (Quaker) மத மக்கள், தங்களுக்கு என அரசரிடம் தனியாக ஒரு பிரதேசத்தைப் பெற்று, இன்றைய பென்சில்வேனியா மாநிலத்தைத் தோற்றுவித்தனர். இங்கு அவர்களது பழமைவாத மதப் பழக்கங்களைப் பிரச்சினையின்றிக் கடைபிடித்து வந்தனர்.

விர்ஜினியாவிற்குத் தெற்கில் பணப்பயிர்கள் வளர்ப்பதற்குத் தேவையான அனைத்து வளங்களும் இருந்ததால் அங்கே ஐரோப்பியர்கள் வேகமாக வந்திறங்கினர். சரியான வானிலை, நீர் வளம், நல்ல மண் வளம் முதலியவை இந்தப் பகுதிகளில் புகையிலைத் தோட்டங்கள் பரவலாக வரக் காரணமாக இருந்தது.

1763இல் ஐரோப்பாவில் ஏற்பட்ட ஒப்பந்தத்தின்படி, அமெரிக்காவில் இங்கிலாந்தின் நிலப்பரப்பு வெகுவாக மேற்கு நோக்கி அதிகரித்தது. தெற்கில் இன்னமும் பல மாநிலங்கள் புதிதாகத் தோன்றின. புதிய பணப்பயிர்கள், முக்கியமாகப் பருத்தி இங்கே விளைவிக்கப்பட்டது.

தனித்தனியே தோன்றிய மாநிலங்களை எளிதாக நிர்வகிக்கும்படி அவற்றை ஒன்றாக இணைக்க இங்கிலாந்து அரசு மிகவும் முயற்சி செய்தது. ஆனால் ஒவ்வொரு மாநிலமும் தனித்தனியே சுதந்தரமாக இருக்கவே விரும்பின.

யாருமில்லாத நிலத்தை ஐரோப்பியர்கள் ஆக்கிரமித்து அங்கு முன்னேற்றங்களை ஏற்படுத்தியது போன்ற ஒரு தோற்றம் இதையெல்லாம் பார்க்கும்போது நமக்கு ஏற்படலாம். ஆனால் அது உண்மையல்ல. அது யாருமற்ற நிலமல்ல. அந்த நிலத்தின், அமெரிக்கக் கண்டத்தின் சொந்தக்காரர்கள் அங்கேதான் இருந்தார்கள். ஐரோப்பியர்கள் வருவதற்கு 10,000 ஆண்டுகளுக்கு முன்பிருந்தே அமெரிக்கக் கண்டத்தில் மனிதர்கள் வசித்து வந்தார்கள்.

ஐரோப்பியர்கள் வந்தபோது, மயன், அஸ்டெக், பல செவ்விந்திய இனக்குழுக்கள் என அமெரிக்கக் கண்டம் மனிதக்கூட்டங்களால் நிரம்பித்தான் இருந்தது. இந்த மக்களோடு ஒப்பந்தம் போட்டுக் கொண்டும் அது சரிவராதபோது போரிட்டும்தான் ஐரோப்பியர்கள் அமெரிக்காவை ஆக்கிரமித்திருந்தனர்.

இங்கிலாந்தின் அமெரிக்க மாநிலங்கள் ஒன்றாகச் சேர்வதற்கு 18ஆம் நூற்றாண்டின் மத்தியில் இரண்டு காரணங்கள் தோன்றின. ஐரோப்பாவில் நிகழ்ந்த போர்கள், கடல் தாண்டி அமெரிக்காவிலும் எதிரொலித்தது. பிரான்ஸ் அல்லது ஸ்பெயினுடன் இங்கிலாந்து நடத்திய போர்கள் அதன் காலனி நாடுகளுக்கும் பரவியது. இந்தப் போர்களிலிருந்து தங்களைப் பாதுகாத்துக்கொள்ள, அமெரிக்கப் பிரித்தானிய காலனிகள் ஒன்றிணைய முடிவெடுத்தன.

இதையும் தாண்டி இன்னமும் ஒரு முக்கியக் காரணம் இருந்தது. பிரித்தானிய காலனிகளில், இங்கிலாந்து அரசின் நிர்வாகம் மீதான அதிருப்தி அதிகமாகிக்கொண்டிருந்தது. தங்களுக்குப் போதுமான பிரதிநிதித்துவம் இல்லாமல் வரி வசூலிக்க மட்டுமே இங்கிலாந்து முயல்வதாக அவர்கள் கருதினர். அதிருப்தி கோபமாக மாறிக்கொண்டிருந்தது.

அன்றைய அமெரிக்காவில் ஐரோப்பியர்களையும் செவ்விந்தியர் களையும் தவிர கறுப்பினத்தவர்களும் இருந்தனர். தென் மாநிலங்களில் இருந்த புகையிலை மற்றும் பருத்தி தோட்டங்களில் வேலை செய்வதற்காக ஆப்பிரிக்காவில் இருந்து அடிமைகளாகக் கொண்டு வரப்பட்ட கறுப்பின மக்கள் கடுமையாகச் சுரண்டப் பட்டனர். அடிமை வணிகம் பற்றியும் கறுப்பர்களின் நிலை பற்றியும் பின்னர் விரிவாகப் பார்ப்போம் என்றாலும் இப்போதைக்கு அவர்கள் இருப்பை மனதில் நிறுத்திக்கொள்ள வேண்டும்.

1776ஆம் ஆண்டு அமெரிக்கக் காலனிகளில் பிரித்தானிய ஆட்சியை எதிர்த்து ஒரு புரட்சி வெடித்தது. அப்போதிருந்த 13 காலனிகள், (இனி மாநிலங்கள்) ஒன்றாக இணைந்து பிரித்தானிய அரசை எதிர்க்க ஆரம்பித்தன. இந்த மாநிலங்களின் பிரதிநிதிகள் ஒன்றாகக்கூடி,

பிரித்தானிய ஆட்சியை அகற்றிய பின்னர் கொண்டு வரவேண்டிய அரசைப் பற்றிய ஆலோசனையைத் தொடங்கினார்கள்.

தாமஸ் ஜெபர்சன் விர்ஜினியாவைச் சேர்ந்த பெரும் தோட்டத்திற்குச் சொந்தக்காரர், வக்கீல், பல மொழி வித்தகர், செல்வந்தர். இந்த அத்தியாயத்தின் ஆரம்பத்தில் கொடுக்கப்பட்டிருக்கும் அமெரிக்கச் சுதந்தரப் பிரகடனத்தை எழுதியவர்களுள் முதன்மையானவர். அனைத்து மனிதர்களும் சரிசமமாகவே தோன்றுகிறார்கள் என்று பிரெஞ்சுப் புரட்சியின் மகத்தான மனிதகுல சிந்தனையை, முன்பே அமெரிக்கச் சுதந்தரப் பிரகடனத்தில் எழுதியவர். அவரது தோட்டத்தில் வேலை பார்த்த 600 அடிமைகளுக்கும் சொந்தக்காரரும் கூட.

இந்தக் காலத்தில் இருந்தே அமெரிக்கப் புரட்சியின் நம்பிக்கை களுக்கும் இலக்குகளுக்கும் அந்நாட்டில் நிலவிவந்த அடிமை முறைக்கும் இடையிலான முரண்கள் வெளி வர ஆரம்பித்துவிட்டன.

அமெரிக்கப் புரட்சியை முன்னின்று நிகழ்த்திய தலைவர்களில் பெரும்பாலானோர் விர்ஜினியாவைச் சேர்ந்தவர்கள். வட மாநிலங்களைச் சேர்ந்தவர்களைத் தவிர அனைவரும் அடிமைகளை வைத்திருந்தார்கள். இதை அனைவரும் உணர்ந்தே இருந்தார்கள். ஆனாலும் தென் மாநிலங்களை யாரும் பகைத்துக்கொள்ளவும் தயாராக இல்லை. எனவே அடிமை முறை என்பது யாரும் பேச விரும்பாத விஷயமாகவே இருந்து வந்தது.

அமெரிக்காவின் தேசத் தந்தை என்றழைக்கப்படும் ஜார்ஜ் வாஷிங்டன், விர்ஜினியாவைச் சேர்ந்தவர். அவரது தோட்டத்திலும் அடிமைகள் வேலை செய்து வந்தார்கள். அவர் பின்னர் குடியரசுத் தலைவராக இருந்தபோதும் அவர்களை விடுவிக்கவில்லை. அது குறித்து அவர் சிறிது சங்கடப்பட்டதாகத் தெரிந்தாலும், அடிமை முறை குறித்து அவர் எந்த நடவடிக்கையும் எடுக்கவில்லை என்றே சொல்ல வேண்டும்.

இதனாலேயே இவர்கள் அனைவரும் இன/நிற வெறி கொண்டவர்கள் என்றும் முடிவு செய்துவிட முடியாது. உதாரணமாக, மேற்கிந்தியத் தீவுகளைச் சேர்ந்த கலப்பினத்தைச் சேர்ந்த அலெக்சாண்டர் ஹாமில்டன், அமெரிக்கப் புரட்சியின்போது வாஷிங்டனின் உதவியாளராக மட்டுமல்லாமல், வாஷிங்டன் குடியரசுத் தலைவரானபோது, அமெரிக்காவின் முதல் நிதி அமைச்சராகவும் இருந்தார். அவர்தான் அமெரிக்காவின் மத்திய வங்கியை உருவாக்கியவர். அமெரிக்கக் குடியரசுத் தலைவராகத்

தகுதியுள்ளவர் என்று எதிர்பார்க்கப்பட்ட நிலையில் ஒரு தனிப்பட்ட பிரச்சினையில் ஏற்பட்ட மோதலில் சுட்டுக் கொல்லப்பட்டுவிட்டார்.

ஜெபர்சனும் அடிமை முறை என்பது அமெரிக்காவின் பெரும் தீமைகளில் ஒன்று என்று கூறியிருக்கிறார். விடுதலைப் பிரகடனத்தில் இங்கிலாந்து அமெரிக்காவிற்குச் செய்த தீமைகளில் மிகப் பெரியது அடிமை முறையைக் கொண்டுவந்ததுதான் என்று சொல்லியிருக்கிறார். தென் மாநிலப் பிரதிநிதிகள் அதைப் பிரகடனத்தில் இருந்து அகற்ற வைத்துவிட்டார்கள். அவரது தனிப்பட்ட நம்பிக்கைகளையும் 600 அடிமைகளை வைத்திருந்ததையும் எப்படிப் புரிந்து கொள்வது? அடுத்து வரும் அத்தியாயங்களில் நாம் இன்னமும் சற்று ஆழமாக இவற்றை எல்லாம் பார்ப்போம்.

வாஷிங்டன் முதல் குடியரசுத் தலைவராக இருந்தவரை அவர் மீதிருந்த மரியாதையினாலோ, புரட்சியின் நினைவுகள் பசுமையாக இருந்ததானாலோ எந்த வேறுபாடும் இன்றி நிர்வாகம் நடத்தப் பட்டது. ஆனால் அவர் இரண்டாம் முறையாகக் குடியரசுத் தலைவராகத் தேர்ந்தெடுக்கப்பட்ட போதே, 1792இல் அவரது நிர்வாகத்தினுள் வேறுபாடுகளும் இரண்டு கட்சிகளாகப் பிரிவும் ஏற்பட்டுவிட்டது. அவர் பதவியில் இருந்து விலகிய பின்னர், இவை முதல் கட்சிகளாகத் தோற்றமெடுத்தன.

ஒன்றிய அரசை வலுப்படுத்தி, அதிகாரத்தை மையப்படுத்த வேண்டும் என்ற கொள்கையுடன் 'கூட்டாட்சி' கட்சியினர் இருந்தனர். அலெக்சாண்டர் ஹாமில்டன் அவர்களுக்குத் தலைவராக இருந்தார். இன்னொரு புறம், 'ஜனநாயக-குடியரசு' கட்சி மாநில உரிமைகளை வலியுறுத்தியும், அதிகாரத்தைப் பரவலாக்க வேண்டும் என்ற கொள்கையோடும் இருந்தது. தாமஸ் ஜெபர்சன் அவர்களுக்குத் தலைவராக இருந்தார்.

அமெரிக்க ஒன்றியத்தை எப்படி வழிநடத்துவது என்ற அடிப்படை கேள்வியே கட்சிகளின் கொள்கையாக இருந்ததால், இவை மாநிலங்கள் மற்றும் ஒன்றிய அரசின் இடையேயான ஒற்றுமை அல்லது வேற்றுமைகளைக் கொண்டே வழிநடத்தப்பட்டது. இந்த அடிப்படை வேறுபாடே, பல்வேறு காரணங்களால் பெரிதாக வெடித்துப் போர் மூண்டதற்குக் காரணமானது எனலாம். இன்றும் அமெரிக்கக் கட்சிகளின் முக்கியமான பேசுபொருளாக மாநிலங்களின் உரிமையே இருந்து வருகிறது என்பதையும் இதைக் கொண்டே புரிந்துகொள்ள வேண்டும்.

அமெரிக்க அரசியல் அன்றிலிருந்து இன்று வரை மிகவும் குழப்பமான, உணர்ச்சிகள் மிகுந்த, மனிதனின் அடிப்படை

குணங்களைத் தூண்டிவிடும் மனிதர்களைக் கொண்ட களம். அதன் மனிதர்கள் வெளியில் கோட், சூட் போட்டுக் கொண்டு மிகவும் நாகரிகமானவர்களாகக் காட்டிக் கொண்டாலும், தேர்தல்களிலும் மற்ற நேரங்களிலும் அவர்கள் எந்த விதத்திலும், எந்த நாட்டு அரசியல்வாதிகளுக்கும் குறைந்தவர்கள் அல்லர். அமெரிக்க அரசியல் வரலாறு கொள்ளை, கொலை, அடிதடி எனப் பலவாறாக அனைவரையும் திருப்திப்படுத்தும் விதமாக இருக்கும் பல வண்ணங்கள் நிறைந்த ஓவியம். எல்லா நாடுகளைப் போலவே இங்கும் இவற்றை எல்லாம் தாண்டி நிற்கும் பெரும் தலைவர்கள் தோன்றிக் கொண்டே இருக்கிறார்கள். இதுவே அமெரிக்க ஜனநாயகம் இன்றும் குழப்பங்களுக்கிடையே நிலைத்து நிற்பதற்குக் காரணம்.

1800ம் ஆண்டு நடந்த குடியரசுத் தலைவர் தேர்தலை எடுத்துக் கொள்வோம். 'ஜனநாயக-குடியரசு' கட்சியின் சார்பாக ஜெபர்சன், ஆரோன் பர் ஆகிய இருவரும், 'கூட்டாட்சி' கட்சியின் சார்பாக ஜான் ஆடம்ஸ், பிங்க்னி இருவரும் நிற்கிறார்கள். ஜெபர்சன், ஆரோன் பர் இருவரும் ஒரே அளவிலான ஓட்டுகளைப் பெறுகிறார்கள். அப்போதிருந்த16 மாநிலங்களில், 9 மாநிலங்களில் வெற்றி பெற வேண்டும். இருவரும் தலா 8இல் வெற்றி பெறுகிறார்கள். மறு ஓட்டுப்பதிவு நடைபெறுகிறது, 36 முறை. 36வது முறையில் ஜெபர்சன் 10 மாநிலங்களை வென்று வெற்றி பெறுகிறார்.

ஆரோன் பர் துணை குடியரசுத் தலைவராகிறார். ஆனாலும் தன்னுடைய தோல்விக்கு ஹாமில்டன்தான் காரணம் என்று அவருடன் துப்பாக்கிச் சண்டைக்குச் சென்று, ஹாமில்டனைக் கொன்று விடுகிறார். நாட்டின் துணை குடியரசுத் தலைவர், தன்னுடைய சக அரசியல்வாதியை கொலை செய்துவிட்டு, கொலைகாரராக தலைமறைவாகி விடுகிறார்.

இதைச் சொல்வதற்குக் காரணம், இப்படியான ஒரு தேர்தலில் தேர்வாகி வந்த ஜெபர்சன், குடியரசுத் தலைவராக மிளிர்ந்தார். ஜெபர்சன் ஒரு தேர்ந்த அரசியல்வாதி மட்டுமல்ல ஒரு பெரும் படிப்பாளியும்கூட. அறிவியலில் மிகுந்த ஆர்வம் கொண்டவர். விவசாயி. மிகவும் மனிதத்தன்மை கொண்டவர். அவர் குடியரசுத் தலைவராகச் செய்த மற்றொரு காரியம் அமெரிக்க உள்நாட்டுப் போரைத் தவிர்க்கவியலாததாக ஆக்கியது. ஆனால் அப்போது யாராலும் அதை எதிர்பார்த்திருக்க முடியாது.

முன்பே கூறியது போல, அமெரிக்கக் கண்டத்தில் பிரான்ஸ் நாட்டின் காலனி மிகவும் பெரியதாக இருந்தது. அன்றைய அமெரிக்க

எல்லையை ஒட்டிய பகுதியில், மாபெரும் மிஸ்ஸிஸிப்பி நதியின் நதி மூலத்தில் இருந்து, அது கடலில் சேரும் பகுதி வரை விரிந்திருந்தது. ஆனால் இது பெரிதும் காடுகளாகவும், அதிகமாகச் செவ்விந்தியர்கள் வசிக்கும் பகுதியாகவும் இருந்ததால், பிரான்ஸ் நதியின் கழிமுகத்தில் இருந்த பெரிய துறைமுகமான நியூ ஆர்லியன்ஸ் நகரின் மூலம் நடக்கும் வர்த்தகத்திற்காகவே இந்த நிலப்பகுதியை நிர்வகித்து வந்தது.

1799இல் பிரான்ஸில் புரட்சி முடிந்து, நெப்போலியன் சர்வாதிகாரியாக மாறிக்கொண்டிருந்தார். அடுத்த 3 ஆண்டுகளில் பல நாடுகளைக் கைப்பற்றியதோடு, பிரித்தானிய அரசுடன் தற்காலிக அமைதி ஒப்பந்தம் செய்திருந்தார். 1803ம் ஆண்டு, தன்னுடைய ராணுவத்தை நவீனப்படுத்தவும், தூரதேசத்தில் இருந்த பிரதேசத்தை நிர்வகிப்பதில் இருந்த சவால்களாலும், அவரது அமெரிக்கக் காலனியை கொடுத்துவிட யோசித்துக்கொண்டிருந்தார்.

ஜெபர்சன், லூசியானா என்று அழைக்கப்பட்ட இந்தப் பிரதேசத்தை எப்படியாவது பெற்றுவிட வேண்டும் என்று முடிவு செய்தார். மூன்று பேர் கொண்ட குழு பிரான்ஸ் சென்றது. நீண்ட பேச்சுவார்த்தைக்குப் பின்னர், 15 மில்லியன் டாலருக்கு இந்தப் பிரதேசம் அமெரிக்காவால் 1803ம் வருடம் வாங்கப்பட்டது. இது அமெரிக்க நாட்டின் நிலப்பரப்பை இரண்டு மடங்காக்கியது.

இந்த நிலம் நாட்டை என்ன பாதையில் அழைத்துச் செல்லப் போகிறது என்பதை அப்போது ஜெபர்சன் மட்டுமல்ல, யாரும் கணிக்கவில்லை.

3. அடிமை வணிகம் (1600 – 1807)

'ஒரு தேசம் நேர்மையாகவும் உண்மையாகவும் அறத்தோடும் இருக்கும் வரையே அதன் ஆன்மா பாதுகாப்பாக இருக்கும்.'

– பிரெடெரிக் டக்ளஸ்

எல்லா நாடுகளும் பொற்காலங்களை உருவாக்கி வைத்திருக்கின்றன. அமெரிக்காவுக்கும் அப்படியொன்று இருந்தது. Antebellum South என்று அதற்குப் பெயர். 'போருக்கு முந்தைய தெற்கு' என்பது இதன் பொருள். 1800-60 வரையிலான காலகட்டமே இவ்வாறு அழைக்கப்படுகிறது.

இந்தக் காலகட்டத்தில் பருத்தி, புகையிலை தோட்ட முதலாளிகள் எல்லாம் பெரிய மாளிகைகளில் பிரபுக்களைப் போல வாழ்ந்து வந்தனர். கறுப்பர்கள் அடிமைகளாகத் தோட்டத்திலும் மாளிகையிலும் வேலை பார்த்து வந்தனர். வெள்ளை கங்காணிகள் எந்தச் சிரமமும் இன்றி அவர்களை மேற்பார்வை செய்து வந்தனர். அமைதியான, முன்மாதிரியான சமூக அமைப்பாக இந்தக் காலகட்டம் கட்டமைக்கப்பட்டது.

1939இல் வெளிவந்த 'Gone With The Wind' என்ற படத்தில் இந்த அருமையான கனவையும் அதை அமெரிக்க உள்நாட்டுப் போர் தகர்த்ததையும் காட்டியிருப்பார்கள். ஆனால் இது எவ்வளவு தூரம் உண்மை? வரலாற்றில் கொண்டாடப்படும் பல பொற்காலங்களைப் போல இங்கும் பெரும்பாலும் மக்கள் தங்கள் விருப்பத்தை வரலாறாகப் புனைந்துகொண்டார்கள் என்பதே உண்மை. ஒரு பக்கம் வெள்ளை அமெரிக்கர்கள் நிறைவோடு வாழ்ந்து வந்தனர். மற்றொரு பக்கம் தெற்கிலுள்ள அடிமைகள் கொடூரமாக ஒடுக்கப்பட்டிருந்தனர்.

அமெரிக்காவின் அடிமை வர்த்தக வரலாறு நீண்டது. ரத்தம் தோய்ந்தது. மூன்று கண்டங்களில் அதிர்வை ஏற்படுத்தியது. அதை எங்கிருந்து ஆரம்பிப்பது என்பதே பெரும் குழப்பம் என்றாலும், முதல் அடிமைகள் அமெரிக்காவிற்கு வந்ததில் இருந்து பார்ப்போம்.

1619இல் முதல் ஆப்பிரிக்க அடிமைகள் விர்ஜினியாவிற்கு வந்திறங்கியதாகத் தெரிகிறது. ஆனால் அதற்குப் பல வருடங்களுக்கு முன்பிருந்தே ஸ்பானிஷ் அமெரிக்கப் பகுதிகளில் அடிமைகள் இருந்திருக்கிறார்கள்.

அமெரிக்காவில் ஐரோப்பியர்கள் முதலில் வந்திறங்கியது, இன்று நாம் மேற்கிந்தியத் தீவுகள் என்று அழைக்கும் பகுதிகளில். இந்தத் தீவுகளில் கரும்புத் தோட்டங்கள் மிகுதியாக இருந்தன. அவற்றிலிருந்து தயாரிக்கப்படும் சர்க்கரைக்கு ஐரோப்பாவில் பெரிய சந்தை இருந்தது. இன்றைய கூபா, ஜமைக்கா, பிரேசில் முதலிய பகுதிகள் கரும்புத் தோட்டங்களுக்காக ஸ்பெயின் மற்றும் போர்ச்சுகல் நாடுகளால் விரைவாகக் கைப்பற்றப்பட்டன. 16ஆம் நூற்றாண்டின் ஆரம்பக் காலங்களில் இங்கே ஆயிரக்கணக்கான சர்க்கரை ஆலைகள் வந்துவிட்டன. ஆனால், கரும்பு பயிரிடுவதில் ஒரு சிக்கல் இருந்தது. மிகவும் கடுமையான வெயில் பிரதேசங்களில் ஐரோப்பியர்களால் உடலை வருத்தி உழைக்க முடியவில்லை. எனவே, வெயில் பிரதேசங்களுக்குப் பழகிப் போன ஆப்பிரிக்கக் கறுப்பர்களை இங்கே அடிமைகளாகக் கொண்டு வரத் தொடங்கினார்கள்.

ஆப்பிரிக்கக் கண்டத்தின் அட்லாண்டிக் கரைகளில் இருந்த கறுப்பினத்தவர் அவர்களது தலைவர்களாலும் அரசர்களாலும் போர்ச்சுகீசியர்களுக்கும் ஸ்பெயின் நாட்டவருக்கும் விற்கப்பட்டனர். அங்கிருந்து அவர்கள் மேற்கிந்தியத் தீவுகளுக்குக் கப்பல்களில் நெருக்கமாக அடைக்கப்பட்டுக் கொண்டு வரப்பட்டனர். அங்கிருந்து பிரேசில், பெரு போன்ற தென்னமெரிக்க நாடுகளுக்கோ வட அமெரிக்கப் பிரித்தானிய காலனிகளுக்கோ அனுப்பப்பட்டனர். மேற்கிந்தியத் தீவுகள் அடிமைகளை விற்கவும் வாங்கவுமான மிகப்பெரும் சந்தையாக மாறியது.

பிரித்தானிய காலனிகளில் பருத்தியும் புகையிலையும் பயிரிட ஆரம்பித்தபோது, முதலில் ஒப்பந்தத் தொழிலாளர்கள் கொண்டு வரப்பட்டார்கள். ஆனால் சந்தையில் பருத்தியின் விலை மாறிக் கொண்டே இருந்ததாலும், பருத்தி, புகையிலை பயிரிடுவது மிகவும் உடல் உழைப்பைக் கோருவதாக இருந்ததாலும் தொழிலாளர்களால் ஒப்பந்த காலத்தை நிறைவு செய்யமுடியாத நிலை ஏற்பட்டது.

மாற்று ஏற்பாடாக, ஆப்பிரிக்க அடிமைகள் கொண்டு வரப்பட்டார்கள். இவர்கள் உழைப்பைச் சுலபமாகச் சுரண்டமுடிந்தது. சிறிது உணவும் தங்க இடமும் கொடுத்தால் போதும், பயிர்களில் இருந்து அதிகபட்ச லாபத்தைப் பார்த்துவிடலாம். எனவே பிரித்தானிய அமெரிக்கக் காலனிகளிலிருந்த அடிமைகளின் எண்ணிக்கை விரைவாக அதிகரிக்க ஆரம்பித்தது.

அட்லாண்டிக் அடிமை வணிகம் என்றழைக்கப்பட்ட இந்த வணிகம் மிகவும் கொடூரமான முறையில் இயங்கியது. ஆப்பிரிக்காவில் இருந்து அடிமைகள் மிகவும் குறைவான விலையில் பிடிக்கப்பட்டு (வன்முறையைக் கைக்கொண்டே இவர்கள் பிடிக்கப்பட்டார்கள்) கப்பலில் ஏற்றப்பட்டார்கள். கைகளும் கால்களும் சங்கிலியால் பிணைக்கப்பட்டு, நெருக்கமாக உட்கார்ந்தபடியோ, படுத்தபடியோ அடைக்கப்பட்டு இவர்கள் அட்லாண்டிக் சமுத்திரத்தைக் கடக்கவேண்டும். இதில் கப்பலில் இருக்கும் அடிமைகளில் 20 சதவிகித கறுப்பர்கள் கடலைக் கடப்பதற்கு முன்பே இறந்து விடுவார்கள்.

மேற்கிந்திய சந்தைக்கு வந்து சேரும் அடிமைகள் ஏலத்தின் மூலமாகத் தரகர்களுக்கு விற்கப்படுவார்கள். அங்கிருந்து திரும்பவும் அவர்கள் வட அமெரிக்காவிற்கோ, தென் அமெரிக்காவிற்கோ கப்பலில் செல்வார்கள். அங்கே மீண்டும் தரகர்களால் அவர்கள் பல இடங்களில் தோட்டங்களுக்கு விற்கப்படுவார்கள். கிட்டத்தட்ட நான்கு நூற்றாண்டுகள் நடந்த இந்தக் கொடூரமான வணிகத்தில், அட்லாண்டிக் சமுத்திரத்தில் மட்டும் இறந்தவர்கள் 20 லட்சமாக இருக்கலாம் என்று எண்ணப்படுகிறது.

முதலில் அடிமைகள் அனைத்து காலனி மாநிலங்களிலும் பல்வேறு வேலைகளைச் செய்து வந்தார்கள். ஆனால், அவர்களது தேவை பருத்தி விவசாயம் அதிகமாக நடைபெற்று வரும் தென் மாநிலங்களிலேயே இருந்தது. எனவே இங்கேயே கறுப்பர்களின் எண்ணிக்கை வேகமாக அதிகரித்துக்கொண்டிருந்தது.

1800இல் மாநிலங்களின் நிலை:

அடிமை முறையை ஒழித்திருந்த வடக்கு மாநிலங்கள்: பென்சில்வேனியா, மாசச்சூசெட்ஸ், வெர்மான்ட், நியூ ஹாம்ப்ஷயர், ரோட் ஐலண்ட், கனெக்டிகட், நியூ யார்க்.

அடிமை முறை தொடர்ந்த தென் மாநிலங்கள்: விர்ஜினியா, நியூ ஜெர்சி, டெலெவர், மேரிலாண்ட், வடக்கு கரோலினா, தெற்கு கரோலினா, ஜார்ஜியா, கென்டக்கி, டென்னிசி.

அடிமை முறைக்கு எதிரான குரல் முதலில் வட மாநிலங்களிலேயே எழ ஆரம்பித்தது. வட கிழக்கு மாநிலங்களில் முதலில் குடியேறிய ஐரோப்பியர்கள் பெரும்பாலும் தூய்மைவாதம் பேசும் சீர்திருத்த இயேசு சபையைச் சேர்ந்த கிறிஸ்தவர்கள். ஐரோப்பாவில் அவர்களுக்கு எதிரான ஒடுக்குமுறையில் இருந்து விடுபட, கடல் கடந்து வட அமெரிக்காவிற்குப் பல நூறாண்டுகளுக்கு முன்பே வந்து குடியேறியவர்கள்.

கிறிஸ்தவத்தை மிகுந்த பழமையான நோக்கோடு, அதே நேரத்தில் அதன் விழுமியங்களில் இருந்து எந்தச் சமரசமும் செய்து கொள்ளக்கூடாது என்று நினைக்கும் அவர்களுக்கு இடையில் இருந்தே ஒடுக்குமுறையின் இன்னொரு கொடூர முகமான அடிமை முறைக்கு எதிர்ப்பு கிளம்பியது (இதே நேரத்தில் பிரிட்டனிலும் கிறிஸ்தவச் சபைகளில் இருந்தே எதிர்ப்பு வந்தது என்பதையும் ஒப்பு நோக்கவேண்டும்).

1688இல் பென்சில்வேனியா குவேக்கர்கள், அடிமை முறைக்கு எதிரான தங்களது எதிர்ப்பை அறிக்கையாகத் தயாரித்து, அனைத்து குவேக்கர் தேவாலயங்களுக்கும் அனுப்பி வைத்தனர். 1700இல் மாசச்சூசெட்ஸ் மாநிலத்தில் தூய்மைவாத கிறிஸ்துவரான தாமஸ் சீவல், அடிமைமுறைக்கும், அதை நியாயப்படுத்தக் கூறப்படும் வாதங்களுக்கும் எதிராக, விவிலியத்தை மையமாகக் கொண்டு சிறு புத்தகம் ஒன்றைப் பதிப்பித்தார்.

கனெக்டிகட், ரோட் ஐலண்ட் போன்ற மாநிலங்களில் இருந்த கால்வினிஸ்ட் சீர்திருத்தச் சபையினர், பென்சில்வேனியா மாநிலத்தில் இருந்த குவேக்கர் மக்கள் போன்றோரும் தங்கள் பகுதிகளில் அடிமை முறையை எதிர்த்ததோடு, அதைச் சட்ட ரீதியாக எதிர்ப்பதற்கான வேலைகளையும் ஆரம்பித்தனர்.

அமெரிக்கப் புரட்சி ஆரம்பித்த காலங்களில் மீண்டும் அடிமைமுறைக்கு எதிரான குரல்கள் எழும்ப ஆரம்பித்தன. புரட்சிக்கு வித்திட்டவர்களில் ஒருவரான தாமஸ் பைன் ஆப்பிரிக்க அடிமை முறைக்கு எதிரான தன்னுடைய முதல் அறிக்கையை வெளியிட்டார். அமெரிக்கப் புரட்சியின் காலத்தில் அமெரிக்காவிற்கு அடிமைகளை இறக்குமதி செய்வது புரட்சியாளர்களால் தடைசெய்யப்பட்டது. (விடுதலைக்குப் பின்னர், தென் மாநிலங்கள் இதை மறுபடியும் அனுமதித்தன.)

இதைத் தொடர்ந்து வட மாநிலங்களில் அடிமை முறை புரட்சியின் நோக்கங்களுக்கு எதிராக இருப்பதாகவும், அதை ஒழிக்கவேண்டும்

என்றும் குரல்கள் எழ ஆரம்பித்தன. அப்போது இன்னமும் மாநிலமாக அங்கீகாரம் இல்லாமல் இருந்த வெர்மான்ட், 1777இல் முதலில் அடிமை முறையை ஒழித்துச் சட்டமியற்றியது. 1780இல் பென்சில்வேனியா அதைத் தொடர்ந்தது. மாசச்சூசெட்ஸ் 1780இல் தன்னுடைய மாநில அரசியலமைப்புச் சட்டத்தில் அனைத்து மனிதர்களும் சரிசமம் என்று எழுதியது. இதை அடிப்படையாகக் கொண்டு அந்த மாநிலத்தில் அடிமை முறை சட்டப்பூர்வமானது அல்ல என்று பல வழக்குகள் மாநில தலைமை நீதி மன்றத்தில் பதியப்பட்டன. 1783இல் அங்கும் அடிமை முறை சட்டத்திற்குப் புறம்பானது என்று தீர்ப்பு வந்துவிட்டது.

1803ம் ஆண்டிற்கு முன், மேரிலாண்ட் மாநிலத்திற்கு வடக்கில் இருந்த அனைத்து மாநிலங்களும் ஏதோ ஒரு விதத்தில் அடிமை முறையை ஒழித்து விட்டன. ஆனால் இந்தச் சட்டங்கள் அனைத்தும் அவை இயற்றப்பட்ட நாளுக்குப் பின்னர் பிறக்கப்போகும் அடிமைகளின் குழந்தைகளுக்கும், புதிய அடிமைகளுக்கும் மட்டுமே பொருந்தும். ஏற்கெனவே அடிமைகளாக இருப்பவர்கள், அவர்களது காலம் வரையோ அல்லது அவர்களது உரிமையாளர்களால் விடுதலை கொடுக்கப்படும் வரையோ அடிமைகளாகவே இருக்கவேண்டும் என்பதே பொருள். நிச்சயம் இது ஒரு குறைபாடுதான். ஆனால் இந்த அளவுக்குத் துணிந்து சட்டங்கள் இயற்றியதே குறிப்பிடத்தக்கதுதான் என்பதால் அந்த மாநிலங்கள் ஒரு வகையில் முன்னோடிகளாக இருந்தன என்று சொல்லலாம்.

இதே மாநிலங்களில் அடிமைகளாக இருப்பவர்களை விடுதலை செய்வதற்கான இயக்கங்களும் ஆரம்பித்தன. 1783இல் பென்சில்வேனியாவில் பெஞ்சமின் பிராங்கிளின் தலைமையில், அடிமைகளின் சொந்தக்காரர்களிடம் இருந்து அடிமைகளை வாங்கி விடுதலை செய்யும் இயக்கம் ஆரம்பித்தது. வட மாநிலங்கள் பலவற்றிலும் ஆரம்பிக்கப்பட்ட இந்த இயக்கங்கள், மிகுந்த முனைப்புடன் இயங்கின.

1787இல் அமெரிக்க அரசியலமைப்புச் சட்டத்தை உருவாக்குவதற்கான குழு கூடியது. அப்போது அடிமைமுறை என்னும் மிகப்பெரிய பிரச்சினை குறித்து யாரும் பேச விரும்பவில்லை. முழுவதுமாக அடிமைமுறையை ஒழிப்பதற்குத் தென் மாநிலங்கள் (ஜார்ஜியா, வடக்கு கரோலினா, தெற்கு கரோலினா, விர்ஜினியா, டெலவேர், மேரிலாண்ட்) எதிர்ப்புத் தெரிவித்தன. எனவே அது குறித்து எந்தவிதமான முடிவும் எடுக்கப்படவில்லை. அரசியலமைப்புச் சட்டத்தில் அடிமை முறை பற்றிய எந்தக் குறிப்பும் இருக்கவில்லை. அப்போது அவர்கள் அனைவரும் ஒத்துக் கொண்ட ஒரே விஷயம்,

அடிமைகளை இறக்குமதி செய்வதைத் தடை செய்யவேண்டும் என்பது மட்டுமே. அதையும் 20 வருடங்களுக்குப் பின்னரே அமல்படுத்த வேண்டும் என்று முடிவு செய்யப்பட்டது.

புரட்சியை முன்னின்று நடத்திய பெரும் தலைவர்களின் இந்த முடிவால், உள்நாட்டுப் போரைத் தவிர்த்திருக்கக்கூடிய முக்கியமான தருணம் கைநழுவிப் போனது.

அமெரிக்க ஒன்றிய நாடாளுமன்றங்கள் இரண்டு. முதலாவது, காங்கிரஸ் என்றழைக்கப்படும் இரண்டு ஆண்டுகளுக்கு ஒருமுறை தேர்ந்தெடுக்கப்படும் பிரதிநிதிகள் கொண்ட சபை. இரண்டாவது, செனட் எனப்படும் மாநிலத்திற்கு இரண்டு பிரதிநிதிகள் தேர்ந்தெடுக்கப்படும் சபை. மாநிலங்களின் அளவும், மக்கள் தொகையும் வேறுபட்டாலும், அனைத்து மாநிலங்களுக்கும் சமமான பிரதிநிதித்துவம் வழங்க உண்டாக்கப்பட்டதே செனட். ஆனால் காங்கிரஸ் பிரதிநிதிகள் எண்ணிக்கை மாநிலத்தின் மக்கள் தொகைக்கு ஏற்றவாறு வேறுபடும்.

தென் மாநிலங்களில் மக்கள் தொகை குறைவென்பதால், தங்களது பிரதிநிதித்துவம் குறையும் என்று நினைத்த தென் மாநிலத் தலைவர்கள், பிரதிநிதிகள் எண்ணிக்கைக்கு மட்டும் கறுப்பு அடிமைகளின் எண்ணிக்கையையும் எடுத்துக் கொள்ள வேண்டும் என்று கோரிக்கை வைத்தனர். இதற்கு வடக்கு மாநிலங்கள் ஒப்புக்கொள்ளவில்லை. பல முறை பேச்சுவார்த்தை நடத்திய பின்னர், கறுப்பு அடிமைகளின் எண்ணிக்கை ஐந்தில் மூன்று பங்கு எடுத்துக் கொள்ளப்படும் என்று சமரசம் பேசப்பட்டது. இது 'ஐந்தில் மூன்று சமரசம்' என்று சொல்லப்படுகிறது. இதுவே வடக்கு-தெற்கு மாநிலங்களுக்கு இடையில் நடந்த முதல் வெளிப்படையான கருத்து வேறுபாடாகும். இது அமெரிக்க அரசியலமைப்புச் சட்டத்திலும் எழுதப்பட்டது.

1807இல் தாமஸ் ஜெபர்சன் குடியரசுத் தலைவராக இருந்தபோது, முன்னரே ஒப்புக்கொண்டது போல, அமெரிக்காவில் அடிமைகள் இறக்குமதி முழுவதுமாகத் தடை செய்யப்பட்டது. ஆனாலும், ஸ்பெயின் நாட்டுப் பகுதிகளின் வழியே அடிமைகளைச் சட்ட விரோதமாகக் கொண்டு வருவது நிற்கவில்லை.

4. அநீதிக்கு எதிரான போர்

‘இரண்டில் ஒன்றுக்குத்தான் எனக்கு உரிமையிருக்கிறது: சுதந்திரம் அல்லது மரணம். ஒன்று கிடைக்கவில்லை என்றால், இன்னொன்றை எடுத்துக்கொள்வேன்; என்னை உயிருடன் யாரும் பிடிக்க முடியாது.’

– ஹாரியேட் டப்மன்

1822இல் ஹாரியேட் டப்மன் மேரிலாண்ட் மாநிலத்தில் அடிமையாகப் பிறந்தார். சிறு வயதிலிருந்தே அவரது மேற்பார்வையாளரால் கொடுமைப்படுத்தப்பட்டார். அதனால் ஏற்பட்ட தலைக்காயம் அவரது மரணம் வரை இருந்தது. மெத்தடிஸ்ட் கிறிஸ்துவராக இருந்த அவர், 1849இல் மேரிலாண்டில் இருந்து பென்சில்வேனியாவுக்குத் தப்பித்துச் சென்றார். அவரது தலைக்கு 100 டாலர் விலை வைக்கப்பட்டது. இருந்தாலும், அவர் மேரிலாண்டுக்குத் திரும்பி தன்னுடைய குடும்பத்தினர், சொந்தக்காரர்கள், நண்பர்கள் எனப் பலரும் தப்பித்துச் செல்ல உதவி செய்தார். இப்படியாக அவர் 700 அடிமைகள் வரை தப்பித்துச் செல்ல உதவினார்.

1793இல் அமெரிக்க அரசாங்கம் ‘தப்பியோடும் அடிமைகள் சட்டம்’ (Fugitive Slaves Act) ஒன்றை இயற்றியது. இந்தச் சட்டம் அடிமைகள் வைத்திருப்பது சட்டப்பூர்வமானதாக இருக்கும் மாநிலங்களில் இருந்து, அடிமை முறை சட்ட விரோதமாக இருக்கும் மாநிலங்களுக்குத் தப்பித்துச் செல்லும் அடிமைகளைச் சுதந்தர மாநிலங்கள் பிடித்துத் தரவேண்டும் என்றும், மறைத்து வைக்க முயற்சி செய்யக்கூடாது என்றும் கூறியது.

தென் மாநிலங்களில் அடிமைமுறை என்பது ஒரு 'தேவையான தீமை' அல்லது 'கறுப்பர்களுக்குக் கலாசாரம் கற்றுக்கொடுப்பது' என்ற அளவில் பார்க்கப்பட்டது. அங்கும் அடிமை முறையை ஒழிக்க வேண்டும் என்று பேசப்பட்டாலும், அது வெறும் வாய் வார்த்தையாக மட்டுமே இருந்து வந்தது. அங்கிருந்த கறுப்பின மக்களின் வாழ்வைச் சிறிது உயர்த்தும் முயற்சியைக் கூட அவர்கள் எதிர்த்து வந்தார்கள்.

கறுப்பின மக்களின் வாழ்வோ, அவர்கள் வசித்த தோட்டங்களில் இருந்த மிருகங்களை விட மோசமானதாக இருந்தது. அதிகாலை முதல் இரவு வரை முதுகு ஒடிக்கும் வேலை, சிறிது உணவு, ஓய்வில்லாத நாட்கள், சவுக்கைக் கொண்டு வேலை வாங்கும் மேற்பார்வையாளர்கள், பெண்களுக்குப் பாதுகாப்பற்ற சூழல் என்று பூமியிலேயே நரகத்தை அனுபவித்து வந்தார்கள்.

அடிமைமுறை ஒழிக்கப்பட்டிருந்த வட மாநிலங்களுக்குத் தப்பித்துச் செல்வது என்பது பரவலாக இல்லை என்றாலும், வடக்கு-தெற்கு எல்லைக்கு அருகில் இருந்த மாநிலங்களில் அதிகமாகவே இருந்தது. தோட்ட முதலாளிகளால் தங்களது 'சொத்து' இப்படித் தப்பித்து ஓடுவதைப் பொறுத்துக்கொள்ள முடியவில்லை. எனவே, தங்களது மாநிலங்களின் மூலமாக அழுத்தம் கொடுத்து, மேற்சொன்ன சட்டத்தை இயற்றச் செய்தார்கள். வட மாநிலங்களில் இருந்தவர்கள் இதைத் தங்கள் உரிமை மீறலாகப் பார்த்தார்கள். சிறிது காலத்திலேயே வட மாநிலங்கள் இந்தச் சட்டத்தைத் தங்கள் பகுதிகளில் அமல் படுத்துவதைக் குறைத்துக்கொண்டன.

குறிப்பாக, குவேக்கர்கள் அதிகமாக இருக்கும் பென்சில் வேனியாவிற்குத் தப்பித்துச் செல்வதே எளிதாக இருந்தது. அவர்கள் அங்கே தனியாகக் குழு அமைத்து, தப்பி வரும் அடிமைகளுக்கு உதவிக்கொண்டிருந்தனர். மேற்சொன்ன சட்டம் இயற்றப் பட்டவுடன், அவர்களை அங்கேயே வைத்திராமல், அங்கிருந்து கனடாவிற்குத் தப்பித்துச் செல்ல உதவி செய்தனர். இது காலப் போக்கில் வடக்கு மாநிலங்களில் மிகப்பெரும் குழுவாகப் பரிணமித்தது.

1807ஆம் ஆண்டிற்குப் பின்னர், வட மாநிலங்களில் அடிமை முறைக்கு எதிரான மனநிலை பொதுவானதாக மாறியது. அனைத்து மாநிலங்களிலும் அடிமை முறை ஒழிப்புச் சங்கங்கள் (Abolitionist Society) அமைக்கப்பட்டன. சட்டமியற்ற அழுத்தமும் தப்பித்து வரும் அடிமைகளுக்கு உதவியும் தருவதே இவர்களது முதன்மையான வேலையாக இருந்தது. வடக்கில் எதிர்ப்பு அதிகரிக்கவும், தென் மாநிலங்களில் அடிமை முறை இன்னமும் இறுக்கமாக

ஆகிக்கொண்டிருந்தது. 1820இல் சட்ட விரோதமான அடிமைகள் இறக்குமதியைத் தடுக்க, அப்படி இறக்குமதி செய்பவர்களுக்கு மரண தண்டனை வரை வழங்க சட்டத் திருத்தம் செய்யப்பட்டது.

அதே நேரத்தில் அமெரிக்கா முழுவதிலும் இறையியல் கல்லூரிகளிலும், மற்ற கல்லூரிகளிலும் அடிமை முறைக்கான எதிர்ப்பு வலுவாக இருந்தது. ஆனால், இவை அனைத்தும் தனித்தனிக் குழுக்களாகச் சிதறி இருந்ததால், தங்களது கொள்கைகளை முழுமையாக முன்னெடுத்துச் செல்ல முடியவில்லை.

இந்த நிலை 1830இல் மாறியது. அடிமைமுறை ஒழிப்புச் சங்கங்கள் ஒன்றாகத் தங்களை ஓர் அரசியல் சக்தியாக மாற்றிக்கொள்ள முயற்சித்தன. ஆனால் இன்னமும் பல குழுக்களாக இருந்ததால், அவர்களால் தங்களது முயற்சிகளை ஒன்றிணைத்து எடுத்துச் செல்ல முடியவில்லை. வில்லியம் காரிசன் இந்த முயற்சியை முன்னெடுத்தவர்களில் முக்கியமானவர்.

அமெரிக்காவின் அரசியலமைப்புச் சட்டம் அடிமைகளைப் பற்றியோ, அடிமை முறையைப் பற்றியோ வெளிப்படையாகப் பேசாமல் இருந்தது, இந்த விவாதத்தில் யார் சரி என்பதைக் குழப்பத்திலேயே வைத்திருந்தது. வடக்கு மாநிலங்களில் இச்சட்டம் அடிமைமுறையை ஆதரிக்கிறது என்று அதனை எரிக்கும் போராட்டமும் நடைபெற்றது.

அது போலவே, விடுவிக்கப்படும் கறுப்பர்களை என்ன செய்வது என்ற கேள்வியும் இந்த இயக்கத்தைத் தடுமாறச் செய்தது. அவர்களைத் திரும்பவும் ஆப்பிரிக்காவுக்கே அனுப்பிவிட வேண்டும் என்று ஒரு பக்கமும், அவர்கள் இங்கேயே தங்கள் வாழ்வைத் தொடரலாம் என்று இன்னொரு பக்கமும் விவாதங்களில் ஈடுபட்டுக்கொண்டிருந்தனர்.

இந்த விவாதங்கள் தொடர்ந்த காலங்களில் எந்த விதத்திலும் அடிமைகளின் வாழ்வு மாறிவிடவில்லை என்பதையும் நாம் உணர வேண்டும். இன்னமும் தென் மாநில அரசியல்வாதிகள் அதிகாரத்தில் உயரத்திலேயே இருந்தார்கள். போராட்டங்கள் நடந்தாலும், அரசியல் ரீதியாக எந்த மாறுதலும் கொண்டு வர முடியவில்லை.

தப்பி வந்த அடிமைகளில் சிலர் தங்களது அனுபவங்களைச் சொல்ல ஆரம்பித்திருந்தார்கள். இது இன்னமும் தயக்கத்தில் இருந்த பல வட மாநிலத்தவர்களின் மனதை மாற்றியது. அப்படியானவர்களில் முதன்மையானவர், பிரெடெரிக் டக்ளஸ்.

பிரெடெரிக் டக்ளஸ் அடிமையாகப் பிறந்தார். அவர் அடிமையாக இருந்த தோட்டத்தின் சொந்தக்காரரின் மனைவி அவருக்கு வாசிக்கக் கற்றுக் கொடுத்தாள். அருகில் இருந்தவர்களைப் பார்த்து அவரும் எழுதப் படிக்கக் கற்றுக்கொண்டார். கல்வி அவரை மாற்றுவதைக் கண்டு அஞ்சியவர்கள் அவரிடம் இருந்த புத்தகங்களைப் பறிமுதல் செய்து, பக்கத்துத் தோட்டத்தில் தோட்ட வேலைக்கு அனுப்பி வைத்தனர். அங்கிருந்து தப்பித்து நியூ யார்க் நகருக்கும், அங்கிருந்து மாசச்சூசெட்ஸ் மாநிலத்திற்கும் சென்றார். அங்கிருந்தவர்கள் மூலமாக உதவி பெற்று, தேவாலயம் ஒன்றில் பிரசங்கியாக வாழ்வைத் தொடங்கினர்.

அடிமையாகத் தன்னுடைய அனுபவங்களைப் புத்தகமாக எழுதினார். பல இடங்களிலும் சென்று அடிமைமுறைக்கு எதிராகப் பேசினார். தன் வாழ்நாள் முழுவதும் அடிமைமுறைக்கு எதிராகப் பேசியும் எழுதியும் வந்தார். கறுப்பினத்தவருக்கு அறிவு போதாது என்ற தென் மாநில அரசியல்வாதிகளின் வாதத்திற்கு நேரடியான பதிலாகவே தன்னுடைய வாழ்வை அமைத்துக்கொண்டார்.

மிகவும் தீவிரமாக அடிமை முறையை எதிர்த்த அவர், அரசியல் ரீதியாக மட்டுமே அதை ஒழிக்க முடியும் என்பதால், அரசியல் அழுத்தத்தைத் தேவாலயங்களின் மூலமாகக் கொடுக்க முயற்சி செய்து வந்தார். அதில் ஓரளவிற்கு வெற்றியும் பெற்றார் என்றே சொல்லவேண்டும். ஆனாலும், அவரால் தென் மாநிலங்களின் அரசியல் அதிகாரத்தை உடைக்க முடியவில்லை.

அமெரிக்காவின் நிலப்பரப்பு மேற்கே விரிந்தது என்ன மாதிரியான மாற்றங்களைக் கொண்டு வந்தது என்று அடுத்த அத்தியாயத்தில் பார்ப்போம். ஆனால் அந்த மோதலில் செய்யப்படும் சமரசமாக 'தப்பியோடும் அடிமைகள் சட்டம் – 1850' நிறைவேற்றப்பட்டதை மட்டும் இங்கே நினைவில் கொள்வோம்.

தப்பித்து ஓடி தங்கள் மாநிலங்களுக்கு வரும் அடிமைகளுக்கு அந்தந்த மாநிலங்கள் பொறுப்பேற்க வேண்டும் என்றும், அவர்களைப் பிடித்துத் திரும்ப ஒப்படைக்க எல்லா முயற்சிகளையும் எடுக்க வேண்டும் என்றும் இந்தச் சட்டம் வலியுறுத்தியது. தங்களது அரசியல் அதிகாரம் பெரிதாக எதையும் சாதிக்க உதவவில்லை என்று எண்ணிக் கொண்டிருந்த வடக்கு அரசியல்வாதிகளுக்கு இது இன்னமும் எரிச்சல் தருவதாக இருந்தது.

1852இல் ஹாரியேட் பீச்சர் ஸ்டோவ், தன்னுடைய 'அங்கிள் டாம்ஸ் கேபின்' புத்தகத்தை வெளியிட்டார். போரைத் தொடங்கி வைத்த

புத்தகம் என்று லிங்கனால் குறிப்பிடப்பட்ட இந்நூல் அடிமை முறையிலிருந்து தப்பித்துச் செல்லும் தாய்-மகனைப் பற்றியது. பல கொடுமைகளை அனுபவித்த பின்னர், டாம் அவருடைய தோட்ட முதலாளியால் கொலை செய்யப்படுகிறார். இந்தச் சிறிய கதை அன்றைய அரசியல் சூழலில் புயலை ஏற்படுத்தியது.

இந்தப் புத்தகம் வெளியிடப்பட்டவுடன் அமெரிக்கா மட்டுமல்லாது, ஐரோப்பாவிலும் பெரும் பரபரப்பு கிளம்பியது. அதுவரை கேள்விப்பட்டிருந்த கொடுமைகளை எழுத்தில் பார்த்தவுடன், வடக்கு மாநிலங்களில் கோபம் அதிகரித்தது. தங்களை மிகவும் கொடுமைக்காரர்களாகக் காட்டுவதாகத் தென் மாநிலங்களில் பெரும் கொந்தளிப்பு ஏற்பட்டது. அதே வருடத்தில் இந்தப் புத்தகத்திற்குப் பதிலாகத் தெற்கில் பல புத்தகங்கள் எழுதப்பட்டன. ஐரோப்பாவில் தெற்கு மாநிலங்களில் நிலவும் அடிமை முறைக்கு எதிரான மனநிலை அதிகமானது.

தங்களது நிலையை அரசியல்ரீதியாகப் பலப்படுத்தி, அடிமை முறையை எதிர்க்க ஒரு புதிய கட்சி தேவை என்பது உணரப்பட்டது. 1854இல் ரிபப்ளிகன் கட்சி (குடியரசுக் கட்சி) உதயமானது இப்படித்தான். அடிமை முறையை எதிர்த்து, அதை அமெரிக்கக் கண்டத்தில் இருந்து ஒழிப்பதையே தன்னுடைய கொள்கையாகக் கொண்டு ஆரம்பிக்கப்பட்டது இக்கட்சி.

ட்ரெட் ஸ்காட் என்ற அடிமையை அவரது தோட்ட முதலாளி, தன்னுடைய மாநிலத்திலிருந்து, வடக்கில் இருக்கும் ஒரு மாநிலத்திற்கு வேலை சம்பந்தமாக அழைத்துச் சென்றார். ஸ்காட் தான் சேர்த்து வைத்திருந்த பணத்தைக் கொண்டு, தன்னுடைய சுதந்தரத்தையும், தன் மனைவியுடைய சுதந்திரத்தையும் வாங்க முயற்சித்தார். அவரது சொந்தக்காரரர் மறுத்துவிடவே, ஒன்றிய நீதிமன்றத்தில் வழக்குத் தொடர்ந்தார். உச்ச நீதிமன்றம் வரை சென்ற வழக்கில், உச்ச நீதிமன்றம் கறுப்பர்களுக்கு – அடிமைகளோ, சுதந்திரமானவர்களோ – எந்த உரிமையும் இல்லை என்றும், அவர்கள் அமெரிக்கக் குடிமக்கள் அல்ல என்றும் தீர்ப்பு வழங்கியது.

இந்தத் தீர்ப்பு வெடி மருந்தில் நெருப்பு வைத்தது போல வடக்கில் பற்றிக்கொண்டது. அரசியல் துறையில் மட்டுமல்லாது, நீதித்துறையிலும் இருந்த தெற்கின் ஆதிக்கம், வட மாநிலங்களில் பெரும் கொந்தளிப்பை ஏற்படுத்தியது. அரசியல் அதிகாரத்தைத் தாங்கள் முதன்மையாகக் கைப்பற்ற வேண்டும் என்ற முனைப்பைக் கொண்டுவந்தது.

இலினொய் மாநிலத்தைச் சேர்ந்த இளம் வழக்கறிஞர் ஒருவர் இதை எல்லாம் கவனித்து, அடிமை முறையைத் தீவிரமாக எதிர்க்க முடிவு செய்தார். 1856இல் குடியரசுக் கட்சியில் சேர்ந்து, அந்த வருடத்து குடியரசுத் தலைவர் தேர்தலில் அவர்களது கட்சி வேட்பாளருக்காகத் தீவிரமாக வேலை செய்தார். தேர்தலில் தோல்வியடைந்தாலும், அவர் மாநிலம் மட்டுமல்லாது நாடு முழுவதும் கவனிக்கப்பட்டார். அவரது பெயர் ஆபிரகாம் லிங்கன்.

5. எல்லைகளும் உரிமைகளும்

'ஆரம்ப காலம் தொட்டு நமது நாடு சமரசம் செய்து கொண்டே வந்திருக்கிறது. அப்படிச் சமரசம் செய்தேதான் நாம் மனித உரிமைகளைக் கைவிட்டுவிட்டோம்.'

– *சார்லஸ் சம்னர்*

தாமஸ் ஜெபர்சன் அரசியல்வாதி மட்டுமல்ல, தேர்ந்த வழக்கறிஞர், எழுத்தாளர் என்று பார்த்தோம். அவர் அறிவியலிலும் மிகுந்த ஈடுபாடு உடையவர். 1803இல் லூசியானா பிரதேசத்தை பிரான்சிடமிருந்து வாங்கியவுடன், அந்த மிகப்பெரும் பிரதேசத்தை உடனடியாக ஆராய்ந்து, அமெரிக்கக் கட்டுப்பாட்டில் கொண்டு வர வேண்டிய முயற்சியில் அவர் இறங்கினார்.

அமெரிக்க ராணுவத்தைச் சேர்ந்த மெரிவெதேர் லூயிஸ், வில்லியம் கிளார்க் ஆகிய இருவரின் தலைமையில் 30 வீரர்களுடன் ஒரு குழு அனுப்பப்பட்டது. அவர்கள் மிசோரி நதியைத் (மிஸ்ஸிஸிப்பி நதியின் கிளை நதி) தொடர்ந்து சென்று அதன் ஆரம்பத்தைக் கண்டறிய வேண்டும். அங்கிருந்து அவர்கள் மறுபுறம் உள்ள பசிபிக் சமுத்திரத்தை அடைவதற்கு வழி கண்டறிய வேண்டும் என்பதே அவர்களுக்கு இடப்பட்ட உத்தரவு.

1804இல் கிளம்பிய இருவரும் மிசோரி நதியின் வழியே படகில் சென்று, அது ராக்கி மலைகளில் உருவாகும் இடத்தை அடைந்தனர். அங்கிருந்து படகுகளுடன் மலையைக் கடந்து, மறுபுறத்தில் ஓடிக்கொண்டிருக்கும் கொலம்பியா நதியைக் கண்டறிந்து, அதன் வழியே பசிபிக் சமுத்திரத்தைச் சென்றடைந்தனர்.

பல செவ்விந்தியக் குழுக்களை வழியில் கண்டு, அவர்களுடன் நட்புறவு கொண்டு, அதுவரை வெளியில் தெரிந்திராத பல மிருகங்கள், தாவரங்கள் முதலியவற்றையும் சேகரித்துக்கொண்டு 1806இல் திரும்பவும் வாஷிங்டன் நகருக்குத் திரும்பினார்கள். இந்தப் பயணம் அமெரிக்கா மேற்கு நோக்கி விரிவடைவதற்கு முதல் படியாக இருந்தது.

19ஆம் நூற்றாண்டில் அமெரிக்காவில் 'Manifest Destiny' என்ற சொல்லாடல் பரவலாகப் பழக்கத்தில் இருந்தது. அதாவது, அமெரிக்க ஒன்றியத்தின் விதியானது மேற்கில் விரிந்து சென்று, இரண்டு சமுத்திரங்களையும் ஒன்றிணைப்பதே இதன் சாரம். இதற்கான பல நியாயங்களும் கற்பிதங்களும் உருவாக்கப்பட்டன. மேற்கு நிலப் பகுதிக்கு வெளிச்சத்தையும், கலாசாரத்தையும், தொழில் நுட்பத்தையும் கொண்டு செல்ல வேண்டியது அமெரிக்காவின் வெளிப்படையான விதி என்பதாகவே இது புரிந்துகொள்ளப்பட்டது.

இத்தகைய கருத்தாக்கத்தை ஆபிரகாம் லிங்கன் போன்றவர்கள் எதிர்த்தாலும், 20ஆம் நூற்றாண்டின் ஆரம்பம் வரை பிரபலமாகவே இருந்தது. இதுவே மேலும் மேலும் மேற்கை நோக்கி நாட்டை நகர்த்த நடந்த முயற்சிகளின் ஆதாரக் காரணம்.

1787இல் முதலாவதாக ஐம்பெரும் ஏரிகளுக்குத் தெற்கான பெரும் நிலப்பரப்பு, வடமேற்கு பிரதேசங்கள் என்ற பெயரில் அமெரிக்காவுடன் இணைத்துக்கொள்ளப்பட்டது. 1803இல் லூசியானா அமெரிக்காவின் எல்லையை பசிபிக் சமுத்திரத்திற்கு அருகில் எடுத்துச் சென்றது. அதற்கு அடுத்த ஐம்பது வருடங்களில் அமெரிக்க ஒன்றியம் இன்று நாம் அறிந்திருக்கும் எல்லைகளுக்கு விரிந்துவிட்டது.

அமெரிக்கா முதன்மையாக ஒரு குடியேற்ற நாடு என்பதை நாம் மனதில் இருத்திக் கொள்ளவேண்டும். ஐரோப்பாவில் இருந்த ஏழைகள் அனைவரும் அமெரிக்காவின் பெரும் நிலப்பரப்பை எண்ணியே குடியேறிக்கொண்டிருந்தார்கள். இவர்களை மேற்கு நோக்கி நகற்றுவதே அரசின் எண்ணமாக இருந்தது. செவ்விந்தியர் கள் நிலத்தைத் தங்களுக்குச் சொந்தமானதாகக் கருதாதது இத்தகைய நில அபகரிப்பிற்கு வசதியாக இருந்துவிட்டது. இதனாலேயே அவர்கள் தங்கள் மண்ணிலேயே அகதிகளாக ஆனார்கள்.

வடமேற்குப் பிரதேசங்களை எடுத்துக் கொள்வோம். 1787இல் அமெரிக்க நிலப்பரப்பாக மாற்றப்பட்ட இந்த இடங்களில், 1800ஆம் வருடத்திற்குள் 50,000 அமெரிக்க வெள்ளை இனத்தவர் குடியேறி விட்டனர். அதற்கடுத்த முப்பது வருடங்களில், டெட்ராய்ட்,

கிளீவ்லன்ட், சிகாகோ, கொலம்பஸ் போன்ற பெருநகரங்கள் இங்கே தோன்றிவிட்டன. இங்கிருந்த செவ்விந்தியர்கள், அச்சுறுத்தப்பட்டோ அல்லது தாங்களாகவோ மேற்கை நோக்கித் தள்ளப்பட்டனர்.

இப்படியாகக் குடியேற்றப்படும் பகுதிகளை, ஒரு நிலைக்கு மேல், அமெரிக்க நாடாளுமன்றங்கள் மாநிலம் எனும் தகுதி கொடுத்து உயர்த்திவிடும். வடமேற்கு பிரதேசங்களில், ஓஹியோ நதியைச் சுற்றிய பிரதேசம் ஓஹியோ மாநிலமாகவும், அதற்கு அருகில் இண்டியானா மாநிலம் மிச்சிகன் ஏரியின் தெற்கில் இலினொய் மாநிலமாகவும் இப்படித்தான் அங்கீகாரம் பெற்றன. இந்தப் பகுதிகளில் முதலில் குடியேறியவர்கள் பெரும்பாலும் வட கிழக்கு மாநிலங்களைச் சேர்ந்தவர்களாக இருந்ததால், இவை முதலிலேயே அடிமை முறையைத் தடை செய்துவிட்டன.

தென் மாநிலங்களுக்கு இது ஒரு புதிய சவாலை முன்னிறுத்தியது. புதிதாக உருவாகும் மாநிலங்கள் அடிமைமுறையைக் கொண்டிருக்க வேண்டுமா அல்லது அதைத் தடை செய்திருக்க வேண்டுமா என்பதுதான் அது. அவர்களைப் பொறுத்த வரை, அடிமை முறையைத் தடை செய்யும் மாநிலங்கள் அதிகரிக்கும்போது, அது தென் மாநிலங்களின் அரசியல் அதிகாரத்தைக் குறைத்து விடும் என்று பயந்தார்கள். எனவே, புதிய மாநிலங்கள் விரும்புகின்றனவோ இல்லையோ, அதிகாரத்தைச் சமன் செய்ய, ஒவ்வொரு சுதந்தர மாநிலத்திற்கும் ஓர் அடிமை முறையை அங்கீகரிக்கும் மாநிலம் வேண்டும் என்று கேட்க ஆரம்பித்தார்கள். ஆச்சரியகரமாக, அமெரிக்க நாடாளுமன்றங்களும், குடியரசுத் தலைவரும் இதைச் சமரசமாகப் பார்த்து ஒப்புக் கொள்ளவே செய்தார்கள்.

ஆபிரகாம் லிங்கனுக்கு முன்பிருந்த 16 குடியரசுத் தலைவர்களில், 10 பேர் தென் மாநிலங்களிலிருந்து வந்தவர்கள். அதிலும் முதல் பத்துத் தலைவர்களில் 7 பேர் தங்களது தோட்டங்களில் அடிமைகளை வைத்திருந்தவர்கள். எனவே முன்பே கூறியது போல அரசியல் அதிகாரம் தெற்கை நோக்கியே சாய்ந்திருந்தது. இது மேற்சொன்னது போன்ற ஒருபக்கச் சமரசங்களுக்கு ஏதுவாக இருந்தது.

மேற்கில் இருந்த பிரதேசங்களை மாநிலங்களாக மாற்றுவது இதனாலேயே மிகவும் சர்ச்சைக்குரியதாக மாறிக்கொண்டிருந்தது. 1820இல் மிசோரி பிரதேசத்தைப் புதிய மாநிலமாக ஒன்றியத்தில் சேர்ப்பது குறித்தான விவாதத்தில் இது வெடித்தது.

புதிதாக வாங்கப்பட்ட லூசியானா பிரதேசத்தின் தெற்கு பிரதேசத்தில் மிசோரி பகுதி இருந்தது. அடிமை முறை சட்டப்பூர்வமாக இருந்த

மற்ற தென் மாநிலங்களுக்கு அருகில் இருந்ததால், இந்தப் பகுதியில் பெரும்பாலும் தோட்டங்களைச் சேர்ந்தவர்களோ, அடிமைகளை வைத்திருந்தவர்களோ வந்து குடியேறியிருந்தார்கள். அதே நேரத்தில் வடக்கே மாசச்சூசெட்ஸ் மாநிலத்தை இரண்டாகப் பிரித்து, மைன் (Maine) பகுதியைத் தனி மாநிலமாக்கும் கோரிக்கையும் எழுந்திருந்தது. இவற்றுக்கான ஒப்புதல் கோரிய சட்ட வரைவு அமெரிக்கக் காங்கிரஸ் சபைக்கு முன் வந்தது.

காங்கிரஸில் ஜெபர்சன் கட்சியைச் சேர்ந்த ஜேம்ஸ் டால்மட்ஜ், புதிய மாநிலங்களில் அடிமைமுறையைக் கட்டுப்படுத்த சட்டத் திருத்தத்தை முன்வைத்தார். இது மாநில உரிமைகளில் தலையிடுவது என்று தென் மாநில அரசியல்வாதிகள் கடுமையாக எதிர்த்தார்கள். அதே நேரத்தில் புதிய அடிமை மாநிலங்கள் தென் மாநிலங்களின் அரசியல் அதிகாரத்தை இன்னமும் அதிகரிக்கும் என்று வட மாநிலங்களிலும் எதிர்ப்பு நிலவியது.

இதற்குச் சமரசமாக 36°30 அட்ச ரேகையை வடக்கு, தெற்கு மாநிலங்களுக்கான எல்லையாகக் கொள்வது என்றும், இதற்குத் தெற்கே இருக்கும் மாநிலங்களும், புதிய பிரதேசங்களும் அடிமைமுறையைச் சட்டப்பூர்வமாக வைத்துக் கொள்ளலாம் என்றும், வடக்கே இருக்கும் மாநிலங்கள் சுதந்தர மாநிலங்களாக இருக்கலாம் என்றும் இரண்டு தரப்பும் ஒப்புக்கொண்டன. மேலும், அரசியல் சமநிலையை அப்படியே தொடர, மிசோரி மாநிலம் அடிமை மாநிலமாகவும், மைன் சுதந்திர மாநிலமாகவும் ஒன்றியத்தில் இணைய ஒப்புதல் தரப்பட்டது. இந்தச் சமரசம் உள்நாட்டுப் போரைத் தள்ளிப் போட்டது என்று சொல்லலாம்.

ஆனால் இந்த அட்ச ரேகைக்கு மேலேயும் சில மாநிலங்கள் அடிமை முறையைச் சட்டப்பூர்வமாக வைத்திருந்தன – கென்டக்கி, டென்னிசி, டெலெவர், மேரிலாண்ட் மாநிலங்களில் அடிமை முறை தொடர்ந்தது. இவை எல்லை மாநிலங்கள் என்று கருதப்பட்டன.

அமெரிக்காவின் தலைநகரான வாஷிங்டன் நகரமும் டெலெவர், மேரிலாண்ட் மாநிலங்களுக்கு இடையே, தலைநகருக்கான சிறப்புப் பகுதியில் எழுப்பப்பட்டிருந்தது. இங்கு அடிமை முறை ஒழிக்கப்பட்டிருந்தது.

இந்தப் பிரச்சினையை தென் மாநில அரசியல்வாதிகளும் பெரும்பாலான மக்களும் மாநில உரிமைக்கான பிரச்சினையாகப் பார்த்தார்கள். தங்களது மாநிலத்தில் அடிமை முறை இருக்க வேண்டுமா, இல்லையா என்பது தங்களது முடிவாக இருக்க வேண்டும் என்று குரல் எழுப்பினார்கள். இதை மாநில உரிமைக்கான

பிரச்சினையாகக் கட்டமைத்ததன் மூலம், தென் மாநிலங்களில் அடிமைகளை வைத்திராத, சிறு விவசாயிகள், நகர வணிகர்கள் எனச் சமூகத்தின் அனைத்துப் பிரிவினரின் ஆதரவை அவர்களால் பெற முடிந்தது.

சமூகத்தின் ஒரு பிரிவினரை அடிமைகளாக, அவர்களுக்குச் சம உரிமை வழங்காமல் வைத்திருப்பது எந்த விதத்திலும் மாநில உரிமையாக இருக்க முடியாது, அது மனித உரிமைக்கான பிரச்சினை என்பதே வட மாநிலங்களின் நிலைப்பாடாக இருந்தது.

சார்லஸ் சம்னர் (Charles Sumner) மாசச்சூசெட்ஸ் மாநிலத்தைச் சேர்ந்த அரசியல்வாதி. தீவிரமான அடிமை ஒழிப்பு போராளியான அவர், அந்த மாநிலத்தின் முக்கியமான வழக்கறிஞரும் கூட. அவரது வாழ்வின் முக்கியமான தருணம், அவர் 1837இல் மேற்கொண்ட ஐரோப்பியப் பயணம். 1833ஆம் ஆண்டு பிரித்தானியப் பேரரசு தன்னுடைய நாடுகள் அனைத்திலும் இருந்து அடிமை முறையை ஒழித்திருந்தது.

பிரான்ஸ் நாட்டிலும் அதுவே நிலை. பிரான்சின் பெரும் எழுத்தாளரான அலெக்சாண்டர் டூமாஸ் கறுப்பினத்தவர். பிரான்சில் கல்லூரி வகுப்பில் வெள்ளை இனத்தவரும், கறுப்பினத்தவரும் ஒன்றாக அமர்ந்து படிப்பதைப் பார்த்த பொழுதே இன, நிற, மத வேறுபாடுகள் என்பது இயற்கையானது அல்ல, மனிதர்களால் கட்டமைக்கப்பட்டது என்பது சம்னருக்குப் புரிந்தது. அமெரிக்காவிற்குத் திரும்பிய அவர் 1851இல் மாசச்சூசெட்ஸ் மாநில செனட்டராக வாஷிங்டன் நகருக்கு வந்தார்.

1820ற்கு பின்னர் ஒன்றியத்திற்குள் அனுமதிக்கப்பட்ட ஒவ்வொரு அடிமை மாநிலத்திற்கும் ஒரு சுதந்தர மாநிலம் அனுமதிக்கப்பட்டது. இது 1850 வரை தொடர்ந்தது.

அடிமை மாநிலம்	அனுமதிக்கப் பட்ட வருடம்	சுதந்தர மாநிலம்	அனுமதிக் கப்பட்ட வருடம்
மிசோரி	1836	மிச்சிகன்	1837
புளோரிடா	1845	அயோவா	1846
அர்கன்சாஸ்	1836	மிச்சிகன்	1837
டெக்சாஸ்	1845	விஸ்கான்சின்	1848

1850களில் லூசியானா பிரதேசத்தின், நெப்ராஸ்கா – கான்சாஸ் பகுதிகளை மாநிலங்களாக அனுமதிப்பது குறித்த விவாதம் தொடங்கியது. அப்போதைய குடியரசுத் தலைவரான பிராங்கிளின் பியர்சின் ஆதரவுடன், ஜனநாயகக் கட்சியின் செனட்டரான ஸ்டீபன் டக்ளஸ் ஒரு புதிய சட்டத்தை 1854இல் இயற்றினார். கான்சாஸ்-நெப்ராஸ்கா சட்டம் என்றழைக்கப்பட்ட அந்தச் சட்டம், முந்தைய மிசோரி சமரசத்தை நீக்கிவிட்டு, புதிய மாநிலங்களில், அவற்றில் இருக்கும் மக்களின் விருப்பப்படியே அடிமை முறை இருக்கவோ, நீக்கப்படவோ வேண்டும் என்று கூறியது.

அதுவரை புகைந்து கொண்டிருந்த அடிமை முறை பற்றிய விவாதம் மீண்டும் கொழுந்து விட்டு எரிய ஆரம்பித்தது. கான்சாஸில் பெரும் பாலோரின் விருப்பமே அந்த மாநிலத்தில் அடிமை முறை இருப்பதை முடிவு செய்யும் என்பதால், அங்கே குடியேறுவதற்கு வடக்கு மாநிலங்களில் இருந்தும், தெற்கு மாநிலங்களில் இருந்தும் பெருமளவில் போட்டி போட்டுக் கொண்டு மக்கள் செல்ல ஆரம்பித்தார்கள். எதிர்பார்த்தது போலவே, இது கான்சாஸில் பெரும் வன்முறையைத் தொடங்கி வைத்தது.

'ரத்தம் சிந்தும் கான்சாஸ்' (Bleeding Kansas) என்று அழைக்கப்பட்ட இந்த நிலை அடுத்த ஐந்து வருடங்களுக்கு நீடித்தது. இரண்டு பக்கங்களிலும் சிறு சிறு குழுக்கள், கான்சாஸில் தங்கள் கருத்துக்கு எதிராக இருப்பவர்களைக் கொல்வது, அவர்களது சொத்துக்களை எரிப்பது என்று வன்முறைச் செயல்களில் ஈடுபட்டனர்.

வன்முறைக்கு வித்தான சட்டத்தைத் தென் மாநில அரசியல்வாதிகள் இயற்றியதை எதிர்த்து சார்லஸ் சம்னர் அமெரிக்க நாடாளுமன்ற செனட்டில் நெருப்பைப் போல எதிர்த்துப் பேசினார். சட்டத்தை இயற்றிய தெற்கு கரோலினா செனட்டரான ஆண்ட்ரு பட்லரை எதிர்த்து அவர் பேசியது, தென் மாநில உறுப்பினர்களுக்குப் பிடிக்கவில்லை. அங்கு வந்த அவை உறுப்பினர் பிரெஸ்டன் ப்ரூக்ஸ், தன்னுடைய தங்கப் பூண் போட்ட கைத்தடியால் சம்னரின் மீது தாக்குதலைத் தொடங்கினார். அவருக்கு இன்னமும் சில உறுப்பினர்கள் உதவி செய்தார்கள். தலையில் அடிபட்ட சம்னர், பலத்த காயங்களுடன் மருத்துவமனைக்குத் தூக்கிச் செல்லப்பட்டார்.

தென் மாநில அரசியல்வாதிகள் தங்கள் அடிமைகளை நடத்துவது போல வட மாநிலத்தவர்களை நடத்துவதாக, வட மாநிலங்களின் நகரங்கள் அனைத்திலும் போராட்டம் நடந்தது. தென்

மாநிலங்களுடன் பேசுவதற்கான காலமோ, சமரசத்திற்கான நேரமோ தாண்டிவிட்டது என்று அனைவருக்கும் தெரிந்துவிட்டது.

இன்னமும் ஒரே ஒரு மயில் இறகு மட்டுமே அந்த வண்டியின் முதுகில் வைக்க வேண்டியிருந்தது. அந்த மயிலிறகு 1860 குடியரசுத் தலைவர் தேர்தலாக வந்தது.

6. ஆபிரகாம் லிங்கன் : ஓர் அறிமுகம்

'மற்றவர்களுக்குச் சுதந்தரத்தை மறுப்பவர்கள், சுதந்தரத்திற்குத் தகுதியில்லாதவர்கள். அப்படியே சுதந்தரமாக இருந்தாலும், கடவுளின் முன், வெகு நாள்களுக்கு அவர்களால் அதைத் தக்க வைக்க முடியாது.'

– ஆபிரகாம் லிங்கன்

சின்சினாடஸ் கி.மு. 6ஆம் நூற்றாண்டில் வாழ்ந்த ரோமானிய அரசியல்வாதி. இரண்டு முறை ரோமப் பேரரசுக்குச் சர்வாதிகாரியாக மக்களால் நியமிக்கப்பட்டாலும், தன்னுடைய கடமையை நிறைவேற்றிவிட்டு, தன் நிலத்திற்குத் திரும்பி விவசாயியாக வாழ்ந்தவர். இன்றும் மேற்கத்திய கலாசாரத்தில், பொது வாழ்வில் இருப்பவர்களுக்கு எட்ட முடியாத இலக்கின் எடுத்துக்காட்டாக இவர் இன்றும் கூறப்படுகிறார்.

அமெரிக்கப் புரட்சியின்போது, 1783இல் ஜார்ஜ் வாஷிங்டன் தலைமையில் அமெரிக்க ராணுவத்தில் இருந்த அதிகாரிகள் இணைந்து, சின்சினாடஸ் சங்கம் ஒன்றை அமைத்தார்கள். பொது வாழ்வில் அரசியல்வாதிகள் அதிகாரத்தைத் தங்களிடம் குவித்து, ஜனநாயகத்தைச் சிதைக்காமல் பார்த்துக் கொள்வதே இதன் நோக்கம். அமெரிக்க அரசியல்வாதிகளில் இதற்கு முதல் உதாரணமாக ஜார்ஜ் வாஷிங்டன் கூறப்படுகிறார்.

அமெரிக்கப் புரட்சியின்போது படைகளுக்குத் தலைமை ஏற்று நடத்திய அவர், இரண்டு முறை குடியரசுத் தலைவராக இருந்தார். எந்த விதிகளும் இல்லாத அப்போது, அவர் தன்னை வாழ்நாள் முழுவதும் அதிகாரத்தில் அமர்த்திக்கொண்டிருக்க முடியும். ஆனால்,

இரண்டாவது முறை முடிந்தவுடன், அதிகாரத்தைக் கைவிட்டுவிட்டு, தன்னுடைய நிலத்தைக் கவனித்துக் கொண்டு விவசாயியாக மாறிவிட்டார்.

அவருக்கு அடுத்ததாகப் பொது வாழ்வில் எந்தக் களங்கமும் இல்லாமல் வாழ்ந்ததாக அமெரிக்க வரலாறு நமக்குக் காட்டுவது, ஆபிரகாம் லிங்கனைத்தான். அமெரிக்க மக்களால் 'Honest Abe' என்று அழைக்கப்பட்ட அவர் நேர்மைக்கும், அதிகாரத்திற்கும் ஆசைப்படாமல் தன்னிடம் கொடுக்கப்பட்ட பணியைத் திருத்தமாகச் செய்ததற்கும் இன்றும் நினைவுகூரப்படுகிறார். அமெரிக்கக் குடியரசின் தலைவர்களுக்கு (மக்களுக்கும்) ஆதர்சமாக இருக்கும் முதல் இருவரில் லிங்கன் எப்போதும் இருக்கிறார்.

1809ஆம் ஆண்டு லிங்கன், கென்டக்கி மாநிலத்தில் ஒரு சிறிய, ஒற்றை அறை மர வீட்டில் பிறந்தார். அவரது தந்தை தாமஸ் லிங்கன் ஒரு விவசாயி. எழுதப் படிக்கத் தெரியாதவர். கென்டக்கி மாநிலத்தில் அவரது நிலங்களின் உரிமை குறித்தான பிரச்சினையில், நிலங்களை இழந்துவிட்டார். லிங்கனுக்கு ஏழு வயதாகும்போது, அவர்கள் குடும்பம் அங்கிருந்து அருகில் இருக்கும் இந்தியானா மாநிலத்திற்குக் குடிபெயர்ந்தது.

அங்கு சென்ற இரண்டு வருடங்களில் லிங்கனின் தாயார், நான்சி நோய்வசப்பட்டு மரணமடைந்தார். தாமஸ் லிங்கன் அடுத்த வருடமே சாரா என்ற பெண்ணை, அவரது மூன்று குழந்தைகளோடு திருமணம் செய்து கொண்டார். குடும்ப உறுப்பினர்கள் எண்ணிக்கை இரட்டிப்பானது. லிங்கன் குடும்பத்தின் வறுமையும் இரட்டிப்பானது.

ஆபிரகாம் லிங்கன், இந்தக் காலத்தில் அவரது தந்தைக்கு உதவியாக நிலத்தில் உதவி செய்வது, மரக்கட்டைகளைப் பிளக்க உதவுவது என்று வேலை செய்து கொண்டிருந்தார். அப்போதுதான் குடியேற்றம் நிகழ்ந்து கொண்டிருந்த பகுதிகள் என்பதால், பள்ளிகள் அருகில் இருந்த நகரங்களில் மட்டுமே இருந்தன.

கென்டக்கியில் அவர்கள் இருந்த பொழுது, சில நாட்கள் பள்ளிக்குச் சென்றிருந்தாலும், இந்தியானாவில் படிப்பதற்கான வாய்ப்புகள் குறைவாகவே இருந்தன. அவ்வப்போது சில ஆசிரியர்களை விவசாயிகள் அழைத்து வந்தாலும், நிலையான கல்வி என்பது இல்லை. லிங்கனின் உறவுக்கார அண்ணன் ஒருவர் சில நாள்கள் அவருக்கு எழுத சொல்லிக்கொடுத்தார். மற்றபடி, அவரது 21ஆம் வயது வரை அங்கே கிடைத்த புத்தகங்கள், பத்திரிகைகள் போன்றவற்றை மட்டுமே வாசிக்க முடிந்தது. ஆனால் லிங்கன் வாசிப்பதில் பெரும் ஆர்வத்தைக் காட்டியதாகத் தெரிகிறது.

1816இல் அவர்கள் இந்தியானாவுக்கு வந்தபோது, லிங்கனின் தந்தை அங்கே 160 ஏக்கர் நிலத்தை வாங்கியிருந்தார். இது அடர்ந்த காட்டுப் பிரதேசம். இங்கே லிங்கன் தன்னுடைய கோடரியை உபயோகிக்கக் கற்றுக்கொண்டார். நிலத்தைத் தயார் செய்து, மரங்களை வெட்டி, வீடு கட்டி அவர்கள் வாழ்வைத் தொடங்கினார்கள். அது மட்டுமில்லாமல் கரடி வேட்டைக்குச் செல்வது, நிலத்தில் வேலை செய்வது என்று லிங்கனின் வாழ்க்கைப் பாடங்கள் பல விதங்களில் இருந்தன. எல்லாவற்றையும்விட மிகவும் முக்கியமான பாடத்தை வாழ்க்கை அவருக்காக வைத்திருந்தது.

1828இல் லிங்கனின் மூத்த சகோதரி இறந்து போனார். தாயின் மறைவிற்குப் பின்னர், சகோதரியுடன் மிகவும் பாசத்துடன், நெருக்கமாக இருந்த லிங்கன் உடைந்து போனார். அவர்களது நிலத்திற்கு அருகில் கடை வைத்திருந்தவரின் மகனான ஆலன் கெண்ட்ரி (Allen Gentry), அப்போது பொருட்களை நியூ ஆர்லியன்ஸ் நகரத்திற்குக் கொண்டு செல்ல வேண்டியிருந்தது. லிங்கனும் அவருடன் சேர்ந்து கொண்டார். இருவரும் படகு ஒன்றைச் செய்து, ஓகையோ நதியின் வழியே மிஸ்ஸிஸிப்பி நதியை அடைந்து, நியூ ஆர்லியன்ஸ் நகரை நோக்கிச் சென்றனர். கிட்டத்தட்ட 2000 கிலோ மீட்டர்கள், விற்க வேண்டிய பொருட்களுடன் படகில், இருவரும் மாறி மாறி துடுப்புப் போட்டுக்கொண்டே சென்றார்கள்.

தன்னுடைய நாட்டின் முழு அழகையும் பரப்பையும் அப்போதுதான் லிங்கன் அறிந்து கொண்டார். இந்தியானா அடிமை முறையைத் தடை செய்திருந்த மாநிலம். ஆனால் இப்போது லிங்கன் செல்லும் பகுதிகளில் அடிமை முறை சட்டபூர்வமானதாக இருந்தது. செல்லும் வழியில், நதியில் அவர்களிடம் இருந்து திருட முயன்ற ஆப்பிரிக்கக் கறுப்பர்களிடம் இருந்து பொருட்களைக் காக்க வேண்டியிருந்தது.

நியூ ஆர்லியன்ஸ் நகரம் அடிமைகள் சந்தைகள் இருக்கும் பெரும் வணிக நகரம். அங்கே லிங்கன் முதல் முறையாக அடிமைகள் எவ்வாறு நடத்தப்படுகிறார்கள் என்பதை நேரடியாகப் பார்த்தார். அது குறித்து அவர் அப்போதோ பின்னரோ எழுதவோ, பேசவோ இல்லை. ஆனால், அவரது சிந்தனைகளைச் சரியான முறையில் செதுக்க அந்தப் பயணம் அவருக்கு உதவியிருக்கும் என்பதில் சந்தேகமில்லை. மூன்று மாதப் பயணத்திற்குப் பின்னர் அவர்கள் இந்தியானாவிற்குத் திரும்பினார்கள்.

அதற்கு அடுத்த இரண்டு வருடங்களில், அவர்களது குடும்பம் இலினொய் மாநிலத்திற்குக் குடிபுகுந்தது. இதற்கான காரணம் தெளிவாக இல்லை. ஆனால் அங்கிருந்த கடையில் பகுதி நேர வேலை

செய்த லிங்கன், திரும்பவும் ஒரு முறை நியூ ஆர்லியன்ஸ் சென்றார். திரும்பியவுடன், அவர் நியூ சேலம் என்ற இடத்தில் இருந்த கடையில் குமாஸ்தாவாகச் சேர்ந்தார். அந்தக் கடை மூடப்படவே, உடனடியாக வேலை வேண்டி இருந்ததால், அப்போது ஆரம்பித்த செவ்விந்தியர் களுடனான போரில் கலந்துகொள்ளப் போர் வீரராகச் சேர்ந்தார் லிங்கன். ஆனால் அவர் போருக்குச் செல்லவே இல்லை. அடுத்த வருடமே நண்பர் ஒருவருடன் சேர்ந்து கடை ஒன்றை ஆரம்பித்தார். அதற்கு அடுத்த வருடமே கடை கடனில் மூழ்கியது.

எனவே, கடையில் ஏற்பட்ட கடனை அடைக்க வருமானம் வேண்டும் என்று எண்ணி 1834இல் இலினொய் மாநில சட்ட சபைக்கு வேட்பாளராகப் போட்டியிட்டார். ஏற்கனவே சிறிய நகரான நியூ சேலமில், கடை வைத்திருந்ததாலும், நகரச் சங்கங்களில் இருந்ததாலும், லிங்கன் எளிதாகத் தேர்ந்தெடுக்கப்பட்டார். இன்னமும் மூன்று முறை தேர்ந்தெடுக்கப்பட்டு, எட்டு வருடங்கள் சட்ட சபை உறுப்பினராக இருந்தார். இதே நேரத்தில், அரசியலில் சட்டம் பற்றிய அறிவு தேவை என்று படிக்க ஆரம்பித்து, 1836இல் வக்கீலாகப் பதிந்துகொண்டார்.

அப்போது நீதி மன்றங்கள், பல ஊர்களுக்குச் சென்று அங்கிருக்கும் வழக்குகளைத் தீர்ப்பது வழக்கம். எனவே லிங்கனும் பல நீதிபதிகள், வக்கீல்கள் முதலியோருடன் பல ஊர்களுக்குச் சென்று அங்கிருக்கும் மக்களுக்காக வாதாட ஆரம்பித்தார். இது லிங்கனின் பெயரை மாநிலம் முழுவதும் தெரியப்படுத்தியது. இதே நேரத்தில் அடிமை முறை ஒழிப்பு சங்கங்களிலும் தன்னை முழுமையாக ஈடுபடுத்திக் கொண்டார். மாநில தலைநகரான ஸ்ப்ரிங் ஃபீல்ட்டில் தன்னுடைய வக்கீல் தொழிலையும் வெற்றிகரமாக நடத்தினார்.

1839இல் கென்டக்கியில் இருந்து அங்கே வந்திருந்த பெரும் செல்வந்தர் குடும்பத்தைச் சேர்ந்த மேரி டாட் என்பவர்மீது காதல் கொண்டார். அடுத்த மூன்று வருடங்கள் தயங்கிக் கொண்டிருந்த பிறகு, இறுதியாக 1842இல் மேரியை மணம் முடித்தார்.

தேசிய அரசியலில் நுழைவதற்கு நேரம் பார்த்துக் கொண்டிருந்த லிங்கன், 1846ம் வருடம், அமெரிக்க நாடாளுமன்றத்தின் காங்கிரஸ் சபைக்குப் போட்டியிட்டார்.

லிங்கன் வெளிப்படையான கடவுள் நம்பிக்கை கொண்டவர் அல்ல. அவர் வேதாகமத்தைப் படித்திருந்தாலும், பொதுவாகத் தேவாலயங் களுக்குச் செல்வதில்லை. 1846ஆம் வருடத் தேர்தலில் இது முக்கியமான பிரச்சினையாகப் பேசப்பட்டது. லிங்கனும் தனக்குக்

கடவுள் நம்பிக்கை இருந்தாலும், தான் தேவாலயத்தையோ கிறிஸ்தவச் சபையையோ சேர்ந்தவனில்லை என்று வெளிப்படையாகவே அறிவித்தார். இருந்தாலும் தேர்தலில் வெற்றி அடைந்தார்.

முதல் முறையாக வாஷிங்டனுக்கு நாடாளுமன்ற காங்கிரஸ் பிரதிநிதியாகப் பயணம் செய்தார். அப்போது அமெரிக்கா, மெக்ஸிகோ நாட்டுடன் போரில் ஈடுபட்டிருந்தது. லிங்கன் போரை எதிர்ப்பவர் என்பதால், போரை எதிர்த்து மிகவும் வேகமாக இயங்கினார். பல இடங்களில் அவர் பேசியது, அவரது கட்சியைச் சேர்ந்தவர்களையே அவருக்கு எதிராகத் திருப்பச்செய்தது. போரில் செய்யப்படும் அரசியல் அவருக்கு வெறுப்பையே தந்தது.

அமெரிக்கக் காங்கிரஸ் பிரதிநிதிகள் இரண்டு வருடங்களுக்கு ஒரு முறை தேர்ந்தெடுக்கப்படுவார்கள். எனவே லிங்கனின் இரண்டு வருடங்கள் 1849இல் முடிந்தது. ஆளுங்கட்சியாக இருந்தபோதிலும், லிங்கன் போரை எதிர்த்தது, கட்சித் தலைவர்களுக்கு விருப்பமானதாக இல்லை. எனவே அவரை மேற்கே ஓரிகன் பிரதேசத்திற்கு ஆளுநராக நியமிக்க முடிவு செய்தனர். லிங்கனிற்கு இதில் விருப்பமில்லை என்பதால், அவர் தன்னுடைய வழக்கறிஞர் தொழிலைத் தொடர, மீண்டும் இலினொய் திரும்பினார்.

7. அமெரிக்காவை வென்ற லிங்கன்

'உலகம் முழுவதும் நன்மைக்கும் தீமைக்குமான போராட்டம் எப்போதும் நடந்து கொண்டே இருக்கிறது... 'நீ உழைத்து, சிரமப்பட்டு உணவைத் தேடு, நான் வந்து உண்கிறேன்' என்பதுதான் இயல்பாக இருக்கிறது. இவ்வாறு யார் சொன்னாலும், எந்த வடிவில் சொன்னாலும் அது தவறு. தன் மக்கள் முதுகில் ஏறி சவாரி செய்யும் அரசனாக இருந்தாலும் சரி, ஓர் இனத்தை அடிமைப்படுத்தும் இன்னோர் இனமாக இருந்தாலும் சரி, இரண்டுமே கொடுங்கோன்மைதான்.'

– ஆபிரகாம் லிங்கன்

இந்தப் புள்ளியிலிருந்து அமெரிக்க ஒன்றியத்தின் விதியும் ஆபிரகாம் லிங்கனின் விதியும் ஒரே நேர்கோட்டில் பயணிக்க ஆரம்பிக்கின்றன.

லிங்கன் இந்த நேரத்தில் இருந்த கட்சியின் பெயர் விக். இவர்கள் சர்வாதிகாரத்தை எதிர்த்து, நாடாளுமன்றச் சபைகளே அதிகாரத்துடன் இருக்க வேண்டும் என்ற கொள்கை கொண்டவர்கள். முன்பே விவரித்த கான்சாஸ்-நெப்ராஸ்கா சட்டம் தீவிரமாக விவாதத்தில் இருந்த நேரத்தில், 1852இல் யாரைக் குடியரசுத் தலைவர் தேர்தலுக்கு வேட்பாளராக அறிவிப்பது என்ற பிரச்சினையில் கட்சி பிளவுபட்டது. கட்சியின் தீவிர அடிமை முறை எதிர்ப்பாளர்கள், கட்சியின் அதிகாரப்பூர்வமான வேட்பாளராக பில்மோரை அறிவிக்க இருந்ததைத் தடுத்தனர். இந்தக் குழப்பத்தில் கட்சி 1852 தேர்தலில் தோல்வியைச் சந்தித்தது. இதன் விளைவாகக் கட்சியின் தலைவர்கள் பலரும் விலகினார்கள்.

இவர்கள் ஒன்றாக இணைந்து, இன்னமும் பல தீவிர அடிமை முறை எதிர்ப்பாளர்களுடன் சேர்ந்து குடியரசுச் கட்சியை (ரிபப்ளிகன் கட்சி) தொடங்கினார்கள். 1854இல் லிங்கன் இந்தக் கட்சியில் இணைந்தார்.

இந்தக் காலத்தில் வெளிப்படையான அரசியல் எதுவும் செய்யாமல் இருந்த லிங்கன், 1854ஆம் வருடம் கான்சாஸ்-நெப்ராஸ்கா சட்டத்தை எதிர்த்து தனது முதல் உரையை நிகழ்த்தினார். 'பியோரியா உரை' என்று அழைக்கப்படும் இந்த உரை, லிங்கனின் குடியரசுத் தலைவர் பதவியை நோக்கிய பயணத்தின் முதல் உரையாகக் கருதப்படுகிறது.

இந்த இடத்தில், ஆபிரகாம் லிங்கனின் பேச்சுத் திறமையைப் பற்றிச் சிறிது பார்த்துவிடுவோம். லிங்கன் வாழ்ந்த காலத்தில் (இப்போதும் கூட) தேர்ந்த அரசியல்வாதியாக இருக்க வேண்டுமென்றால், கூட்டத்தைக் கட்டிப் போடும் வகையில் பேசத் தெரிந்திருக்க வேண்டும். லிங்கன் மிகவும் தேர்ந்த அரசியல்வாதியாகவும் பேச்சாளராகவும் இருந்தார். இப்போது போல ஒலிபெருக்கிகள் அப்போது கிடையாது. எனவே குரல் வெண்கலத்தைப் போல இருந்தால்தான், கூட்டத்தின் கடைசி மனிதர் வரை கேட்கும். எனவே தெளிவான பேச்சும், உரத்த குரலும் இருக்க வேண்டும். இவை அனைத்தும் லிங்கனிடம் இருந்தன. அவர் உயரமாக இருந்ததால், கூட்டத்தில் அவரை அனைவராலும் காணமுடிந்தது. நீண்ட நேரம் பேசுவதோ, குறைந்த நேரம் பேசுவதோ எதுவாக இருந்தாலும் அவரால் எளிதாகத் தன்னுடைய கருத்தைக் கடத்த முடிந்தது.

மேலே சொன்ன பியோரியா உரையை அவர் மூன்று மணி நேரம் நிகழ்த்தினார். தான் எதற்காக அடிமை முறையை எதிர்க்கிறேன் என்றும், அது எப்படி நாட்டின் ஒற்றுமையை மட்டுமல்லாது, தனி மனிதனின் ஒழுக்கத்தையும் பாதிக்கிறது என்பதையும் அவர் எடுத்துச் சொன்னார். தேசிய அளவில் அவர் கவனிக்கப்பட இந்த உரை உதவியாக இருந்தது.

'அனைத்து மனிதர்களும் சரி சமமாகவே படைக்கப்பட்டிருக் கிறார்கள்' என்று நம் நம்பிக்கை தெரிவிக்கிறது; இது உண்மை என்றால், கறுப்பர்கள் மனிதர்கள் என்றால், அவர்களை அடிமைகளாக வைத்திருப்பதற்கு எந்தத் தார்மிக நியாயமும் இல்லை' என்றார் லிங்கன்.

அந்த நேரத்தில் நிகழ்ந்த இரண்டு தொழில்நுட்பப் பாய்ச்சல்களை இங்கே சொல்லியாக வேண்டும். ஒன்று, சுருக்கெழுத்து முறை. வேகமாக ஆற்றக்கூடிய உரையைக்கூட ஒரு சொல்விடாமல் கவனமாகச் சேகரித்துப் பதிவு செய்ய இது உதவியது. இரண்டாவது தந்தி முறை. இது செய்திப் பரிமாற்றத்தில் பெரிய புரட்சியைக்

கொண்டு வந்தது. ஒரே நாளில் நாடு முழுவதும் செய்தி பரவுவதைச் சாத்தியப்படுத்தியது. இவை இரண்டையும் லிங்கன் சரியாகப் பயன்படுத்திக்கொண்டார் என்றே சொல்லவேண்டும். அவரது உரைகள் நாடு முழுவதும் பதிப்பிக்கப்பட்டன. இது அவர் மீதான கவனத்தைச் சிதறாமல் வைத்திருந்தது. இதை அவர் தக்க நேரத்தில் பயன்படுத்திக்கொண்டார்.

1856ஆம் ஆண்டுத் தேர்தலில் முதல் முறையாகக் குடியரசுக் கட்சி போட்டியிட்டது. நான்கு மாநிலங்களை மட்டுமே வென்றாலும், மாநிலங்கள், மாவட்டங்கள் (கவுன்ட்டி) அளவில் நிறைய வெற்றிகளைப் பெற்றது. அடிமை முறையை ஒழிப்பதைத் தன்னுடைய பிரதான கொள்கையாகக் கொண்டிருந்த குடியரசுக் கட்சியின் வெற்றிகள், தென் மாநிலங்களில் அபாய மணியை அடித்தது.

அடிமைமுறை புதிய பிரதேசங்களில் பரவுவதை குடியரசுக் கட்சி, எதிர்த்தது. அப்போது சட்டப்பூர்வமானதாக இருந்த மாநிலங்களில் அடிமை முறை தொடர்வதை ஆதரிப்பதாகக் கூறினாலும், அடிமை முறையை வெகுவாகக் கட்டுப்படுத்தவும், நாள் குறிப்பிடப்படாத எதிர்காலத்தில் முழுவதுமாக ஒழிப்பதும் அதன் கொள்கைகளாக இருந்தன.

வட மாநிலங்களில் அடிமை முறையை வெகுவாக எதிர்த்து வந்த அனைவரும் இந்தக் கட்சியில் இருந்தனர். இதனால் குடியரசுக் கட்சியைத் தென் மாநிலங்கள் – அதுவரை இருந்த அனைத்து இயக்கங்களைவிடவும் அதிகமாக – வெறுத்தன.

1856ஆம் ஆண்டு தேர்தல் தோல்வியும் வெற்றிகளும் குடியரசுக் கட்சிக்கு புதிய வேகத்தைக் கொடுத்தன. பரவலாகப் பல இடங்களிலும் கட்சியின் அலுவலகங்கள் தொடங்கப்பட்டன. வட மாநில விக் கட்சியைச் சேர்ந்தவர்கள் பெருமளவில் குடியரசுக் கட்சியில் இணைந்தனர். அந்தக் கட்சியே இதனால் கலைக்கப்பட்டது.

1857இல் உச்ச நீதிமன்றம் ட்ரேட்ஸ்காட் வழக்கில், கறுப்பர்களுக்குக் குடியுரிமை இல்லை என்றும் எனவே அவர்களுக்கு எந்த உரிமைகளும் இல்லை என்றும் தீர்ப்பு வழங்கியது. அடிமைமுறை பிரச்சினையைத் தீர்ப்பதற்குப் பதிலாக, இந்தத் தீர்ப்பு அதை ஊதிப் பெரிதாக்கியது. குடியரசுக் கட்சியின் வளர்ச்சி, வட மாநிலங்களில் தவிர்க்க முடியாததாக மாறியது.

1858இல் லிங்கன் குடியரசுக் கட்சியின் செனட் வேட்பாளராக, இலினொய் மாநிலத்திற்கு நிறுத்தப்பட்டார். அவரது முதல் கூட்டத்தில், அவரது மிகவும் பிரபலமான 'பிரிந்த வீடு' (A House

Divided) என்ற உரையை நிகழ்த்தினார். அதில் அடிமைமுறைக்கு இருக்கும் ஒரே தீர்வை முன்வைத்தார். ஒன்று அமெரிக்க ஒன்றியத்தில் அடிமை முறை தடை செய்யப்பட வேண்டும் அல்லது ஒன்றியம் முழுவதும் அடிமை முறை சட்டப்பூர்வமானதாக ஆக்கப்பட வேண்டும். இடைப்பட்ட நிலை சாத்தியமில்லை என்றார் லிங்கன். இது அடிமை முறை குறித்த லிங்கனின் நிலைப்பாட்டை வெளிப்படையாகத் தெரிவித்தது.

தேர்தலில் அவருக்கு எதிராக ஜனநாயகக் கட்சியின் ஸ்டீபன் டக்ளஸ் நின்றார். மிகச் சிறந்த பேச்சாளரான அவர், கான்சாஸ்- நெப்ராஸ்கா சட்டத்தை இயற்றியவர்களில் முக்கியமானவர். தனக்கு எதிராக டக்ளஸ் நிறுத்தப்படுகிறார் என்று தெரிந்தவுடன், அவருடன் பொது வெளியில் விவாதம் செய்ய அழைத்தார் லிங்கன். டக்ளசும் ஒத்துக்கொண்டார்.

மொத்தம் ஏழு இடங்களில், பொது இடத்தில் இருவரும் விவாதம் செய்வது என்று முடிவு செய்யப்பட்டது. இருவரும் 90 நிமிடங்கள் பேசலாம். இந்த விவாதங்கள் தேசிய அளவில் பெரிதாகப் பேசப்பட்டன. லிங்கனுக்கு இவை பெரும் புகழையும் குடியரசுக் கட்சிக்கு நிறைய உறுப்பினர்களையும் கொடுத்தது.

இந்த விவாதங்கள் அனைத்தும் அடிமை முறை குறித்ததாகவே இருந்தன. லிங்கன் அடிமை முறையைப் புதிய மாநிலங்களுக்கும், பிரதேசங்களுக்கும் பரப்புவதை எதிர்ப்பதாகவும், ஆனால் அது இருக்கும் இடங்களில் ஒழிப்பதற்கு விரும்பவில்லை என்றும் கூறினார். அருகில் இருந்த மாநிலங்களில் இருந்தெல்லாம் விவாதங்களைக் கேட்க மக்கள் வந்து குவிந்தனர். ஸ்டீபன் டக்ளஸ் நன்றாகப் பேசினாலும், அவரை லிங்கன் ஓரங்கட்டினார் என்றுதான் சொல்லவேண்டும்.

ஆனால், தேர்தலில் லிங்கன் தோல்வி அடைந்தார். அந்த வருடத் தேர்தல் பரப்புரையில் அவர், தனக்காகவும் மற்ற வேட்பாளர் களுக்காகவும் 4000 மைல்களுக்கு மேல் பயணம் செய்து வாக்கு சேகரித்தார். நூற்றுக்கணக்கான இடங்களில் பேசினார். தேர்தல் முடிந்தபோது, பல மாநிலங்களிலும் அவரது பெயரில் சங்கங்கள் தோன்றின. அவரது ஆதரவாளர்கள் வட மாநிலங்கள் அனைத்திலும் இருந்தார்கள். அவரது தேசிய லட்சியம் சற்றே நெருங்கி வந்தது போலிருந்தது.

1860 ஜனவரி மாதம் தான் குடியரசுத் தலைவர் தேர்தலில் போட்டியிடப்போவதாக லிங்கன் அறிவித்தார். ஆனால் நியூ யார்க்

மாநிலத்தைச் சேர்ந்த வில்லியம் சீவர்ட் குடியரசுக் கட்சியின் வேட்பாளராகத் தேர்ந்தெடுக்கப்படுவார் என்றே எதிர்பார்க்கப்பட்டது. ஜனநாயகக் கட்சியும் தன்னுடைய வேட்பாளரைத் தேர்ந்தெடுக்க தெற்கு கரோலினாவின் சார்லஸ்டன் நகரில் கூடுவதாக அறிவித்தது.

ஜனநாயகக் கட்சியின் சார்பாக ஸ்டீபன் டக்ளஸ் தேர்தலில் நிறுத்தப்படுவார் என்று எதிர்பார்க்கப்பட்டது. ஆனால் மாநாட்டின் போது சார்லஸ்டன் நகரமே குழப்பத்தில் மூழ்கியது. ஸ்டீபன் டக்ளஸ் புதிய மாநிலங்களுக்கு அடிமைமுறையைப் பெரும்பாலோர் நிராகரிக்கலாம் என்று கொண்டு வந்திருந்த கான்சாஸ்-நெப்ராஸ்கா சட்டத்தை, தென் மாநில ஜனநாயகக் கட்சியினர் பலமாக எதிர்த்தனர்.

எனவே தென் மாநிலங்கள் அனைத்தும் மாநாட்டில் இருந்து வெளியேற, எந்த முடிவும் எடுக்காமல் மாநாடு தள்ளி வைக்கப் பட்டது. இதுவே ஜனநாயகக் கட்சி உடைய காரணமானது. தென் மாநிலங்கள் சேர்ந்து ‘தென் மாநில ஜனநாயகக் கட்சி’ என்ற ஒன்றை உருவாக்கி, புதிதாக ஒருவரை வேட்பாளராக அறிவித்தனர். எனவே இருமுனைப் போட்டி, மும்முனை ஆனது. இது மட்டுமல்லாது, நான்காவது கட்சியாகப் புதிதாக ‘சட்ட சாசன ஒன்றிய கட்சி’ என்ற ஒன்று பழைய அரசியல்வாதிகள் சிலரால் தொடங்கப்பட்டது. அதன் சார்பாக ஒருவர் வேட்பாளராக நிறுத்தப்பட்டார்.

இந்தக் குழப்பங்களுக்கு இடையே குடியரசுக் கட்சியின் மாநாடு சிகாகோவில் தொடங்கியது. லிங்கனுக்கும் சீவர்டுக்கும் இடையே கடுமையான போட்டி நிலவினாலும், லிங்கனின் சாதாரண வாழ்வும், பேச்சுத் திறமையும் அவரை வேட்பாளராகத் தேர்ந்தெடுக்க வைத்தது.

அப்போதைய வழக்கத்தின்படி, வேட்பாளர்கள் நேரடியாகத் தேர்தல் பரப்புரை செய்வதில்லை என்பதால், லிங்கன் இலினொயிலேயே தங்கியிருந்தார். ஆனால் குடியரசுக் கட்சியின் எந்திரம் மிகவும் வேகமாக இயங்கியது. எல்லா இடங்களிலும் லிங்கனின் படம் இருந்தது, பிரசாரமும் அவரது தொண்டர்களால் நடத்தப்பட்டது. லிங்கனின் எளிய பின்புலம் பலமாக மக்களிடம் கொண்டு செல்லப் பட்டது. அவர் மரம் வெட்டுவது போன்ற படம், அனைவரிடமும் லிங்கனின் எளிமையைக் கொண்டுசென்று சேர்த்தது. அவரது பேச்சுக்கள் துண்டுப் பிரசுரங்களாகப் பரப்பப்பட்டன. பரப்புரை செய்வதில் இந்தத் தேர்தல் ஒரு மைல்கல்லாக இருந்தது.

ஆனால் 11 தென் மாநிலங்களில், பத்தில் லிங்கனின் பெயர் வாக்கு சீட்டிலேயே சேர்க்கப்படவில்லை. விர்ஜினியாவில் மட்டுமே அவரது பெயர் வாக்குச்சீட்டில் இருந்தது.

6 நவம்பர் 1860 அன்று தேர்தல் நடைபெற்றது. எதிர்பார்த்தது போலவே, அனைத்து தென் மாநிலங்களிலும் லிங்கன் தோல்வியடைந்தார். ஆனால், எதிர்பார்த்ததற்கும் அதிகமாக அனைத்து வடமாநிலங்களிலும் வெற்றியடைந்தார். நான்கு முனை போட்டியில் 40 சதவிகிதத்தை வென்று, அடுத்த குடியரசுத் தலைவராகத் தேர்ந்தெடுக்கப்பட்டார்.

அப்போதைய வழக்கப்படி, 1861 மார்ச் மாதமே அவர் பதவியேற்க வேண்டும். ஆனால் அதற்கு முன்பே, தெற்கு பற்றியெரிய ஆரம்பித்தது.

8. உடைந்தது ஒன்றியம்

'தனிக்குடியரசாக இருப்பதற்குத் தெற்கு கரோலினா மிகவும் சிறியதாக இருக்கிறது; பைத்தியக்கார விடுதியாக இருப்பதற்கு மிகவும் பெரியதாக இருக்கிறது.'

– ஜேம்ஸ் எல். பெடிகிரு

தேர்தல் பரப்புரைகள் எல்லாம் நடந்து கொண்டிருந்தபோது, கான்சாஸ் பற்றியெறிந்து கொண்டிருந்தது. அடிமை முறையை எதிர்ப்பவர்களும், ஆதரிப்பவர்களும் செய்த வன்முறையில் கொலைகளும், கொள்ளைகளும், பாலியல் பலாத்காரங்களும் நித்தமும் நடந்து கொண்டிருந்தன. அங்கே அடிமை முறையை எதிர்த்துக்கொண்டிருந்தவர்களில் ஒருவர் ஜான் பிரௌன்.

ஜான் பிரௌனுக்கு ஓர் அருமையான திட்டம் தோன்றியது. விர்ஜினியாவில் ஹார்ப்பர்ஸ் ஃபெர்ரி என்ற இடத்தில் இருந்த ராணுவ ஆயுதக் கிடங்கைத் தாக்கி, அங்கிருக்கும் ஆயுதங்களை எடுத்து தென் மாநிலங்களில் இருக்கும் அடிமைகளுக்குக் கொடுத்து புரட்சியை உண்டாக்குவது. 1859ஆம் ஆண்டு அக்டோபர் மாதம், ஹார்ப்பர்ஸ் ஃபெர்ரியைத் தன் ஆட்களுடன் தாக்கினார். ஆனால் திட்டம் தோல்வியடைந்தது. ஜான் பிரௌன் கைது செய்யப்பட்டு, தூக்கிலிடப்பட்டார்.

•

மேரி செஸ்ட்நட், தெற்கு கரோலினாவைச் சேர்ந்த அரசியல்வாதி ஒருவரின் மகள். தெற்கு கரோலினாவின் ஆளுநராகவும் செனட்டராகவும் இருந்தவர். மேரியின் கணவர், ஜேம்ஸ் செஸ்ட்நட்,

தெற்கு கரோலினாவில் பல பெரும் தோட்டங்களுக்கு உரிமையாளர். அவரும் அரசியலில் ஈடுபட்டு, அமெரிக்க செனட்டராகவும் பல பொறுப்புகளிலும் இருந்தவர். அவர்கள் தோட்டங்களில் 1000 அடிமைகளுக்கு மேல் இருந்தார்கள்.

மேரி செஸ்ட்நட் தினக்குறிப்புகள் எழுதும் பழக்கம் உடையவர். லிங்கனின் வெற்றிக்குப் பின்னர் அவர் எழுதிய குறிப்புக்கள் தென் மாநிலங்களின் நிலையையும் அரசியலையும் தெளிவாகக் கூறுகிறது. அவரது குறிப்புகளில் முதலாவது குறிப்பு கீழே.

சார்லஸ்டன், தெற்கு கரோலினா, நவம்பர் 8, 1860 : நேற்று ரயிலில் வந்து கொண்டிருந்தபோது, பெர்னாண்டினாவை நெருங்கும்போது, ஒரு பெண் 'எல்லாம் முடிவாகிவிட்டது' என்று கூவினாள். டானி என் தோளைத் தட்டி, 'லிங்கன் வெற்றி பெற்றுவிட்டார்' என்றாள். 'உனக்கெப்படித் தெரியும்?'. 'அங்கே இருப்பவரிடம் தந்தி இருக்கிறது.'

சுற்றி இருந்தவர்கள் அனைவரும் மிகவும் உணர்ச்சிவசப் பட்டிருந்தார்கள். எல்லோரும் ஒரே நேரத்தில் பேசிக்கொண்டிருந்தார் கள். மற்றவர்களைவிடச் சற்று அதிகமாக உணர்ச்சிவசப்பட்ட ஒருவர், எழுந்து, நம்பிக்கையிழந்த குரலில், 'பகடை உருட்டப்பட்டு விட்டது. வருத்தப்பட எதுவுமில்லை. இது வாழ்வா, சாவா போராட்டம்'.

'நினைத்தாவது பார்த்தோமா!' என்பதுதான் அனைவரும் சொல்லிக் கொண்டிருந்தது. அப்போது யாரோ, 'அதிகாரம் இப்போது கறுப்புக் குடியரசுக் கட்சியிடம், ஜான் பிரௌன் நினைத்தது நடக்கப் போகிறது!' சந்தேகமேயில்லை.

எனக்குப் பிடித்த மாதிரியாக நான் ஒரு நாட்குறிப்புப் புத்தகம் வைத்திருக்கிறேன். அதில் முக்கியத் தேதிகள், ஒரு வரிக் கவிதை அல்லது பழமொழிகள், என் கடிதங்கள், தாள்களில் இருக்கும் செய்திகள் போன்றவற்றைக் குறித்து வைப்பேன். இன்றிலிருந்து நான் பார்ப்பதை என் கதையாகச் சொல்லப் போகிறேன். கடந்த இரண்டு வருடங்களில் நடந்த மகிழ்ச்சியான பல நிகழ்வுகளை எழுதி வைத்திருக்கலாம் என்று தோன்றுகிறது. அவை எல்லாம் முடிந்து, இப்போதைய நிகழ்வுகள் வாழ்வை நிரப்பிவிட்டன. நாட்குறிப்பில் பெண்கள் எழுதுவது போல, 'வழக்கம் போல நிலநடுக்கம்!' – தினசரி அதிர்ச்சிகள்.

பெர்னாண்டினாவில் சில இளைஞர்கள் ஓடிப்போய், நமது விசிறி பனை கொடியை ஏற்றிக்கொண்டே, கொஞ்சம் அவசரத்துடன்,

‘தெற்கு கரோலினா பிரிந்துவிட்டது!’ என்று கத்தினார்கள். புளோரிடா மாநிலத்தவரும் நம்மை ஆதரிக்கிறார்கள் என்று மகிழ்ச்சி யடைந்தேன். ஆனால் டானிதான் ‘அவர்கள் அனைவரும் தெற்கு கரோலினா இளைஞர்கள்’ என்று கூறினாள்.

•

ஜனநாயகக் கட்சியை உடைத்து, குடியரசுத் தலைவர் போட்டியை மும்முனைப் போட்டியாக மாற்றுவதன்மூலம், லிங்கனின் வெற்றி எளிதாகும் என்பது தென் மாநிலங்களுக்குத் தெரியாதா? தெரிந்திருந்தால், எதற்காகக் கட்சியை உடைக்கவேண்டும்? அப்படி யென்றால் தென் மாநிலங்கள் பிரிந்து செல்வதற்குத் தயாராக இருந்தனவா? இது போன்ற கேள்விகள் எழுவதுண்டு. இதில் எதற்கும் நம்மிடம் பதில் இல்லை. ஆனால் ஒரு கட்டத்தில், இது எந்த இடம் என்பதில் வரலாற்று ஆய்வாளர்களுக்கிடையே வேறுபாடு உண்டு, தென் மாநிலங்கள் பிரிந்து செல்வதற்குத் தயாராகிவிட்டன என்பது மட்டும் தெரிகிறது.

1860ஆம் வருடம் லிங்கனின் வெற்றி மேரி செஸ்ட்நட் சொன்னது போன்ற எதிர்வினையையே கொண்டு வந்தது. தென் மாநிலங்களில் ஒருவிதமான நிம்மதியை இது கொண்டு வந்தது என்று சொல்லலாம். இரண்டில் ஒன்று பார்த்துவிடுவது என்ற முடிவிற்கு இந்த மாநிலங்கள் வந்துவிட்டன. இதற்கான முதல் அடி, தெற்கு கரோலினாவால் எடுத்து வைக்கப்பட்டது.

அதற்கு முன்பு அமெரிக்க அரசியலமைப்புச் சட்டம் மாநிலங்கள் பிரிந்து செல்வதைப் பற்றி என்ன சொல்கிறது? ஜேம்ஸ் மாடிசன், அரசியலமைப்புச் சட்டத்தை ஜெபர்சனுடன் இணைந்து எழுதியவர்களில் ஒருவர். குடியரசுத் தலைவராக இருந்த சமயம் இது போன்ற பேச்சு கிளம்பியபோது, மேற்கூறிய சட்டம் மாநிலங்கள் பிரிவதை ஒப்புக்கொள்வதில்லை என்று தெளிவுபடுத்தினார். அப்படி யென்றால், புரட்சி என்பது என்ன என்ற கேள்விக்கு, ‘தாங்கமுடியாத கொடுங்கோன்மை’ இருக்கும் இடத்தில், புரட்சியும், பிரிவினையும் சரியே என்றும், அப்படித் தெளிவாக இல்லாத இடத்தில், பிரிவினையை ஒப்புக்கொள்ள முடியாது என்றும் சொன்னார்.

1832இல் ஒன்றிய அரசு விதித்த வரிகள் தன்னுடைய மாநிலத்தைப் பாதிப்பதாக முறையிட்ட தெற்கு கரோலினா, வரிகளை ரத்து செய்ததோடு, அதற்கு எதிராக உச்ச நீதிமன்றத்திற்குச் செல்ல முடியாது என்றும் சட்டமியற்றியது. இது அரசியலமைப்புச் சட்டத்துக்கு நேரெதிரானது. அப்போது குடியரசுத் தலைவராக இருந்த

ஆண்ட்ரூ ஜாக்சன், ஒடுக்குமுறைக்கு மாற்றாகப் பிரிவினையை நியாயப்படுத்தலாம் என்றாலும், அதை உரிமையாக எடுத்துக் கொள்ளக் கூடாது என்றார்.

தெற்கு கரோலினா, தன்னுடைய மாநில உரிமைகளைப் பாதுகாப்பாகப் பார்த்துக் கொள்வதில் முதலில் இருந்தே உறுதியாக இருந்தது. அடிமை முறையையும் அப்படியே பார்த்தது. அடிமை முறை சட்டப்பூர்வமானதா என்று முடிவு செய்யவேண்டியது மாநிலங்கள் என்றும், ஒன்றிய அரசிற்கு அதில் தலையிட உரிமையில்லை என்றும் கூறியது. எனவே அடிமை முறையை ஒழிப்பதாக உருவான குடியரசுக்கட்சியை அந்த மாநிலம் சந்தேகக் கண்ணுடன் பார்த்தது.

அதன் வேட்பாளரான லிங்கனின் வெற்றி, அந்த மாநிலத்தை அடுத்த கட்டத்தை நோக்கி நகர்த்தியது. பிரிவினை தவிர்க்க முடியததாகப் பார்க்கப்பட்டது. எப்படிப் பிரிவது என்ற பேச்சுக்கள் ஆரம்பித்தன.

தெற்கு கரோலினா முழுவதும் பிரிவினைக்கு ஆதரவான பிரசாரங்களும் கூட்டங்களும் நடக்க ஆரம்பித்தன. துண்டுப் பிரசுரங்கள் ஆயிரக்கணக்கில் கொடுக்கப்பட்டது. தெற்கு கரோலினாவின் இரண்டு செனட்டர்களும் தங்களது பதவியைத் துறந்தார்கள். இன்னமும் சிலர் ஒன்றியத்துடன் சேர்ந்து இந்தப் பிரச்சினைக்குத் தீர்வு காண வேண்டும் என்று கூறினாலும், அவர்களது குரல் மூழ்கிப் போனது.

ஒன்றிய நீதிமன்றங்களுக்குத் தெற்கு கரோலினாவில் எந்த அதிகாரமும் இல்லை என்று அறிவிக்கப்பட்டது. 20 டிசம்பர் 1860 அன்று தெற்கு கரோலினாவின் பிரிவினை குறித்த கூட்டம் நடைபெற்றது. அந்தக் கூட்டத்தில் ஒன்றியத்தில் இருந்து பிரிந்து விடுவது என்ற முடிவு எட்டப்பட்டு அது அறிவிக்கவும் பட்டது.

முன்பே சொன்னபடி, லிங்கன் குடியரசுத் தலைவராகத் தேர்ந்தெடுக்கப்பட்டிருந்தாலும், அவர் 4 மார்ச் 1861 அன்றே பதவி ஏற்க இருந்தார். அதுவரை, அப்போதைய குடியரசுத் தலைவரான ஜேம்ஸ் புக்கானன் என்பவர் தொடர்ந்தார். இவர் தெற்கின் மீது அனுதாபம் கொண்டவர் மட்டுமல்லாது, பிரிவினை குறித்தோ அல்லது வேறு எந்தப் பிரச்சினை குறித்தோ இந்த நேரத்தில் எந்த நடவடிக்கை எடுக்கவும் முயலவில்லை.

லிங்கனோ வட மாநிலங்களோ தெற்கு கரோலினாவின் இந்த நடவடிக்கையை எதிர்பார்க்கவில்லை. அவர்கள் லிங்கனின் தேர்வு சர்ச்சைக்குரியதாக இருக்கும் என்று எதிர்பார்த்திருந்தாலும், அது

நேரடியாகப் பிரிவினைக்கு இட்டுச் செல்லும் என்று நினைக்கவில்லை. பதவியேற்பதற்கு முன்பே லிங்கன், தனக்கு முன்னே இருக்கும் பிரச்சினையை எப்படிச் சமாளிப்பது என்று சிந்திக்க ஆரம்பித்துவிட்டார். இந்த நேரத்தில் அவரால் எந்தக் கருத்தையும் வெளிப்படையாகத் தெரிவிக்கவும் முடியாது என்பதால், அவர் தன்னுடைய கட்சித் தலைவர்கள் மூலமாகக் கருத்தை தெரிவித்துக்கொண்டிருந்தார்.

ஆனால், பேசுவதற்கான காலம் முடிந்துவிட்டது. தென் மாநிலங்கள் தங்கள் முடிவை எடுத்துவிட்டன. தெற்கு கரோலினாவின் முடிவு வெறும் ஆரம்பமே. அதைத் தொடர்ந்து, ஜனவரி, 1861இல் அடுத்தடுத்து மிஸ்ஸிஸிப்பி, புளோரிடா, அலபாமா, ஜார்ஜியா, லூசியானா முதலிய மாநிலங்கள் தாங்களும் பிரிந்து செல்வதாக அறிவித்தன. 1 பிப்ரவரி 1861 அன்று டெக்சாஸ் மாநிலமும் பிரிவதாக அறிவித்தது.

பிரிந்த மாநிலங்கள் அனைத்தும் தங்களது பிரதிநிதிகளை அலபாமா மாநிலத்தின் மாண்ட்கோமரி நகருக்கு அனுப்பி, அடுத்த கட்ட நடவடிக்கைகளைப் பேச ஆரம்பித்தார்கள். அங்கே அவர்கள் பிரிந்த மாநிலங்கள் இணைந்து 'அமெரிக்க மாநிலங்களின் கூட்டமைப்பு' (Confederate States of America) என்று பெயரிட்டு, தனி நாடாக அறிவிப்பது என்று முடிவு செய்யப்பட்டது. இவர்கள் இடைக்கால அரசாக ஒன்றையும், அதற்கு ஒரு குடியரசுத் தலைவர் மற்றும் அனைத்து சபைகளையும் நிர்மாணிப்பது என்றும் முடிவு செய்தனர். பிப்ரவரி 18, 1861 அன்று ஜெபர்சன் டேவிஸ், கூட்டமைப்பின் குடியரசுத் தலைவராக நியமிக்கப்பட்டார். அவருடன் ஓர் அமைச்சரவையும் பதவியேற்றது.

அதற்கு அடுத்த மாதத்தில் விர்ஜினியா, அர்கன்சாஸ், டென்னஸி மற்றும் வடக்கு கரோலினா மாநிலங்களும் பிரிந்தன. கூட்டமைப்பின் தலைநகராக விர்ஜினியாவின் ரிச்மண்ட் நகரம் தேர்ந்தெடுக்கப் பட்டது.

ஜெபர்சன் டேவிஸ் பதவி ஏற்றவுடன் 1,00,000 போர் வீரர்களுடன் தங்களுக்கு என ஒரு ராணுவத்தை உருவாக்க அறிவிப்பு செய்தார். ஆனாலும் தென் மாநிலங்களில், போரின்றித் தங்களது பிரிவினையை வடக்கு மாநிலங்கள் ஏற்றுக்கொள்ளும் என்ற நம்பிக்கையும் இருந்தது. வடக்கு மாநிலங்களிலும் இதே நம்பிக்கையுடன் சிலர் இருந்தார்கள். ஆனால் லிங்கன் வேறு கருத்துக் கொண்டிருந்தார்.

கூட்டமைப்பின் துணை குடியரசுத் தலைவரான அலெக்சாண்டர் ஸ்டீபன்ஸ் அப்போது கூறியது, கூட்டமைப்பின் கொள்கையைத்

தெளிவாகக் கூறியது. 'நம்முடைய அரசாங்கம் இதற்கு நேர்மாறான கருத்தின் அடிப்படையில் அமைக்கப்பட்டிருக்கிறது. அதன் அடித்தளம் ஒரு பெரிய உண்மையை அடிப்படையாகக் கொண்டிருக்கிறது. அதாவது கறுப்பர்கள் வெள்ளையர்களுக்குச் சரிசமம் கிடையாது என்பதுதான் அது. உயர்ந்த இனத்திடம் அடிமையாக இருப்பதே அவர்களது இயற்கையான, சாதாரண உண்மைநிலை. உலக வரலாற்றில், நமது புதிய அரசாங்கம் மட்டுமே இந்தத் தத்துவ, தார்மிக, நேரடியான உண்மையின் அடிப்படையில் அமைக்கப்பட்டது.'

தெற்கு கரோலினா *1860*, டிசம்பர் *20*ஆம் தேதி பிரிவினையை அறிவித்தவுடன், தங்களுடைய மாநிலங்களில் இருந்த ஒன்றிய சொத்துகள், பொருள்கள் அனைத்தையும் தங்களுடையவை என்று அறிவித்தது. கடற்கரைகளில் ராணுவ வீரர்கள் நிரம்பி இருக்கும் பெரிய கோட்டைகளும் இதில் அடங்கும். சார்லஸ்டன் நகரின் கடற்கரையைக் காத்து நின்று கொண்டிருந்த சம்டர் கோட்டையும் அதில் ஒன்று. முதல் நெருப்பு அங்கேதான் பற்ற வைக்கப்பட்டது.

9. பற்ற வைத்த நெருப்பு

'போர்கள் பயங்கரமாக இருப்பதும் நல்லதுதான். இல்லையென்றால் நாம் அவற்றை விரும்ப ஆரம்பித்துவிடுவோம்.'

– ராபர்ட் இ. லீ

1812இல் பிரித்தானிய அரசின் மீது அமெரிக்கா போர் தொடுத்தது. அமெரிக்காவிற்கும் பிரித்தானிய காலனியான கனடாவிற்கும் இருந்த எல்லை சர்ச்சைகள், பிரித்தானிய அரசு அமெரிக்கக் கடல் வணிகத்தைத் தொந்தரவு செய்தது போன்றவை போருக்கான காரணங்களாக அமைந்தன. அந்தப் போரின்போது, பிரித்தானியக் கப்பற்படை அமெரிக்கக் கடலோர நகரங்களைத் தாக்கியது. குறிப்பாக, வாஷிங்டன் நகரில் அப்போதுதான் கட்டப்பட்டிருந்த வெள்ளை மாளிகை, பிரித்தானியப் படையால் எரிக்கப்பட்டது. அமெரிக்க அரசாங்கமே வாஷிங்டனில் இருந்து வெளியேற வேண்டியிருந்தது.

இந்தப் போர் முடிந்தவுடன், அமெரிக்கா தன்னுடைய கடற்கரை நகரங்களை நல்ல முறையில் பாதுகாக்க வேண்டியதன் அவசியத்தை உணர்ந்தது. இதன் காரணமாகக் கடலோர நகரங்களில் புதிய கோட்டைகளை எழுப்பி, தன்னுடைய வணிகத்தைக் காப்பாற்ற முடிவு செய்தது.

அப்போது தெற்கு கரோலினாவின் சார்லஸ்டன் நகரம், அமெரிக்காவின் நான்காவது பெரிய துறைமுகமாக இருந்தது. தென் மாநிலங்களின் பொருள்கள் பெருமளவில் இதன் வழியே தங்களது சந்தைகளை அடைந்தன. எனவே இந்த நகரைப் பாதுகாக்க, துறைமுகத்திற்கு அருகில் ஏற்கெனவே மௌல்ட்ரி கோட்டை

இருந்ததால், கடலின் உள்ளே ஒரு செயற்கை தீவில் புதிய கோட்டை ஒன்றை நிர்மாணிக்க ஆரம்பித்தார்கள். அதன் பெயர் சம்டர் கோட்டை (Fort Sumter).

•

1860ஆம் ஆண்டு, சார்லஸ்டன் நகரத் துறைமுகத்திலுள்ள மௌல்ட்ரி கோட்டையில் ஒன்றிய ராணுவத் துருப்புகள் இருந்தன. அங்கிருந்த 127 போர் வீரர்களும், அவர்களை வழிநடத்திய மேஜர் ராபர்ட் ஆண்டர்சனும், தென் கரோலினாவில் நடந்து கொண்டிருந்தவற்றை எல்லாம் கூர்மையாகக் கவனித்துக் கொண்டிருந்தார்கள்.

டிசம்பர் 20, 1860. சார்லஸ்டன் நகரத் தேவாலய மணிகள் எல்லாம் ஒலித்துக்கொண்டிருந்தன. அன்று மதியம் 1 மணிக்கு ஒன்றியத்திலிருந்து பிரிவதாக அறிவித்தது தெற்கு கரோலினா. கிறிஸ்துமஸ் வருவதற்கு இன்னமும் ஐந்து நாட்கள் இருந்தாலும் எங்கும் விழாக்கோலம். கடைகளும் அலுவலகங்களும் அனைவர்க்கும் விடுமுறை கொடுத்துவிட்டு, மூடப்பட்டன. தெருக்களில் மக்கள் நிறைந்திருந்தார்கள். அனைவரும் ஒன்றைப் பற்றி மட்டுமே பேசிக்கொண்டிருந்தார்கள். போர் வருமா என்பதுதான் அது. ஆனால் அதையும் தாண்டி அனைவரும் மகிழ்ச்சியில் இருந்தார்கள். இளைஞர்களும் பெண்களும் கொண்டாடிக்கொண்டிருந்தார்கள்.

மௌல்ட்ரி கோட்டையின் உள்ளே நிலை வேறாக இருந்தது. அந்த வீரர்கள் பல்வேறு மாநிலங்களில் இருந்து வந்தவர்கள். அடுத்து என்ன செய்வது என்று அவர்கள் மேஜர் ஆண்டர்சனை எதிர்நோக்கி இருந்தார்கள். அவர் வாஷிங்டனில் இருந்த பாதுகாப்புத் துறைக்குத் தாங்கள் எப்படி நடந்து கொள்ளவேண்டும் என்று கேட்டுக் கடிதம் எழுதியிருந்தார். ஆனால் நிகழ்வுகள் பதிலுக்குக் காத்திருக்கவில்லை.

அமெரிக்காவில் பொதுவாக நாட்டிற்கு என்று ராணுவம் இருந்தாலும், ஒவ்வொரு மாநிலமும் துணை ராணுவப்படைகளை வைத்திருந்தன. இவர்கள் பொதுவாகச் சிறிதளவு ராணுவ பயிற்சி பெறும் பொதுமக்கள். தேவை ஏற்படும்போது, இவர்களைப் போர் அல்லது வேறு அவசரத் தேவைகளுக்கு அழைத்துக்கொள்ளமுடியும்.

தெற்கு கரோலினாவிலும் இது போன்ற துணை ராணுவப் படைகள் இருந்தன. அவர்கள் அனைவரும் பிரிவினையை அறிவித்தவுடன், ஆயுதங்களுடன் தங்கள் மாநிலத்தைக் காக்க கிளம்பி இருந்தனர்.

அவர்களின் முதல் இலக்கு, மாநிலத்தில் இருந்த ஒன்றிய கட்டடங்கள், சொத்துக்கள் முதலியவை. தெற்கு கரோலினாவின்

ஆளுநர் ஏற்கெனவே தங்களிடம் ஒன்றிய கோட்டைகளை அமைதியாக ஒப்படைத்துவிட வேண்டும் என்று அமெரிக்கக் குடியரசுத் தலைவருக்குக் கடிதம் எழுதியிருந்தார். எனவே, மாநிலத்தில் இருந்த அனைத்து ஒன்றிய கட்டடங்களும் அடுத்து என்ன நடக்கப் போகிறது என்று தெரியாமல் இருந்தன.

மௌல்ட்ரி கோட்டையின் வெளியிலும் ஆயுதம் ஏந்திய பலர் சுற்றி வந்து கொண்டிருந்தனர். ஆண்டர்சன் அவர்களுடன் மோத விரும்பவில்லை. அவர்களின் எண்ணிக்கை மிகவும் அதிகமாக இருந்தது. இன்னொன்று, போரின் முதல் நெருப்பை அவர் பற்ற வைக்க விரும்பவில்லை.

மௌல்ட்ரி கோட்டை, சார்லஸ்டன் துறைமுகத்திற்கு அருகில் இருந்த சதுப்பு நிலத்தில் இருந்தது. கடலை நோக்கி பார்த்திருந்த கோட்டை, கடலில் இருந்து வரும் தாக்குதல்களை எதிர்நோக்கியே கட்டப்பட்டிருந்தது. எனவே, ஆண்டர்சன் தன்னுடைய வீரர்களையும், ஆயுதங்களையும் திரட்டிக் கொண்டு சம்டர் கோட்டைக்குச் சென்றுவிட முடிவு செய்தார். தான் அங்கிருந்து வெளியேறுவது தெரிந்தால், தன்மீது தாக்குதல் நடத்தப்படலாம் என்பதால் யாருக்கும் தெரியாமல் அதை நடத்துவது என்றும் முடிவு செய்தார்.

●

முந்தைய போர்களில் இருந்து அமெரிக்க உள்நாட்டுப் போரை வேறுபடுத்திக் காட்டும் விஷயம் இன்னொன்று உண்டு – தபால். 1860ம் வருடத்திய கணக்கெடுப்பின்படி, 90% வெள்ளையர்கள் எழுத, படிக்கத் தெரிந்தவர்களாக இருந்தார்கள். இதனால், தங்களது வீடுகளில் இருந்து தொலைவில் போரிடச் சென்றிருந்த வீரர்கள் கடிதம் எழுதுவது சாதாரணமாக இருந்தது. ஒரு கணக்கின்படி, போர் நடந்த வருடங்களில் ஒரு மாதத்திற்குப் பத்து லட்சம் கடிதங்கள் போர்முனையில் இருந்து எழுதப்பட்டதாகத் தெரிகிறது. இவற்றில் பலவும் நமக்குக் கிடைத்திருக்கின்றன. வெறும் ஆய்வாளர்களின் நோக்கில் மட்டுமில்லாமல் வீரர்கள் என்ன நினைத்தார்கள் என்று தெரிந்து கொள்வதற்கு இந்தக் கடிதங்கள் உதவுகின்றன.

டிசம்பர் 26, 1860 அன்று சம்டர் கோட்டையில் இருந்து போர்வீரர் ஒருவர் அவரது தந்தைக்கு எழுதிய கடிதத்தில் இருந்து சில பகுதிகள்.

> ‘டிசம்பர் 26, 1860. சம்டர் கோட்டை. மாலை.
>
> அன்புத் தந்தைக்கு, இந்தக் கடிதம் கிடைப்பதற்குள், நாங்கள் காளையின் கொம்பைப் பிடித்து விட்டோம் என்பதைக்

கேள்விப்பட்டு விடுவீர்கள். இன்று மாலை சூரியன் மறைந்த சில மணி நேரங்களில் நாங்கள் அனைவரும் சம்டர் கோட்டைக்கு வந்துவிட்டோம். இதை யாரும் நெருங்கவே முடியாது; இங்கிருந்து நாங்கள் மௌல்ட்ரி கோட்டை அல்லது சார்லஸ்டன் நகரைத் தாக்க முடியும். எங்களைத் தினமும் கண்காணிக்கப் படகுகள் அனுப்பட்டன. ஆனால் அவர்கள் கண்களில் மண்ணைத் தூவிவிட்டோம். மேஜர் ஆண்டர்சனுக்கு வெற்றி! பொது வாழ்வில் இருப்பவர்களைப் போலப் பொறுப்பைக் கண்டு பயப்படாத, சரியாக யோசிக்கும், கடமையுணர்வு கொண்ட மனிதர் அவர்.'

•

மேஜர் ராபர்ட் ஆண்டர்சன் தென் மாநிலங்களில் ஒன்றான கென்டக்கி மாநிலத்தைச் சேர்ந்தவர். ஆனாலும் ஒன்றியத்தை நேசித்தவர். தென் மாநிலங்களைப் போல மாநில உரிமைகளை விரும்பினாலும், போர் வீரராகத் தன்னுடைய விசுவாசம் ஒன்றிய அரசிற்குத்தான் என்பதில் தெளிவாக இருந்தார். பிரிவினைக்கு ஒரு மாதத்திற்கு முன்புதான் அவர் சார்லஸ்டன் நகருக்கு மாற்றலாகி வந்திருந்தார்.

டிசம்பர் 26ம் தேதி சம்டர் கோட்டைக்குச் செல்வதை அவர் யாரிடமும் சொல்லாமல் ரகசியமாக வைத்திருந்தார். அன்று மதியம் மருத்துவ அதிகாரியிடம் மட்டும், மருத்துவத்திற்குத் தேவையான அனைத்தையும் எடுத்து வைத்துக் கொள்ளும் படி கூறியிருந்தார். அன்று மாலை 6 மணி சுமாருக்கு மௌல்ட்ரி கோட்டையில் இருந்து வீரர்கள் தங்களது ஆயுதங்களுடன் படகுகளில் கிளம்பினார்கள். ஆயுதங்களை மறைவாக வைத்துக் கொண்டிருந்தார்கள். கிளம்புவதற்கு முன், கோட்டையில் இருந்து கொண்டு செல்ல முடியாத பீரங்கி முதலியவற்றைச் செயல்படாதவாறு உடைத்தார்கள். அங்கிருந்த கொடிக்கம்பத்தையும் வெட்டி சாய்த்தனர். அமெரிக்கக் கொடி பறந்த கம்பத்தில் வேறு கொடி பார்க்கக்கூடாது என்று ஆண்டர்சன் கூறினார்.

8 மணிக்குள் அவர்கள் அனைவரும் சம்டர் கோட்டைக்குச் சென்றுவிட்டார்கள். சம்டர் கோட்டை இன்னமும் கட்டி முடிக்கப்படாத நிலையில் இருந்தது. எனவே அங்கே இன்னமும் வேலையாட்கள் இருந்தார்கள். அவர்களையெல்லாம் நகருக்கு திருப்பி அனுப்பிவிட்டார்கள். அங்கிருந்த சில பீரங்கிகள், தங்கள் ஆயுதங்கள், நான்கு மாதத்திற்குத் தேவையான உணவு முதலியவற்றுடன் தங்களுக்கு உதவி வரும் என்று காத்திருந்தனர்.

•

வாஷிங்டனில் இப்போது இரண்டு பிரச்சினைகள் முன்னே இருந்தன. ஒன்று தெற்கு கரோலினா பிரிந்து போனது. இரண்டாவது சம்டர் கோட்டையில் இருக்கும் வீரர்களை என்ன செய்வது என்பது.

குடியரசுத் தலைவர் ஜான் புக்கானன், சட்டப்படி எந்த மாநிலமும் பிரிய முடியாது. ஆனால் அப்படிப் பிரிந்துவிட்டால், ஒன்றியத்தால் எதுவும் செய்யமுடியாது என்று நினைத்தார்.

இரண்டாவது விஷயத்தில், அவர் அமெரிக்க ராணுவப் படைகளின் முதன்மை தளபதி வின்பீல்ட் ஸ்காட் (Winfield Scott) என்பவரின் ஆலோசனையைக் கேட்டார்.

ஸ்காட், முதலில் சம்டர் கோட்டையில் இருப்பவர்களுக்கு உணவும், மற்ற அத்தியாவசியப் பொருள்களையும் வழங்க வேண்டும் என்றார். எனவே நியூ யார்க் நகரில் இருந்து 'ஸ்டார் ஆப் தி வெஸ்ட்' என்ற கப்பல் உணவு பொருட்களுடன் கிளம்பியது. ஆனால் சார்லஸ்டன் துறைமுகத்திற்குள் புகாதவாறு, அதன் மீது தாக்குதல் நடக்கவே, அது திரும்பிவிட்டது.

இன்னமும் ஒரு மாதமே குடியரசுத் தலைவர் பதவி இருந்ததால், புக்கானன் எதையும் செய்ய விரும்பவில்லை.

மார்ச் மாதம், மாநிலக் கூட்டமைப்பின் சார்லஸ்டன் நகரப்படைகளின் தலைவராக, பி.ஜி.டி. போரெகார்ட் நியமிக்கப்பட்டார். தென் மாநில படைகளின் சிறந்த வீரர்களில் ஒருவரான அவர், சம்டர் கோட்டையைக் கைப்பற்றுவதைத் தன்னுடைய முதல் வேலையாக எடுத்துக் கொண்டார்.

மார்ச் 4, 1861ம் வருடம் லிங்கன், குடியரசுத் தலைவராகப் பொறுப்பேற்றுக்கொண்டார். அவருக்கு முன்பிருந்த முதல் பிரச்சினை, சம்டர் கோட்டை வீரர்களை எப்படிக் காப்பாற்றுவது என்பதுதான்.

எனவே அவர் தெற்கு கரோலினாஆளுநருக்கு, கோட்டையில் இருப்பவர்களுக்கு உணவு பொருட்களை அனுப்பவிருப்பதாகக் கடிதம் எழுதினார். ஆனால் லிங்கன், உணவு கப்பலோடு இந்த முறை சில போர்க் கப்பல்களையும் அனுப்ப உத்தரவிட்டிருந்தார்.

ஆனால் தெற்கு கரோலினா ஆளுநர் அதுவரை காத்திருக்க விரும்பவில்லை. உடனடியாக சம்டர் கோட்டையைப் பிடிக்க வேண்டும் அல்லது தரைமட்டமாக்க வேண்டும் என்று உத்தரவிட்டார்.

ஏப்ரல் 12, 1860 அன்று சார்லஸ்டன் நகரில் இருந்து இரண்டு ராணுவ அதிகாரிகள், இந்த உத்தரவுடன் சென்று மேஜர் ஆண்டர்சனைப்

பார்த்தார்கள். ஆண்டர்சன் இரவு 3 மணி வரை ஆலோசித்துவிட்டு, தனக்கு ஏப்ரல் 15 வரை நேரம் தரும்படி கேட்டார்.

போரெகார்ட் ஒப்புக்கொள்ளவில்லை. காலை 4.30 மணிக்கு போர் துவங்கும் என்று கூறிவிட்டார். அதுபோலவே சார்லஸ்டன் துறைமுகத்தில் இருந்த பீரங்கிகளின் சத்தம் 4.30 மணியில் இருந்து முழங்க ஆரம்பித்தது. சம்டர்கோட்டையில் போதுமான வெடி மருந்துகள் இல்லை என்பதால் அவர்கள் 2 மணி நேரம் கழித்தே தங்களது பதில் தாக்குதலைத் துவக்கினார்கள்.

சார்லஸ்டன் நகரப் பீரங்கிகள் தொடர்ச்சியாக 34 மணி நேரம் முழங்கின. சம்டர் கோட்டை கிட்டத்தட்ட தரைமட்டமானது. கோட்டை முழுவதும் கட்டுப்பாடில்லாமல் நெருப்பு எரிந்து கொண்டிருந்தது. அவர்களுக்கு உதவ வந்த ஒன்றியப் போர்க் கப்பல்கள், வானிலை காரணமாக நகரத்துறைமுகத்திற்குள் வர முடியாமல் நின்று கொண்டிருந்தன.

வெடி மருந்து முடிந்துவிடவும், உணவு கையிருப்பும் குறைந்து விடவே, ஆண்டர்சன் சரணடைய முடிவு செய்துவிட்டார். அங்கிருந்த கொடிக் கம்பத்தில் வெள்ளைக் கொடி ஏற்றப்பட்டது. அதைக் கண்டவுடன், சார்லஸ்டன் நகரில் இருந்து அதிகாரிகள் வந்து சேர்ந்தார்கள். அவர்கள் அனைவரும் கோட்டையை ஒப்படைத்து விட்டால், அவர்களுக்கு எந்தத் தொந்தரவும் இல்லாமல், அவர்கள் விருப்பப்படும் இடத்திற்கு அனுப்பிவிடுவதாக போரெகார்ட் தெரிவித்தார்.

மேஜர் ஆண்டர்சன், தன்னால் முடிந்த அளவிற்குப் போரிட்டு விட்டதாக நினைத்ததால் இதை ஒப்புக்கொண்டார். கோட்டையில் ஏற்றியிருந்த அமெரிக்கக் கொடியை மட்டும் எடுத்துக் கொண்டார். கோட்டையை அவர்களிடம் கொடுத்துவிட்டு அங்கிருந்து கிளம்பினார்.

சம்டர் கோட்டையில் இரண்டு ராணுவ வீரர்கள் கொல்லப் பட்டார்கள். போர் துவங்கிவிட்டது.

10. வாஷிங்டன் செல்லும் லிங்கன்

'அதிருப்தியுடன் இருக்கும் என் நாட்டு மக்களே, உள்நாட்டுப் போர் வேண்டுமா என்பது உங்கள் கைகளிலேயே இருக்கிறது. நீங்கள் முதலில் தாக்குதலைத் தொடுக்காமல் போர் ஏற்படாது. இந்த அரசாங்கத்தை ஒழிப்பதாக நீங்கள் எந்த வாக்கும் கொடுக்கவில்லை. ஆனால் நான் இதை 'பாதுகாத்து, காப்பாற்றி, அப்படியே வைத்திருப்பதாக' உறுதி எடுத்திருக்கிறேன்.'

– ஆபிரகாம் லிங்கன், முதல் பதவியேற்பின்போது.

ஆலன் பின்கர்ட்டன் (Allan Pinkerton) என்பவர் அமெரிக்காவில் தனியார் துப்பறியும் நிறுவனம் நடத்தி வந்தவர். அன்றைய அமெரிக்க அரசாங்கத்தில் தனியாக உளவுப்பிரிவு இல்லை. மாறாக, தேவைகளுக்கு ஏற்ப அரசாங்கமே பின்கர்ட்டனின் நிறுவனத்தை உபயோகித்துக் கொள்ளும். உள்நாட்டுப் போர் நடந்த காலங்களில், பின்கர்ட்டனும் அவரது நிறுவனத்தின் உளவாளிகளும் பல வேலைகளுக்காக அரசாங்கத்தால் நியமிக்கப்பட்டனர்.

மாநிலக் கூட்டமைப்பின் போர் வீரரைப் போல உடையணிந்து, பின்கர்ட்டன் பல தென் மாநிலங்களுக்குச் சென்று உளவறிந்து கொண்டிருந்தார். இந்நிலையில், லிங்கன் குடியரசுத் தலைவராகப் பதவியேற்க வாஷிங்டன் வரும்போது, பால்டிமோர் நகர ரயில் நிலையத்தில் அவரைக் கொலை செய்யத் திட்டம் தீட்டப்படுவதாக அவருக்குத் தெரிய வந்தது.

•

லிங்கனின் தேர்தல் வெற்றி பற்றிய செய்தி வந்தபொழுது, லிங்கன் இலினொய் மாநிலத்தில் இருக்கும் ஸ்ப்ரிங்பீல்ட் நகரில் இருந்தார்.

வெற்றி அவருக்கு மகிழ்ச்சியைக் கொடுத்தாலும், தென் மாநிலங்களில் அவர் பெற்றிருந்த வாக்குகள், வரப்போகும் பிரச்சினைகளை அவருக்குத் தெரிவித்தன. அவர் பதவியேற்கும் வரை எதுவும் கருத்து சொல்ல முடியாது என்றாலும், அவர் நிகழ்வுகளைக் கூர்மையாகக் கவனித்துக் கொண்டிருந்தார்.

குறிப்பாக, சமரசம் என்ற பெயரில் தென்மாநிலங்களுக்கு அதிகமாக அதிகாரத்தைக் கொடுக்கும் முயற்சிகளை அவர் பார்த்துக் கொண்டிருந்தார். செனட்டர் கிரிட்டெண்டென், சமரச முயற்சியாகக் கொண்டு வந்த ஆறு சட்டத் திருத்த மசோதாக்களையும் நான்கு தீர்மானங்களையும் குடியரசுக் கட்சி உறுதியாக நிராகரித்ததில் லிங்கனின் பங்கு பெரியது.

ஆனாலும் சமரச முயற்சிகள் நிற்கவில்லை. தெற்கு கரோலினா பிரிந்து செல்வதாக அறிவித்த பின்னர், அவை இன்னமும் வேகமாக முன்னெடுக்கப்பட்டன. மேற்சொன்ன சமரசமே பல்வேறு விதங்களில் அமெரிக்கக் காங்கிரஸின் முன் வைக்கப்பட்டது. ஒவ்வொரு முறையும் குடியரசுக் கட்சி அவற்றை நிராகரித்தது. மேலும் மேலும் தென் மாநிலங்கள் பிரியவே, இன்னமும் உத்வேகத்துடன் முயற்சிகள் நடந்தன.

பிப்ரவரி 1861இல், 100க்கும் மேற்பட்ட முக்கிய அரசியல்வாதிகள் அமைதி மாநாட்டை நடத்தினார்கள். வாஷிங்டன் நகரத்தில் நடத்தப் பட்ட மாநாட்டை, ஏற்கெனவே பிரிந்துவிட்ட ஏழு மாநிலங்களும் புறக்கணித்தன. அங்குப் பேசப்பட்ட சமரசங்களில், அடிமை முறையை அப்படியே தொடரும்படியான நிபந்தனைகள் இருந்ததால், குடியரசுக் கட்சியும் அதை நிராகரித்தது. மூன்று நாட்கள் கூடிய மாநாடு, எந்த முடிவும் எடுக்க முடியாமலேயே முடிந்து போனது.

இந்த நிலையில், லிங்கன் தன்னுடைய பதவியேற்பு விழாவிற்குச் செல்ல பிப்ரவரி 11, 1861 அன்று ஸ்ப்ரிங்பீல்ட் நகரில், அவருக்கான சிறப்பு ரயிலில் ஏறினார். அவருக்குச் சிறந்த முறையில் பிரிவு உபசார விழா கொடுக்கப்பட்டது. அங்கிருந்து மெதுவாக, வட மாநிலங்கள் வழியாக, 3200 கிலோ மீட்டர்களை ரயிலில் கடந்து, 93 நிலையங்களில் மக்களைச் சந்தித்தபடியே செல்வதாகத் திட்டமிடப்பட்டிருந்தது.

•

தேர்தலில் வெற்றி பெற்ற அன்றிரவே லிங்கன் தன்னுடைய அமைச்சரவையில் யார் யார் இருக்கவேண்டும் என்று யோசிக்க ஆரம்பித்துவிட்டார். பொதுவாகத் தேர்தலில் வெற்றி பெற்றவர்கள், தங்களது வெற்றிக்காக உழைத்தவர்களுக்கு முதலில் வாய்ப்பு தருவதே வழக்கம். ஆனால் லிங்கனின் சிந்தனை வேறாக இருந்தது.

குடியரசுக் கட்சியின் கொள்கை ஒன்றாக இருந்தாலும், அதன் தலைவர்கள் தங்களுக்குள்ளேயே பல பிரிவுகளாக இருந்தார்கள். அந்தக் கொள்கையை (அடிமை முறை ஒழிப்பு) எப்படி நிறைவேற்றுவது, எப்போது நிறைவேற்றுவது என்பதில் எல்லாம் நிறையக் கருத்து வேறுபாடுகள் இருந்தன. அத்தோடு எல்லை மாநிலங்கள், தென் மாநிலங்களை எப்படிச் சமாளிப்பன என்பதிலும் பல்வேறு நிலைப்பாடுகள் இருந்தன.

முதல் குடியரசுத் தலைவர் தேர்தலை வென்றிருப்பதால், இந்தத் தலைவர்கள் அனைவரிடம் இருந்தும் அழுத்தம் வரும் என்று லிங்கன் எதிர்பார்த்தார். அவர்கள் அனைவரையும் ஒன்றாகச் சேர்த்து, அரசை நடத்துவது எப்படி என்பதே அவரது சிந்தனையாக இருந்தது.

எனவே தன்னுடைய அமைச்சரவையில், தன்னிடம் இருந்து வேறுபட்ட கருத்துகளைக் கொண்டிருப்பவர்களை நியமிக்க முற்பட்டார். முதலாவதாக, குடியரசுத் தலைவருக்கான வேட்பாளர் தேர்தலில், அவரை எதிர்த்து நின்ற வில்லியம் சீவர்ட்டை, தன்னுடைய முதன்மை அமைச்சராக நியமித்தார். இந்தப் பதவியில் இருப்பவரே அரசின் வெளியுறவுக் கொள்கைகளை வரையறுத்து, அதைச் செயல்படுத்துபவர். அரசின் மிகவும் உயர்ந்த இந்தப் பதவியில் சீவர்டை நியமித்தார்.

சீவர்ட் முதலில் சிறிது தயங்கினாலும், பின்னர் ஒப்புக்கொண்டார். பிற்போக்கான மேற்கு மாநிலத்தின் கிராமத்துப் பகுதியில் இருந்து வரும் ஒருவரைத் தன்னுடைய கைப்பாவையாக வைத்துக் கொள்ளலாம் என்பதே அவரது எண்ணமாக இருந்தது. லிங்கன் பெயருக்குக் குடியரசுத் தலைவராக இருந்தாலும், தன்னுடைய வழிகாட்டுதலில் அரசை நடத்தலாம் என்றும் நினைத்தார். எனவே, பதவியை ஒப்புக்கொண்டார்.

அடுத்து நிதி அமைச்சராக, சால்மன் சேஸை (Salmon P. Chase) நியமித்தார். சேஸ், சீவர்டின் நேரடி அரசியல் எதிரி. அவர்கள் இருவரும் அடிமை முறையைப் பொறுத்தவரை, எதிர்துருவங்களாகக் கருத்துகள் கொண்டிருந்தனர். சீவர்ட் சற்றுப் பழைமைவாதியாக, அடிமைமுறையை மெதுவாகவே ஒழிக்க வேண்டும் என்ற கொள்கையுடையவர். சேஸ், அதற்கு நேர்மாறாக, அடிமைமுறையை எந்தச் சமரசமும் மேற்கொள்ளாது ஒழித்துக்கட்ட வேண்டும் என்பவர். சீவர்ட் இவரை நியமிப்பதை எதிர்த்தாலும், லிங்கன் அதற்குச் செவி சாய்க்கவில்லை.

அடுத்து எல்லை மாநிலங்களுக்குரிய பிரதிநித்துவம் கொடுக்க, மேரிலாண்ட் மாநிலத்தைச் சேர்ந்த மான்ட்கமரி பிளேயரை

(Montgomery Blair) தபால் தந்தித் துறைக்கும், அரசின் தலைமை வழக்குரைஞராக, மிசூரி மாநிலத்தைச் சேர்ந்த எட்வர்ட் பேட்ஸையும் (Edward Bates) நியமித்தார்.

போரை நடத்த சைமன் கேமரூன் (Simon Cameron) என்பவரை நியமித்தார். அரசியல் முக்கியத்துவம் வாய்ந்த பென்சில்வேனியா மாநிலத்தைச் சேர்ந்த இவர், பெரும் ஊழல்வாதி. ஒருவேளை போர் நிகழாது என்ற நம்பிக்கையில் இவர் நியமிக்கப்பட்டாரோ, என்னவோ. ஆனால் அமைச்சரவையில் இருந்து நீக்கப்பட்ட முதல் நபராக இருந்தார்.

இறுதியாக, கப்பற் படைகளுக்குக் கிதியோன்வெல்ஸ் (Gideon Welles) மற்றும் உள்துறைக்கு காலேப் ஸ்மித் (Caleb Smith) ஆகியோரை நியமித்தார்.

இப்படியாக, தன்னுடைய அரசியல் எதிரிகளையும், அவர்களது அரசியல் எதிரிகளையும் ஒரே அமைச்சரவையில் நியமித்ததன்மூலம், அவரது அமைச்சரவைக் கூட்டங்கள் எப்போதும் சுவாரசியமாக இருக்கும் என்பதை உறுதி செய்து கொண்டார். உண்மையில், லிங்கனின் இந்த முடிவு அவருக்கு அமைச்சரவையில் மட்டுமல்லாது, நாடு முழுவதிலிருந்தும் ஆதரவு பெற்றுத் தந்தது.

•

1856ம் ஆண்டு நடைபெற்ற குடியரசுத் தேர்தலின்போது, இரண்டு வேட்பாளர்களையும் கண்டு மனம் நொந்த, அமெரிக்காவின் பெரும் கவிஞரான வால்ட் விட்மன் வருத்தத்துடன் ஒரு கட்டுரை எழுதினார். அதில் நாட்டிற்குச் சரியான குடியரசுத் தலைவர் எப்படி இருக்க வேண்டும் என்று பட்டியலிட்டார்.

கட்சியின் பிரதிநிதியாக இல்லாமல், மக்களின் பிரதிநிதியாக இருக்க வேண்டும். அனைவரையும் அரவணைத்து, விடுதலைப் பிரகடனத்திலும் அரசியலமைப்புச் சட்டத்தில் சொல்லியுள்ளபடி அரசை நடத்த வேண்டும். உலகை அறிந்தவராக, முன்னின்று காரியங்களை நடத்துபவராக, அறிவுக்கூர்மையுடன் இருக்க வேண்டும் என்று சொல்பவர், அதன் பின்னர் தலைவர் எப்படி இருப்பார் என்பதையும் விவரிக்கிறார்.

விட்மனின் ஆதர்ச குடியரசுத் தலைவர், மேற்கில் இருந்து வருவார், உயரமாக, தாடியுடன் இருப்பார். மலைகளை நடந்தே தாண்டக் கூடியவர். தொழிலாளர்கள் போன்று ஆடை அணிந்திருப்பார். படகுகளை ஓட்ட கூடியவராகவோ, கருமான் போன்ற தொழில் செய்பவராகவோ இருப்பார் என்றும் தெரிவிக்கிறார்.

விட்மன் இதை எழுதும்போது, லிங்கன் மாநில அளவிலான அரசியல்வாதியாகவே இருந்தார். நியூ யார்க்கில் இருந்த விட்மனுக்கு அவரைத் தெரிந்திருக்க நியாயமில்லை. விட்மனின் தீர்க்கதரிசனம் என்றழைக்கப்படும் இந்தக் கட்டுரை, பின்னாளில் விட்மன், லிங்கனை ஆராதனை செய்ததற்கான காரணத்தைத் தெரிவிக்கிறது.

•

தேர்தலுக்குச் சில நாட்களுக்கு முன் லிங்கனிற்கு ஒரு கடிதம் வருகிறது. நியூ யார்க் மாநிலத்தில் இருந்து கிரேஸ் பெடல் (Grace Bedell) என்ற 11 வயது சிறுமி அவருக்கு எழுதுகிறாள். அவரது முகம் சதைப்பற்று இல்லாமல் எலும்புகளுடன் இருப்பதால், அவர் முகத்தில் தாடி வளர்க்கவேண்டும் என்று தெரிவிக்கிறாள். லிங்கன் அவளது அறிவுரைக்கு நன்றி தெரிவித்துப் பதில் எழுதினாலும், தாடியைப் பற்றி எதுவும் சொல்லவில்லை.

ஆனால், அடுத்த ஒரு மாதத்திலேயே அவரது தாடி வளர்ந்துவிட்டது.

•

ஆபிரகாம் லிங்கனின் ரயில் பயணம் மெதுவாகத் துவங்கியது. ஒவ்வொரு ரயில் நிலையத்திலும் அவரைப் பார்ப்பதற்கும், அவர் பேசுவதைக் கேட்பதற்கும் மக்கள் குழுமி இருந்தார்கள். இந்தக் கூட்டம் ஒவ்வொரு ஊரிலும் பெரிதாகிக்கொண்டே சென்றது.

ஆனால் லிங்கன் எல்லா நிலையங்களிலும் பேசவில்லை. அவர் பேசிய இடங்களிலும் மிகவும் பொதுவாகவும், மிகவும் கவனத்துடனும் பேசினார். பிரிவினை என்பது உண்மையாகிவிட்ட நிலையில், தன்னுடைய நிலைப்பாடு என்ன என்பதை ரகசியமாகவே வைத்திருந்தார். தென் மாநிலங்களுக்கு அமைதி கரத்தை நீட்டினாலும், அவர் எப்படி அடிமை முறையைச் சமாளிப்பார் என்பதை வெளிப்படையாகப் பேசவில்லை.

ஆனால் வழியில் கூடியிருந்த மக்களின் கூட்டம் அவருக்கு நம்பிக்கை அளித்தது. ஒன்றியத்தைப் பிரியவிடாமல் காப்பது தன்னுடைய கடமை என்று நம்பினார். பிட்ஸ்பர்க் நகரில் அவரைப் பார்க்க 2,50,000 பேர் கூடியிருந்தார்கள்.

பிப்ரவரி 16ம் தேதி அவரது ரயில் நியூ யார்க் மாநிலத்தில் வெஸ்ட்பீல்ட் நகரை வந்தடைகிறது. அங்கே ரயில் நிலையத்தில் பேசிய லிங்கன், மூன்று மாதங்களுக்கு முந்தைய கடிதத்தை நினைகூர்ந்தார். அதை எழுதிய சிறுமி அங்கிருக்கிறாளா என்று கேட்கிறார். அவளும் அங்கிருக்க, சந்திப்பு நடைபெற்றது.

பிப்ரவரி 19ம் தேதி ரயில் நியூ யார்க் நகரத்தை வந்தடைகிறது. அங்கே நிலையத்தில் கூடி இருப்பவர்களில் ஒருவராக வால்ட் விட்மன் நின்று கொண்டிருக்கிறார். அவர் என்ன கண்டார் என்பதை அவரே சொல்கிறார்.

'முதல் முறை நான் ஆபிரகாம் லிங்கனைப் பார்த்ததை மறக்க முடியாது... அங்கு நிறுத்தப்பட்டிருந்த வண்டி ஒன்றின் மீதிருந்து (கூட்டத்திற்கு நடுவே, மிக அருகில்) நான் நன்றாகப் பார்க்க முடிந்தது. குறிப்பாக லிங்கனை. அவரது தோற்றம் மற்றும் நடை; அவரது சரியான முகபாவம் மற்றும் அமைதி; அவரது அசாதாரணமான, முரட்டுத்தனமான உயரம்; தலையில் பின்னோக்கித் தள்ளப்பட்டிருந்த அவரது தொப்பி; அடர் பழுப்பு நிறம்; எதற்கும் அஞ்சாத தையல்களும், சுருக்கங்களும் நிறைந்த முகம்; புதர் போன்ற அவரது கறுப்புத் தலைமுடி; நீண்ட கழுத்து; கைகளைப் பின்னால் கட்டிக்கொண்டு, மக்களைப் பார்த்துக் கொண்டிருந்தார்.'

விட்மன், லிங்கனைப் பல முறை பார்த்தாலும், அவரிடம் ஒருமுறை கூடப் பேசியதில்லை. ஆனாலும் அவரது ஆதர்ச குடியரசுத் தலைவரை நேரில் பார்த்த விட்மன், லிங்கனின் மரணத்திற்குப் பின்னரும், அவர் குறித்து கவிதைகளும் சொற்பொழிவுகளும் நிகழ்த்திக் கொண்டே இருந்தார்.

பிப்ரவரி 22ம் தேதி, பென்சில்வேனியா தலைநகரான ஹாரிஸ்பர்க் நகருக்கு வந்து சேர்ந்தார்.

•

பால்டிமோர் நகரில் இரண்டு ரயில் நிலையங்கள் இருந்தன. மேற்கில் இருந்து வந்த ரயில்கள் ஒரு நிலையத்தில் தங்கள் பயணத்தை முடித்தன. அங்கிருந்து வாஷிங்டன் செல்வதற்கு மற்றொரு ரயில் நிலையத்திற்கு, குதிரை வண்டியில் செல்ல வேண்டும்.

பின்கர்ட்டனிற்கு வந்திருந்த தகவலின்படி, லிங்கன் அப்படிக் குதிரை வண்டியில் செல்வதற்கு மாறும்போது, கூட்டத்தில் பலரும் கத்தியுடன் பாய்ந்து அவரைக் கொல்ல திட்டமிட்டிருந்ததாகத் தெரிந்தது. எனவே, பின்கர்ட்டன் லிங்கனை ரகசியமாக அன்றிரவே பால்டிமோர் வழியே அனுப்பிவிட முடிவு செய்திருந்தார்.

மறைந்து கொண்டு, இரவில் திருடனைப்போல வாஷிங்டனிற்குச் செல்ல லிங்கனிற்கு விருப்பமில்லை. ஆனால் பென்சில்வேனியா ஆளுநரும் வற்புறுத்தவே, வேறு வழியின்றி ஒப்புக்கொண்டார். அன்றிரவே, யாருக்கும் தெரியாமல், லிங்கன் பால்டிமோரைக் கடந்து, வாஷிங்டன் சென்றடைந்தார். இரவு சீவர்டின் வீட்டில் தங்கினார்.

லிங்கனை எதிர்பார்த்து மறுநாள் பால்டிமோரில் கூடியவர்கள் ஏமாற்றம் அடைந்தார்கள். அப்போதுதான், முந்தைய தின இரவே லிங்கன் வாஷிங்டன் சென்றுவிட்டது அனைவருக்கும் தெரிய வந்தது.

பத்திரிகைகள் லிங்கனின் 'கோழைத்தனத்தை' வெகுவாக விமர்சித்து எழுதின. லிங்கன் அது குறித்து எதுவும் சொல்லவில்லை என்றாலும், உண்மையிலேயே கொலைத் திட்டம் இருந்ததா அல்லது வெறும் கற்பனையா என்று நமக்குத் தெரியாது. ஆனால் அன்றைய பத்திரிகைகள் லிங்கனை வெகுவாக விமரிசித்தன என்பது மட்டும் உண்மை.

வேறு எந்த அசம்பாவிதங்களும் இல்லாமல் லிங்கனின் பதிவியேற்பு விழா முடிந்தது. அதற்கு அடுத்த மாதத்திலேயே சம்டர் கோட்டையில் முதல் குண்டு வீசப்பட்டது.

லிங்கன் தன்னுடைய பதவியேற்பு உரையில், தான் முதலில் தாக்குதலை ஆரம்பிக்க மாட்டேன் என்றும், ஒன்றியக் கோட்டை களை எந்தக் காரணம் கொண்டும் சண்டையின்றித் தர மாட்டேன் என்றும் கூறியிருந்தார். இந்த இரண்டு உறுதிகளுக்கும் இடையே இருந்த வேறுபாட்டை அனைவரும் கவனிக்கவே செய்தனர்.

எனவே, இப்போது லிங்கன் போருக்குச் செல்வது உறுதியாகி விட்டது. ஆனால் அவர் எதிர்பார்த்தது போலில்லாமல், போர் வாஷிங்டனுக்கு வந்தது.

11. முதல் போர்

இன்றைய தினம் கறுப்புத் திங்கள் என்றழைக்கப்படும். நாம் பிரிவினைவாதிகளால் முழுமையாகவும், அவமானகரமாகவும் தோற்கடிக்கப்பட்டுவிட்டோம்.

– ஜார்ஜ் டெம்பிள்டன் ஸ்ட்ராங்

பிரிவினை என்பது மாநிலங்களின் எல்லையில் மட்டும் இருக்க வில்லை. மாநிலங்களும் மனிதர்களால் நிரம்பியவை என்பதை மறக்கக்கூடாது.

உதாரணமாக, லிங்கனின் மனைவியான மேரி டாட் லிங்கன், கென்டக்கி மாநிலத்தில் லெக்சிங்டன் நகரைச் சேர்ந்த மிகப் பெரிய பணக்காரர்களில் ஒருவரின் மகள். அவரது குடும்பத்தினர் பல கறுப்பர்களை அடிமைகளாக வைத்திருந்தனர். பிரிவினை உண்மை யாக நடந்தவுடன், மேரி லிங்கனின் குடும்பத்தினர் மாநிலங்கள் கூட்டமைப்பிற்கு ஆதரவை தெரிவித்தனர். அப்போது உயிருடன் இருந்த அவரது சகோதர, சகோதரிகளில், எட்டு பேர் மாநில கூட்டமைப்பிற்கும், ஐந்து பேர் ஒன்றியத்திற்கும் ஆதரவு தெரிவித்தனர். நாட்டைப் போலவே பல வீடுகளும் பிளவு பட்டிருந்தன, நாட்டின் முதல் பெண்மணி உட்பட யாரும் விதிவிலக்கில்லை.

குடும்பங்கள் பிளவுபட்டதைப் போலவே, அமெரிக்க ராணுவமும் பிளவுபட்டது. மேலதிகாரிகளில் இருந்து கடைசிப் போர் வீரன் வரை, தங்களது விசுவாசம் ஒன்றியத்திற்கா அல்லது தாங்கள் பிறந்து, வளர்ந்த மாநிலங்களுக்கா என்று முடிவெடுக்க வேண்டியிருந்தது. அமெரிக்க ராணுவமும் இரண்டானது.

•

சம்டர் கோட்டை சரணடைந்தவுடன், போர் வருவது உறுதியாகி விட்டது. அந்தச் செய்தி வடமாநிலங்களில் கோபத்தையும், நாட்டிற்கு எதாவது செய்ய வேண்டும் என்னும் உத்வேகத்தையும் உண்டாக்கியது.

ஆனால் ஆரம்ப நாட்களில் யாருக்கும் போருக்கு எப்படித் தயாராவது என்று தெரியவில்லை. அமெரிக்க முதன்மை ராணுவத் தளபதியான வின்பீல்ட் ஸ்காட்டின் ஆலோசனையை வெகுவாக நம்பியிருந்தாலும், லிங்கன் அவரது ஆலோசனையை மீறவும் தயங்கவில்லை.

வின்பீல்ட் ஸ்காட் நாட்டின் மிகவும் மூத்த ராணுவத் தளபதி. 74 வயதான அவர், உடல் பலத்தை இழந்திருந்தாலும், அவரது சிந்தனைகளும் திட்டங்களும் இன்னமும் பயனுள்ளவையாகவே இருந்தன. அன்றைய அமெரிக்க ராணுவத்தில் 16,000 வீரர்கள் மட்டுமே இருந்தார்கள். அவர்களிலும் பெரும்பாலோர் மேற்கெல்லையில் பாதுகாவல் பணியில் இருந்தார்கள். மாநிலங்கள் பிரிய ஆரம்பித்தவுடன், ராணுவத்தில் இருந்து விலகுபவர்கள் எண்ணிக்கையும் அதிகரிக்க ஆரம்பித்தது. எனவே ராணுவ பலத்தை அதிகரிக்க வேண்டிய நிர்பந்தம் இருந்தது.

சம்டர் கோட்டையின் சரணாகதிக்குப் பின்னர், ஏப்ரல் 15, 1861 அன்று லிங்கன் ராணுவச் சேவைக்கு வரும்படி நாட்டு இளைஞர்களுக்கு அழைப்பு விடுத்தார். அமெரிக்கச் சட்டப்படி, நாடு ஆபத்தில் இருக்கும் காலங்களில், குடியரசுத் தலைவர் 75,000 வீரர்கள் வரை ராணுவத்தில் சேர்க்கலாம். ஆனால் அதுவும் தற்காலிகமாக 3 மாதக் காலங்களுக்கு மட்டுமே சேர்க்க முடியும். ஒவ்வொரு மாநிலத்திற்கும் குறிப்பிட்ட அளவு வீரர்களைக் கொடுக்கும்படியாகவும் கேட்கப்பட்டது.

லிங்கனின் அறைகூவலுக்குக் கிடைத்த பதில், நாட்டின் மனநிலையைக் காட்டியது. ஒவ்வொரு மாநிலத்திலும் கேட்கப் பட்டதற்கு மேலாகவே இளைஞர்கள் ராணுவத்தில் சேர முன்வந்தார்கள். கனெக்டிகட், மிசூரி, மாசாச்சூசெட்ஸ் மாநிலங்கள் தங்களிடம் கேட்கப்பட்ட எண்ணிக்கையை விட இரண்டு, மூன்று மடங்கு அதிகமாகவே வீரர்களை அனுப்பினார்கள்.

ஆனால் எல்லை மாநிலங்கள் எதுவும் வீரர்களை அனுப்பவில்லை. மேலும் லிங்கனின் அறைகூவல், இன்னமும் சில மாநிலங்களைப் பிரிவினையை நோக்கி அனுப்பியது. லிங்கன் மாநில உரிமைகளைப் பறிக்க முயல்வதாகக் கூறி, ஏற்கெனவே பிரிந்து போயிருந்த ஏழு மாநிலங்களுடன், இப்போது விர்ஜினியா, அர்கன்சாஸ், டென்னிசி, வடக்கு கரோலினா முதலிய மாநிலங்களும் பிரிந்து சென்று, மாநிலக் கூட்டமைப்பில் சேருவதாக அறிவித்துவிட்டன. மற்ற எல்லை மாநிலங்களான டெலவர் மற்றும் மேரிலாண்ட் மாநிலங்கள், பிரிந்து

செல்லவில்லை என்றாலும், ஒன்றியத்திற்கு வீரர்களை அனுப்பவில்லை. உண்மையில், இந்த மாநிலங்களைச் சேர்ந்த பலர் மாநிலக் கூட்டமைப்புப் படையில் சேர்ந்து போரிட்டனர்.

ஆனால் இப்படியாகச் சேர்ந்த எவரும் ராணுவ வீரர்களோ, அதற்கான பயிற்சி பெற்றவர்களோ இல்லை என்பதை உணர வேண்டும். அதிகபட்சமாக, இவர்களுக்குத் துப்பாக்கியால் சுடத் தெரிந்திருக் கலாம். அதைத் தாண்டி, ஒரு குழுவாகத் தாக்குவதோ, பாதுகாப்பதோ, முன்னேறுவதோ, பின் வாங்குவதோ எப்படி என்பது பற்றி எந்த அறிவோ பயிற்சியோ இல்லாதவர்கள்.

இந்த வீரர்களை வழிநடத்த பிரிகேடியர் ஜெனரல் இர்வின் மக்டவல் நியமிக்கப்பட்டார். ஆனால் இர்வின் அதுவரை ஒரு போரில் கூடப் பங்கு பெற்றதில்லை. அவருக்குக் கள அனுபவம் என்பது சிறிதும் இல்லை. அவரது மாநிலத்தைச் சேர்ந்த சால்மன் சேஸின் சிபாரிசின் பேரில் லிங்கன் இவரை நியமித்தார்.

தென் மாநிலக் கூட்டமைப்பைத் தோற்கடிக்க வின்பீல்ட் ஸ்காட் ஒரு திட்டத்தைத் தயாரித்தார். முதலில் மிஸ்ஸிஸிப்பி நதியை முழுவதுமாகத் தங்களது கட்டுப்பாட்டில் கொண்டு வரவேண்டியது. அதைத் தொடர்ந்து, தெற்கிலும், கிழக்கிலும் இருக்கும் தென் மாநில கூட்டமைப்பின் துறைமுகங்களை இயங்க விடாமல் செய்து, அவர்களது வர்த்தகத்தின் கழுத்தை நெறிப்பது.

அதன் பின்னர் அவர்களைத் தோற்கடிப்பது எளிதாகிவிடும் என்பதே திட்டம். இது 'அனகோண்டா திட்டம்' என்று அழைக்கப்பட்டு, பெரிதாகக் கேலி பேசப்பட்டது. வாஷிங்டனில் இருந்து கூட்டமைப்பின் தலைநகரான ரிச்மன்ட் 100 மைல் தொலைவில் இருந்தது. அதைக் கைப்பற்றினால் போர் முடிவுக்கு வந்துவிடும் என்பதே பொதுவான சிந்தனையாக இருந்தது. ஸ்காட் கூறிய திட்டத்தின்படி, 3 வருடங்களும் 3,00,000 வீரர்களும் தேவைப்படாது என்று கேலி பேசப்பட்டது.

எனவே 'ரிச்மன்ட்டை நோக்கி' என்பதே வடமாநிலங்களின் மந்திரமாக இருந்தது. எனவே புதிதாக மூன்று மாதத்திற்கு எடுக்கப்பட்ட வீரர்களில் பெரும் பகுதி, வாஷிங்டன் நகரின் தெற்கு பகுதியில் வந்து சேர்ந்தனர். அவர்களில் ஒரு பகுதியை, 18,000 வீரர்களை விர்ஜினியாவின் மேற்கு பகுதியில் இருந்த ஷெனான்டோவா பள்ளத்தாக்கு பகுதிக்கு அனுப்பப்பட்டார்கள். அங்கிருந்த மாநிலக் கூட்டமைப்பின் படையை ரிச்மன்ட்டிற்கும்/ வாஷிங்டனிற்கும் வர விடாமல் தடுப்பதுதான் அவர்களுக்குக் கொடுக்கப்பட்ட வேலை. இன்னுமொரு 35,000 வீரர்கள்

வாஷிங்டனிற்கு வெளியே தினமும் பயிற்சியில் ஈடுபட ஆரம்பித்தனர்.

•

நாட்கள் நகர்ந்து கொண்டிருந்தன. பயிற்சி தொடர்ந்து கொண்டிருந்தது. அரசியல்வாதிகளிடம் இருந்தும், பத்திரிகைகளில் இருந்தும் ரிச்மன்ட்டைக் கைப்பற்ற வேண்டும் என்ற குரலின் ஓசை அதிகரித்துக் கொண்டே இருந்தது. அனைவரும் ஒரு பெரிய சண்டை, அத்துடன் வெற்றியை அறிவித்துவிடத் தயாராக இருந்தார்கள்.

எல்லாவற்றிற்கும் மேலாக, வீரர்களின் மூன்று மாத ஒப்பந்தம் முடிவுக்கு வந்து கொண்டிருந்தது. இன்னமும் தள்ளிப்போட முடியாது என்ற நிலை வந்தபோது, மக்டவல் தாக்குதலை முன்நடத்த வந்தார்.

தென்மாநிலக் கூட்டமைப்பின் படையை பி.ஜி.டி. போரெகார்ட் வழி நடத்திக்கொண்டிருந்தார். சம்டர் கோட்டையின் மீது தாக்குதல் நடத்திய அதே தளபதிதான். வட மாநிலங்களைப் போலவே சிறிதும் கள அனுபவம் இல்லாத படையை வழிநடத்தினாலும், போரெகார்ட் மிகுந்த கள அனுபவம் கொண்டவர். அத்துடன் அவருடன் இருந்த முதல் நிலை அதிகாரிகள், மிகுந்த தைரியமும், பல போர்களில் அனுபவமும் கொண்டவர்கள். எனவே, தங்களைவிட இன்னொரு மடங்கு பெரிய அமெரிக்க ஒன்றியத்தின் படையை எதிர்நோக்குவதில் அவர்களுக்கு எந்தத் தயக்கமும் இல்லை.

கூட்டமைப்பின் படை, வாஷிங்டன் நகரில் இருந்து 30 மைல் தொலைவில் இருந்த மனாசஸ் நகரின் அருகே இருந்தது. ஒன்றியத்தின் படை தங்களை நோக்கி முன்னேறுகிறது என்று தெரிந்தவுடன், போரெகார்ட், தனது படையை அங்கிருந்த புல் ரன் (Bull Run) என்ற ஓடையின் மறுபுறத்தில் நிறுத்திக்கொண்டார். தனக்கு உதவி வேண்டும் என்று ஷெனான்டோவா பள்ளத்தாக்கில் இருந்த தளபதி ஜான்ஸ்டனின் படைக்கும் செய்தி அனுப்பிவிட்டுக் காத்திருந்தார்.

ஜூலை 21. காலை 2.30 மணிக்கு முதல் ஒன்றியப் படைகள், கூட்டமைப்பின் படைகளைச் சந்தித்தன. அடுத்து வரப்போகும் சண்டைகளில் என்ன நிகழப்போகிறது என்பதை எடுத்துக்காட்டப் போகும் சண்டையாக இது இருந்தது. பெரும் குழப்பமும், பெருத்த உயிர்ச்சேதமும் கொண்ட சண்டையாக இருந்தது. மெதுவாக ஆரம்பித்த சண்டை, ஒவ்வொரு இடமாகப் பற்றிக்கொண்டிருந்தது. ஒன்றியப் படையின் ஒரு பகுதி ஓடையைக் கடந்து, போரெகார்ட்டை மேற்கில் இருந்து தாக்க ஆரம்பித்தது.

விடிய ஆரம்பித்தவுடன் மனாசஸ் சண்டை ஆரம்பித்துவிட்டது என்ற செய்தி வாஷிங்டன் நகரில் பரவ ஆரம்பித்தது. நகரின் முக்கியப் பிரமுகர்கள், பெண்கள், குழந்தைகள் என அனைவரும், தங்கள் படைகள் மாநிலக் கூட்டமைப்பைத் தோற்கடித்து, ரிச்மன்டை நோக்கிச் செல்வதைப் பார்க்க வேண்டி, மதிய உணவு, பழங்கள், அமர்ந்து பார்க்க நாற்காலிகள், வெற்றியைக் கொண்டாட நல்ல உடைகள் என்று ஆனந்தமாகப் பெரிய குதிரை வண்டிகளில் சண்டை நடக்கும் இடத்தை நோக்கிச் செல்ல ஆரம்பித்தார்கள்.

காலையில் சண்டை நன்றாகவே சென்று கொண்டிருந்தது. அமெரிக்க ஒன்றியப் படைகள் மெதுவாக முன்னேறிக்கொண்டிருந்தன. இரண்டு படைகளும் சீருடைகளில் இல்லை என்பதால், யார் எந்தப் பக்கத்தைச் சேர்ந்தவர் என்ற குழப்பங்கள் இருந்தன. பல இடங்களில் தங்களுடைய படையைச் சேர்ந்தவர்களையே சுடுவதும், எதிரிப்படையைத் தங்கள் படை என்று நினைத்து அருகில் வர அனுமதித்துச் சுடப்பட்டு இறப்பதும் சாதாரணமாக இருந்தது.

ஆனால் மதியத்திற்கு மேல், ஷெனான்டோவா பள்ளத்தாக்கில் இருந்த மாநிலக் கூட்டமைப்பின் படைகள் வந்து சேரவே, சண்டையின் போக்கு கூட்டமைப்பிற்குச் சாதகமாக மாறியது. தங்களது மேற்கில் இருந்து வந்த புதிய தாக்குதலால் நிலைகுலைந்த ஒன்றியப் படைகள் பின்வாங்கி ஓட்டம் பிடித்தன.

சுற்றுலாவாக வந்து, உணவை உண்டு கொண்டிருந்தவர்கள், தங்களது வீரர்கள் தவறான திசையில் ஓடிவந்து கொண்டிருப்பதைக் கண்டு, அப்படியே அனைத்தையும் போட்டுவிட்டு, குதிரைகளிலும், வண்டிகளிலும் ஏறி வாஷிங்டன் நகரைச் சென்றடைய முயன்றனர்.

தந்தி அலுவலகத்தில் வெற்றி செய்தியை எதிர்பார்த்துக் காத்திருந்த லிங்கன், தன்னுடைய படைகள் தோல்வியடைந்து வாஷிங்டன் நகரை நோக்கி வருகின்றன என்ற செய்தியைக் கேட்டு மனம் உடைந்தார். கூட்டமைப்பின் படைகளுக்கும் வாஷிங்டன் நகருக்கும் இடையில் பாதுகாவலுக்கு யாரும் இல்லை. இரவிலேயே கூட்டமைப்பின் படைகள் வாஷிங்டன் நகருக்குள் நுழைந்துவிடலாம் என்ற பயம் அனைவருக்கும் ஏற்பட்டது.

ஆனால் கூட்டமைப்பின் படைகளும் புதியவர்களால் நிரம்பியது என்பதை மறந்து விடக்கூடாது. எதிர்பாராமல் கிடைத்த வெற்றியால், வீரர்கள் கொண்டாட்டத்தில் இருந்தார்கள். அவர்களது தளபதிகள் பின்வாங்கி ஓடும் ஒன்றியப் படைகளைத் துரத்திச் செல்ல முயன்றாலும், அவர்களிடம் போதுமான வீரர்கள் இல்லை.

கூட்டமைப்பு நல்ல வாய்ப்பைத் தவறவிட்டது. சண்டையில் வெற்றியுடன் மகிழ்ச்சி அடைந்துவிட்டது.

நடந்த சண்டையில் இரண்டு பக்கங்களும் சேர்ந்து 5000 வீரர்கள் இறந்தார்கள் அல்லது காயமடைந்தார்கள். அதுவரை அமெரிக்காவில் நடந்த போர்களிலேயே அதிகச் சேதம் ஏற்படுத்தியது இந்தப் பனிரெண்டு மணி நேரச் சண்டைதான். ஆனால் அடுத்து வரப்போகும் சண்டைகள் இதை எளிதாகக் கடந்துவிடும் என்பதை அப்போது எவரும் முழுமையாக உணரவில்லை.

புல் ரன்னில் நடந்த சண்டை, இரண்டு பக்கங்களுக்கும் ஒரு உண்மையை உணர்த்தியது. ஒரே சண்டையில் இந்தப் போர் முடியப் போவதில்லை. இரண்டு பக்கங்களும் நீண்ட போருக்குத் தயாராக வேண்டியது அவசியம் என்பதுதான் அது. லிங்கன் உடனடியாக இன்னமும் 5,00,000 வீரர்கள் வேண்டும் என்று காங்கிரஸைச் சட்டமியற்றி, ஆணை பிறப்பிக்கச் சொன்னார். ஜெபர்சன்டேவிஸ், கூட்டமைப்பின் சார்பில் 4,00,000 வீரர்களைக் கேட்டு ஆணை பிறப்பித்தார்.

•

இந்தச் சண்டையில் போரிட்ட வீரர் ஒருவரின் கடிதத்தோடு இந்த அத்தியாயத்தை முடிக்கலாம். ரோட் ஐலாண்டைச் சேர்ந்த சல்லிவன் பால்லூ (Sullivan Ballou) ஒரு வக்கீல். லிங்கனின் அறைகூவலைக் கேட்டுப் படையில் சேர்ந்தவர். மேலே விவரிக்கப்பட்ட சண்டைக்கு ஒரு வாரம் முன்பு அவரது மனைவிக்கு எழுதிய கடிதம், அவர் போர்க்களத்தில் நிற்பதன் நியாயத்தை மட்டுமல்லாது, போரின் இழப்புகள் போர்க் களத்தில் மட்டுமல்லாது, அதைத் தாண்டி பெண்கள், குழந்தைகள் என்றும் இருக்கிறது என்றும் கூறுகிறார். அவரது கடிதத்தில் எதிர்பார்த்தது போல, அவர் போர்க்களத்தில் மரணமடைந்துவிட்டார்.

அவரது கடிதத்தில் இருந்து சில பகுதிகள்.

> தலைமையிடம். காம்ப் கிளார்க்.
>
> வாஷிங்டன். ஜூலை 14, 1861.
>
> என் அன்பான மனைவிக்கு,
>
> இன்னமும் சில நாட்களில், ஏன் நாளையேகூட நாங்கள் போர்க்களத்திற்குச் செல்லலாம் என்று எதிர்பார்க்கப்படுகிறது…
>
> அமெரிக்கக் கலாச்சாரத்தின் வெற்றி நமது அரசாங்கத்தின் வெற்றியோடு கலந்து இருக்கிறது. நமக்கு முன்னே

புரட்சியின்போது நமது முன்னோர்கள் சிந்திய ரத்தத்திற்கும் துயரத்திற்கும் நாம் கடன் பட்டிருக்கிறோம். அந்தக் கடனை அடைக்க நான் என்னுடைய அனைத்து மகிழ்ச்சிகளையும் இழக்கத் தயாராக இருக்கிறேன்.

ஆனால், என் அன்பான மனைவியே, என்னுடைய மகிழ்ச்சிகளோடு, உன்னுடைய மகிழ்ச்சிகளையும் இந்த வாழ்வில் இழக்க வைக்கிறேன். உன்னுடைய வாழ்வு இனி துயரங்களாலும் கவலைகளாலும் நிரம்பி விடும். அனாதையாக வாழ்ந்து பழகிய நான், என்னுடைய பிள்ளைகளுக்கும் அதையே தரவேண்டி இருக்கிறது. என் வாழ்வின் கொள்கையின் கொடி காற்றில் பெருமிதத்தோடு அசையும்போது, என் அன்பு மனைவியும், குழந்தைகளும் நாட்டின் மீதான என்னுடைய அன்பை எதிர்த்துக் கடுமையாக ஆனால் பலனின்றிப் போராட வேண்டி இருக்கும்.

...

சாரா, உன் மீதான என் அன்பிற்கு இறப்பில்லை... என்னுடைய குறைகளை மன்னித்து, நான் உனக்குக் கொடுத்திருக்கும் துயரங்களையும் மன்னித்துவிடு.

...

நான் திரும்பவில்லை என்றால், என் அன்பு சாரா, நான் உன்னை எவ்வளவு காதலித்தேன் என்பதை மறந்துவிடாதே. போர்க்களத்தில் என்னுடைய கடைசி மூச்சும் உன்னுடைய பெயரைச் சொல்லும் என்பதையும் மறந்துவிடாதே.

...

நம்முடைய மகன்களைப் பொறுத்தவரை, அவர்கள் என்னைப் போலவே தந்தையின் அன்பும் ஆதரவும் இல்லாமல் வளர்வார்கள். வில்லிக்கு என்னை நினைவிருக்கவில்லை. எட்கர், தன்னுடைய குழந்தைப் பருவத்தின் நினைவுகளாக வைத்திருக்கலாம். சாரா, உன்னுடைய தாய்ப் பாசத்தின்மீது எனக்கு அளவில்லாத நம்பிக்கை இருக்கிறது. ஓ, சாரா! உனக்காக நான் காத்திருப்பேன்! என்னிடம் வா, என் குழந்தைகளையும் அழைத்து வா.

சல்லிவன்.

12. யுலிசிஸ் கிராண்ட்

'கிராண்ட் எந்த பிராண்ட் விஸ்கி குடிக்கிறார் என்று சொல்லுங்கள். எனது மற்ற ஜெனரல்களுக்கு அதில் ஒரு பீப்பாய் அனுப்ப விரும்புகிறேன்.'

– ஆபிரகாம் லிங்கன்

1846ஆம் ஆண்டு அமெரிக்கக் கவிஞரும், தத்துவவாதியுமான ஹென்றி டேவிட் தொரோ வால்டன் குளத்தின் அருகிலிருந்த அவருடைய சிறிய வீட்டிலிருந்து வெளியில் வந்தார். அப்போது அங்கிருந்த வரி வசூலிப்பவரைத் தற்செயலாகப் பார்க்க வேண்டி வந்தது. தொரோ ஆறு வருடங்களாக வரி கட்டாததால், இப்போது கட்டவேண்டும் என்று அவர் கூறினார்.

அப்போது அமெரிக்கப் படைகள் மெக்ஸிகோவில் போரில் ஈடுபட்டிருந்தன. அந்தப் போரைத் தான் எதிர்ப்பதால், அதை நடத்திக் கொண்டிருந்த அமெரிக்க நாட்டிற்கு வரி கட்டமுடியாது என்று மறுத்துவிட்டார். அதற்காகச் சிறைத் தண்டனையும் அனுபவித்தார். அந்த அனுபவத்தில் இருந்தே தன்னுடைய 'சட்ட மறுப்பு' கொள்கையை உருவாக்கினார்.

1846ஆம் வருடம் அமெரிக்காவிற்கும் மெக்ஸிகோவிற்கும் டெக்சாஸ் மாநிலத்தை மையமாக வைத்துப் போர் மூண்டது. இன்னமும் 15 வருடங்களில் எதிரிகளாக மோதிக்கொள்ளப் போகும் பல தளபதிகள், அந்தப் போரிலேயே புடம் போடப்பட்டனர். ராபர்ட் இ. லீ, ஜார்ஜ் மீட், 'ஸ்டோன் வால்' ஜாக்சன், ஜேம்ஸ் லாங்ஸ்ட்ரீட் போன்றவர்கள் வின்பீல்ட் ஸ்காட், பின்னாளில் அமெரிக்கக் குடியரசுத் தலைவரான சக்கரியா டெய்லர் முதலியோர் தலைமையில் ஒன்றாகப் போரிட்டனர்.

அங்கே அவர்களிடையே படைகளுக்குச் சரக்குகளைப் பெற்று விநியோகிக்கும் துணை அதிகாரியாக ஓர் இளைஞர் வந்து சேர்ந்தார். போரிடத் துடித்துக் கொண்டிருந்த அவருக்குச் சிறிது நாட்களிலேயே வின்பீல்ட் ஸ்காட்டின் தலைமையில் இரண்டாம் லெப்டினென்ட்டாகப் போரிட வாய்ப்புக் கிடைத்தது. அந்த அதிகாரியின் வீரமும் வேகமும் அவரை வேகமாக ராணுவத் தலைமைக்கு உயர்த்தியது. தன்னுடைய வாழ்வை ராணுவத்தில் கழித்துவிடலாம் என்று அவரும் எண்ணியிருந்தார். ஆனால் விதி வேறாகக் கணக்கிட்டிருந்தது.

•

நம்முடைய கதையின் இன்னொரு நாயகனைப் பற்றி இப்போது பார்க்கப் போகிறோம். யுலிசிஸ் எஸ். கிராண்டின் கதையை எந்த ஒரு தன்னம்பிக்கை புத்தகத்திலும் வைக்கலாம். மனதில் உறுதி இருந்தால், வாழ்வின் பின்னடைவுகளில் இருந்து எப்படியேனும் வெளியே வந்துவிட முடியும் என்பதே அவரது வாழ்வின் செய்தி. அவரது வாழ்வின் இறுதி வரை துயரங்கள் தொடர்ந்தன. இறுதிவரை அவற்றை அவர் வென்று கொண்டே இருந்தார். இதனாலேயே அவரது வாழ்வு தெரிந்துகொள்ள வேண்டியதாக இருக்கிறது.

பெரும் போர் வீரர்களை உலகம் நினைவில் வைத்திருக்கிறது. நெப்போலியன், சீசர் போன்ற வீரர்களின் கதைகள் திரும்பத் திரும்பச் சொல்லப்படுகிறது. ஆனால் கிராண்ட், ஒரு குடியரசு நாட்டின் தளபதி எப்படி இருக்கவேண்டும் என்பதற்கு உதாரணமாக இருக்கிறார். அந்த முறையில் அவருக்கு முன்னரோ, பின்னரோ எவரும் இல்லை என்று கூறலாம்.

நோவா கிராண்ட், யுலிசிஸ் கிராண்டின் தந்தையின் தந்தை. அமெரிக்கப் புரட்சி போரில், பிரித்தானிய அரசிற்கு எதிராக அமெரிக்க ராணுவத்தில் போரிட்டவர். அவரது மகன் ஜெஸ்ஸி, ஓஹையோ மாநிலத்தில் தோல் பதனிடும் தொழில் செய்து வந்தார். அவருக்கும், அவரது மனைவி ரேச்சலிற்கும் மகனாக கிராண்ட்1822ஆம் வருடம் பிறந்தார். அவரது இளமைப் பருவம் பள்ளிகளிலும், குதிரைகளிலும் கழிந்தது. கிராண்டின் குதிரை ஏற்றம் பற்றிப் பல கதைகள் சொல்லப்படுகின்றன. அவற்றில் பல அவரது இளமைப் பருவத்தைச் சேர்ந்தவை.

தோல் பதனிடுவதில் எந்த ஆர்வமும் இல்லாமல் இருந்ததால், அவரது தந்தை அவரைக் குதிரை வண்டியில் பொருட்களை ஏற்றிச்செல்வதற்குப் பழக்கினார். கிராண்டின் தந்தை அடிமை முறையை ஒழிக்க வேண்டும் என்று மிகவும் தீவிரமாக இயங்கியவர்.

எனவே, கிராண்ட்டும் இளவயதில் இருந்தே அரசியல் பேசும் வீட்டின் பின்னணியில் வளர்ந்தார். ஆனால் கிராண்ட் அரசியலிலும் பெரிதாக ஆர்வம் காட்டவில்லை. வாராவாரம் தேவாலயத்திற்குச் செல்லும் குடும்பத்தில் பிறந்திருந்தாலும், அவர் இளவயதிலேயே தேவாலயத்திற்குச் செல்வதை நிறுத்திவிட்டார். இறுதி வரை, அவர் பொதுவிடங்களில் மதச்சடங்குகள் எதையும் செய்ததில்லை.

17 வயதானபோது கிராண்டை அவர் தந்தை நியூ யார்க் மாநிலம், வெஸ்ட்பாயிண்டில் இருக்கும் அமெரிக்க ராணுவப் பயிற்சிப் பள்ளியில் சேர்த்தார். முதல் வருடத்தில் பெரிதாக ஆர்வம் காட்டாத கிராண்ட், பின்னர் தன்னுடைய குதிரை காதலிற்கும், ராணுவப் பயிற்சிக்கும் இருந்த நெருக்கத்தால் ராணுவத்தை நேசிக்க ஆரம்பித்து விட்டார். நான்கு வருடங்கள் கழித்து அவர் எதிர்பார்த்ததைப்போல, குதிரைப் படையில் இல்லாமல் தரைப்படைக்கு அனுப்பப்பட்டார். முதலில் மிசூரி மாநிலத்தில் செயின்ட் லூயிஸ் நகரின் பாசறைக்கு அனுப்பப்பட்டார்.

●

மிசூரி மாநிலம் எல்லை மாநிலங்களில் ஒன்று. அடிமைகளை வைத்துக்கொள்வது அங்கே சட்டப்பூர்வமானது. அங்கிருந்த மிகவும் செல்வாக்கான, செல்வந்தர் குடும்பங்களில் டென்ட் குடும்பமும் ஒன்று. பல அடிமைகளைத் தங்களது பெரும் தோட்டங்களில் வைத்திருந்தனர்.

அந்தக் குடும்பத்தைச் சேர்ந்த பிரெடெரிக் டென்ட், கிராண்டின் நண்பர். செயின்ட் லூயிஸ் நகரில் வசித்து வந்த அவரது வீட்டிற்கு கிராண்ட் அவ்வப்போது சென்று வந்தார். பிரெட்டின் சகோதரி ஜூலியா டென்டின் மீது காதல் கொண்டார்.

ஜூலியா ஒரு கேனரி பறவையை வளர்த்து வந்தார். அது மரணமடைந்த போது, கிராண்ட் அதற்குச் சிறிய மஞ்சள் நிற சவப்பெட்டியைச் செய்து, தன்னுடைய நண்பர்கள் எட்டு ராணுவ அதிகாரிகளை அழைத்து, அதை முழு ராணுவ மரியாதையுடன் அடக்கம் செய்தார்.

கிராண்டின் குடும்பத்தினர் அடிமை முறையைத் தீவிரமாக எதிர்த்து வந்தாலும், கிராண்ட் இந்தக் காலத்தில் அது குறித்து எந்த நிலைப்பாடும் இல்லாமலேயே இருந்தார்.

●

1845ஆம் வருடம் அமெரிக்கா, டெக்சாஸ் பிரதேசத்தைத் தன்னுடன் இணைத்துக் கொண்டது. அதைத் தன்னுடைய பிரதேசமாகப் பார்த்த

மெக்ஸிகோ நாடு போரை அறிவித்துவிட்டது. 1846ஆம் வருடம் போர்முனைக்கு கிராண்ட் அழைக்கப்பட்டார். ஜூலியாவைக் காத்திருக்கச் சொல்லிவிட்டு, கிராண்ட் மெக்சிகோவுடனான போருக்குக் கிளம்பினார்.

'அமெரிக்கா எப்போதும் போரில் இருக்கும் தேசம்' என்று சொல்லப்படுவதுண்டு. அமெரிக்காவின் 240 வருட வரலாற்றில் அந்த நாடு போர் செய்யாத வருடங்களைக் கைவிரலில் எண்ணிவிடலாம்.

போர் வீரர்களுக்கான உணவு மற்றும் இதர பொருட்களைச் சரிவரக் கொண்டு வந்து சேர்த்து, வினியோகிக்கும் துணை குவார்ட்டர் மாஸ்டர் வேலை அவருக்குக் கொடுக்கப்பட்டது. ஆனாலும் சிறிது நாட்களிலேயே அவர் முதல் போர்முனையைக் கண்டார். அவரது துணிவையும் குதிரை ஏற்ற திறமையையும் கண்டு, அவர் முதல் நிலை லெப்டினென்ட் ஆகப் பதவி உயர்த்தப்பட்டார். போர் முடிந்தபோது, மெக்ஸிகோ சிட்டி நகரைக் கைப்பற்றியதில் அவரது பங்கை அங்கீகரிக்கும் வகையில், அவர் கேப்டனாகப் பதவி உயர்வு பெற்றார்.

மூன்று வருடங்களுக்குப் பின்னர் திரும்பிய கிராண்ட் ஜூலியாவை மணமுடித்தார். ஜூலியாவை ஏற்றுக்கொண்ட கிராண்டின் பெற்றோர், அவரது அடிமைகள் வைத்திருக்கும் குடும்பத்தை ஏற்றுக்கொள்ளவில்லை. எனவே அவரது திருமணத்திற்கு கிராண்டின் பெற்றோர் வரவில்லை.

அதற்கடுத்த ஐந்து வருடங்களில் ராணுவ வாழ்வு அவரை அமெரிக்கக் கண்டமெங்கும் அழைத்துச் சென்றது. மிச்சிகன், வடமேற்குப் பிரதேசங்கள், கலிபோர்னியா போன்ற தூர இடங்களுக்குச் சென்ற அவர், தனிமையைப் போக்க குடிக்க ஆரம்பித்திருந்தார். பணி நேரத்தில் குடிப்பதாகப் பல முறை கண்டிக்கப்பட்ட பின்னர், 1853ஆம் வருடம் தானாகவே பதவியில் இருந்து விலகினார்.

•

அதற்கடுத்த ஏழு வருடங்கள் கிராண்டின் வாழ்க்கை நரகமாக இருந்தது. அவர் வியாபாரம் செய்யத் தேர்ந்தெடுத்த நண்பர்கள் அவரை ஏமாற்றினார்கள். கையில் பணமின்றி, நான்கு குழந்தைகளுடன், என்ன செய்வதென்று அறியாமல் அவரது மாமனாரை வந்து சந்தித்தார். அவர் கிராண்டிற்குச் சிறிது நிலமும் அதில் வேலை செய்ய அடிமைகளும் கொடுத்தார். நிலத்தில் இருந்து கிடைத்தது அவர்களது உணவிற்கு மட்டுமே சரியாக இருந்தது. அடிமைகளிடம் வேலை வாங்குவது எப்படி என்று கிராண்டிற்குத் தெரியவில்லை. எனவே சிறிது நாட்களிலேயே விடுவித்துவிட்டார்.

1857 பொருளாதார நெருக்கடி அவரது நிலையை இன்னமும் மோசமாக்கியது. தன்னுடைய இடத்தை வாடகைக்குக் கொடுத்து விட்டு, மாமனாரின் தோட்டத்திற்குச் சென்றுவிட்டார். அங்கிருந்து கொண்டு அவர் பல வித தொழில்களைச் செய்ய முயன்று அனைத்திலும் தோல்வி அடைந்தார். அவரது கடன்கள் அதிகரித்துக் கொண்டே சென்றன.

1860ஆம் வருடம் தன்னுடைய சகோதரர்கள் நடத்தி வந்த தோல் தொழிலில் உதவி செய்ய இலினொய் மாநிலத்திற்குக் குடும்பத்துடன் குடிபுகுந்தார். ஒரு வருடத்திற்குள் கடன்களை முழுவதுமாக அடைந்துவிட்டார்.

1861ஆம் வருடம் உள்நாட்டுப் போர் துவங்கவே, லிங்கனின் அறைகூவலுக்குப் பதிலாக ராணுவத்தில் சேர முடிவு செய்தார். ஆனால் அவரது முந்தைய குடிப்பழக்கத்தை அறிந்திருந்த அதிகாரிகள், ராணுவத்தில் எடுத்துக்கொள்ள முன்வரவில்லை. எனவே, மாநிலத்தில் துணை ராணுவப் படைக்குத் தளபதியாக நியமிக்கப்பட்டார்.

ஆனால் மேற்கில் இருந்த படைகளின் தளபதியான மேஜர் ஜெனரல் ஃபிரீமான்ட், அவரது அதிகாரிகளின் பரிந்துரையை மீறி, கிராண்ட்டை கர்னலாகப் பதவி உயர்த்தி, டென்னிசி மாநிலத்தையும், மிஸ்ஸிஸிப்பி நதியையும் திரும்பவும் அமெரிக்க ஒன்றியத்தின் கட்டுப்பாட்டில் கொண்டு வர நியமிக்கப்பட்டார். ஆனால், தன்னுடைய அனுமதியின்றி எந்தத் தாக்குதலும் நடத்தக்கூடாது என்றும் ஜெனரல் ஃபிரீமான்ட் ஆணையிட்டிருந்தார்.

'திரும்பவும் நான் அந்தத் தோல் கடையில் கால் வைக்கவேயில்லை' என்று பின்னொரு நாளில் இது குறித்து மிகுந்த திருப்தியோடு தெரிவித்தார் கிராண்ட்.

13. தீபகற்பப் போர்

'தளபதி மக்கிலேலன் அவரது படைகளை உபயோகிக்கவில்லை என்றால், அதைச் சிறிது காலத்திற்குக் கடன் வாங்கிக் கொள்ள விரும்புகிறேன்.'

– ஆபிரகாம் லிங்கன்

தத்துவத்திற்கு அரிஸ்டாட்டில் போல, பத்தொன்பதாம் நூற்றாண்டின் போர்களுக்கு நெப்போலியன் குருவாகப் பார்க்கப்பட்டார். படைகளைச் சிறு குழுக்களாகப் பிரித்துத் தாக்குவது, எதிரியை ஒரு பக்கமாகவும், பின்புறமும் தாக்குவது. புதிய ஆயுதங்களை வேகமாகப் பழக்குவது, மின்னல் வேகத்தில் படைகளை ஓரிடத்தில் இருந்து இன்னொன்றுக்கு நகர்த்துவது என்று அவர் கொண்டு வந்த புதுமைகள் அதிகம். அப்போதிருந்த ஐரோப்பிய, அமெரிக்க ராணுவப் பயிற்சிப் பள்ளி மாணவர்கள் அனைவரும் நெப்போலியனின் போர்களையும் அவற்றில் அவர் புகுத்திய புதுமைகளையும் படித்தவர்கள்.

ஆனால் புதிய, நவீன ஆயுதங்களும் இயந்திரங்களும் குதிரைப் படைகளின் இடத்தை எடுத்துக் கொண்டிருப்பதையும் போர்க்களத்தை மாற்றிக் கொண்டிருப்பதையும் பலரும் உணரவில்லை.

•

புல் ரன்னில் கிடைத்த தோல்விக்குப் பின்னர், வாஷிங்டனில் ஒன்றிரண்டு நாட்கள் பீதி நிலவியது. மாநிலக் கூட்டமைப்புப் படைகள் எப்போதும் தாக்கலாம் என்ற பயம் அனைவரிடமும் இருந்தது. அப்படி எதுவும் நடக்கவில்லை. அதே நேரத்தில் அவர்கள்

எதிர்பார்த்த அளவிற்கு மோசமான தோல்வியும் அல்ல என்பதும் அனைவரையும் சிறிது நிம்மதியாக்கியது.

ஆனால் தோல்விக்கு யார் காரணம் என்ற விவாதம் பெரிதானது. ஜூலை 25 1861 அன்று தளபதி பிரிகேடியர் ஜெனரல் இர்வின் மக்டவல் அவரது பொறுப்பில் இருந்து விடுவிக்கப்பட்டார். அப்போதே லிங்கன் புதிய தளபதியாக மேஜர் ஜெனரல் ஜார்ஜ் மக்கிலேலனை நியமித்தார்.

அமெரிக்க ராணுவத்தில் இருந்த அதிகாரிகள் பலரும் ஜனநாயகக் கட்சியைச் சேர்ந்தவர்கள். அவர்கள் அடிமை முறையை ஒழிப்பதற்கு அன்றி, ஒன்றியத்தை ஒன்றாக்க வேண்டியே போரிட வந்தனர். எனவே இயற்கையாகவே, லிங்கன் மீது அவர்களுக்கு அதிக மதிப்பு இருக்கவில்லை. இந்த அதிகாரிகளை எல்லாம் ஒன்றாகச் சேர்த்து, அவர்களுக்கு ஒரு தலைவரை நியமிக்கலாம் என்றால் அதற்கு ஜார்ஜ் மக்கிலேலன் பொருத்தமானவர். வெற்றியைப் பெற்றுத் தந்தால் போதும் என்ற நிலையில் இருந்த லிங்கன், இவை எல்லாம் தெரிந்தும் அவரை நியமித்தார்.

ஜார்ஜ் மக்கிலேலன் போர் தந்திரங்களிலும், போரைத் திட்ட மிடுவதிலும் வல்லவர். அவரது வீரர்கள் அவரை விரும்பினார்கள். 'யங் நெப்போலியன்' என்று அழைத்தனர். பத்திரிகைகள் இடையிலும் அவர் பிரபலமாக இருந்தார்.

லிங்கனின் வேண்டுகோளுக்கு இணங்க, அதிகமான வீரர்களைப் படையில் சேர்க்க ஒப்புதல் கொடுக்கப்பட்டது. மேலும் முதல் சண்டைக்குப் பின்னர், சிதறிக் கிடந்த வீரர்கள் ஒன்றாக இணைக்கப் பட்டனர். இவர்கள் 'போடோமோக் படை' (Army of the Potomac) என்றழைக்கப்பட்டனர். (வாஷிங்டன் வழியாகச் சென்ற நதியின் பெயரே போடோமோக்).

இவர்களை ஒன்றிணைத்து, மீண்டும் ஒரு படையாக மாற்றுவதில் ஜார்ஜ் மக்கிலேலன் பெரும் பங்கு வகித்தார். தினமும் பயிற்சிகள், அணிவகுப்பு, படையாகச் செல்வது என்று பல விதங்களிலும் அவர்களுக்குப் பயிற்சி அளித்தார். வாஷிங்டன் நகரைச் சுற்றி பல புதிய பாதுகாப்பு அகழிகள், கோட்டைகள் முதலியவற்றையும் தன் வீரர்களைக் கொண்டு கட்டினார். புதிதாக வந்த வீரர்களோடு நவம்பர் 1861ல் அவரது படையில் 1,68,000 வீரர்கள் இருந்தார்கள்.

நவம்பர் 1, 1861 அன்று தலைமை தளபதி வின்பீல்ட்ஸ்காட் பதவி ஓய்வு பெற்றார். லிங்கன் அந்தப் பதவிக்கு ஜார்ஜ் மக்கிலேலனை நியமித்தார். மேற்கு, கிழக்கு என இரண்டு இடங்களில் நடந்து

கொண்டிருந்த போரை முழுவதுமாக நடத்தும் பொறுப்பு அவரிடம் கொடுக்கப்பட்டது. அனைவரும் வரப்போகும் பெரும் வெற்றிக்காகக் காத்திருந்தார்கள்.

ஆனால் ஜார்ஜ் மக்கிலேலன் வேறு ஒரு கவலையில் இருந்தார். எப்படியோ அவர் மாநிலக் கூட்டமைப்பின் படைகள் தன்னுடைய படைகளைவிட அதிக எண்ணிக்கையில் இருக்கின்றன என்று நம்ப ஆரம்பித்திருந்தார். இதனால், மோதலைத் தள்ளிப் போட்டுக் கொண்டே இருந்தார். மேலும், அவர் ஸ்காட்டின் 'அனகோண்டா திட்டத்தை' விரும்பவில்லை. நெப்போலியனைப் போல ஒரே பெரும் போரில் கூட்டமைப்பை வென்றுவிட வேண்டும் என்று நினைத்தார்.

எல்லாவற்றையும்விட, அவருக்கும் லிங்கனிற்கும் நடுவே நல்லுறவு இல்லை. லிங்கனைப் பொதுவிடங்களில் 'கொரில்லா', 'பஃபூன்' என்றெல்லாம் அழைத்தார். தன்னைப் பார்க்க வீட்டிற்கு வந்த லிங்கனை, தான் களைத்திருப்பதாக வேலையாள் மூலமாகச் சொல்லச் செய்தார். அவரது திட்டங்கள் எதையும் அவர் லிங்கனிடமோ மற்ற தளபதிகளிடமோ ஆலோசிக்கவில்லை. இவற்றை எல்லாம் லிங்கன் அறிந்திருந்தாலும், பொறுமையாகவே இருந்தார்.

குளிர் காலம் ஆரம்பித்தது. பாதைகள், சாலைகள் எல்லாம் சகதியாகிவிடும் என்பதால், பொதுவாக இந்தக் காலங்களில் சண்டைகள் நடத்தப்படுவதில்லை. இது லிங்கனின் பொறுமையைச் சோதித்தது.

ஜனவரி மாதம், லிங்கன் ஜார்ஜ் மக்கிலேலனைத் தவிர்த்த மற்ற தளபதிகளுடன் ஆலோசனை நடத்தினார். அப்போதே, அத்தியாயத்தின் ஆரம்பத்தில் கொடுக்கப்பட்டிருக்கும் சொற்களைப் பேசினார். இந்தக் கூட்டம் பற்றிக் கேள்விப்பட்ட ஜார்ஜ் மக்கிலேலன், முதல் முறையாகத் தன்னுடைய திட்டத்தைத் தெரிவித்தார்.

•

மாநிலக் கூட்டமைப்பின் தலைநகரான ரிச்மன்ட் நகரம், வாஷிங்டன் நகரில் இருந்து 100 மைல் தொலைவிலேயே இருந்தது. அதை நிலவழியாகக் கைப்பற்றலாம் அல்லது கடல்வழியே சென்று அதன் அருகில் இருந்த தீபகற்பத்தின் வழியே சென்று கைப்பற்றலாம். ஜார்ஜ் மக்கிலேலன் இரண்டாவது வழியைத் தேர்ந்தெடுத்திருந்தார்.

இது உண்மையில் மிகவும் சவாலான, எதிரியை நிலைகுலைய வைக்கும் திட்டம். அனைவரும் வடக்கில் இருந்து தாக்குதல் வரும்

என்று நினைக்கும்போது, கிழக்கில் இருந்து தாக்குவது நெப்போலியனின் உத்திக்குச் சமமானது. ஆனால் ஜனவரி 1862ல் திட்டத்தை லிங்கனிடமும், தன்னுடைய தளபதிகளிடமும் பகிர்ந்த அவர், அடுத்த ஒரு மாத காலத்திற்கு எதுவும் செய்யவில்லை.

மீண்டும் லிங்கன் தலையிட்டு, ஆணைகளைப் பிறப்பிக்க ஆரம்பிக்கவே ஜார்ஜ் மக்கிலேலன் வேகம் கொண்டு தீபகற்பப் போருக்கான (Peninsula Campaign) வேலைகளை ஆரம்பித்தார்.

1,20,000 வீரர்கள் கப்பல்களில் ஏற்றப்பட்டார்கள். 15000 குதிரைகள், பீரங்கிகள், உணவுப் பொருள்கள், இன்னபிற பொருள்கள் என அனைத்தும் ஏற்றப்பட்டன. தீபகற்பத்தில் உபயோகத்தில் இல்லாமல் இருந்த மன்றோ கோட்டைதான் அவர்களது இலக்கு. மார்ச் 17, 1862 அன்று அங்கே எந்த அசம்பாவிதமும் இல்லாமல் வந்து இறங்கினார்கள்.

ஆனால் அங்கே தீபகற்பத்தை மறித்துக் கொண்டு, மாநிலக் கூட்டமைப்பின் படை இருந்தது. ஜார்ஜ் மக்கிலேலன் வழக்கம் போல, அங்கே இருந்த வீரர்களைவிடப் பல மடங்கு அதிகமாக எண்ணிக்கொண்டு, தன்னுடைய தாக்குதலைத் தள்ளிப் போட்டுக்கொண்டிருந்தார். லிங்கன் கடிதங்கள் மூலம் தாக்குதலைத் துவக்குமாறு கெஞ்சிக்கொண்டிருந்தார்.

ஒரு மாதம் கழிந்த பின்னரே அவர் தாக்குதலை ஆரம்பித்தார். ஆரம்பித்த உடனே கிடைத்த சில வெற்றிகள், ரிச்மன்ட் நோக்கிய அவரது முன்னேற்றத்துக்கு உதவியது. ஆனாலும், மிகவும் கவனத்துடன், எந்த அவசரமும் இல்லாமல் சென்று கொண்டிருந்த அவரது படை, மாநிலக் கூட்டமைப்பின் படைகள் ஒன்றாகச் சேரவும், அவரை எதிர்ப்பதற்குத் தேவையானவற்றைக் கொண்டு வரவும், ரிச்மன்ட் நகரைச் சுற்றி பாதுகாப்பு அரணை எழுப்பவும் தேவையான கால அவகாசத்தைக் கொடுத்திருந்தது.

மே 5ம் தேதி, வில்லியம் ஸ்பர்க் நகரின் அருகே நடத்த சண்டையில் ஜார்ஜ் மக்கிலேலன் பெற்ற வெற்றி, அவரை ரிச்மன்ட் நகருக்கு மிக அருகில் – 10 கிலோ மீட்டர் தொலைவில் – கொண்டு வந்து சேர்த்தது. ஆனால் இங்குத் தாக்குதலைத் திட்டமிட்டுக்கொண்டிருக்கும்போதே, மாநிலக் கூட்டமைப்புப்படைகள் தங்களது தாக்குதலை ஆரம்பித்துவிட்டன. பதில் தாக்குதல் நடத்தாமல் தயங்கிய நேரத்தில், சண்டை முடிந்துவிட்டது.

இந்தச் சண்டை எந்த முடிவும் தெரியாமல் இருந்தாலும், மாநில கூட்டமைப்பின் தளபதி ஜான்ஸ்டன் காயமடைந்து விடவே,

இப்போது ராபர்ட் இ. லீ தலைமை பொறுப்பை ஏற்றுக்கொண்டார். இது மொத்தப் போரையும் திருப்பிப் போட்டது.

ராபர்ட் லீ முன்னோக்கி வலிந்து நடத்தும் தாக்குதல்களில் பெயர் பெற்றவர். அப்போதிருந்த மற்ற தளபதிகள் போலத் தயக்கமின்றி, தன்னுடைய திட்டத்தை விரைந்து நிறைவேற்றுபவர். இப்போது ஜார்ஜ் மக்கிலேலனிற்கு நெப்போலியன் போலத் தாக்குதல் நடத்துவதில் ஒரு பாடம் கற்பித்தார்.

ஜூன் மாத இறுதியில், ஏழு நாட்கள் போர் என்று அழைக்கப்பட்ட போரைத் தொடுத்தார். பல இடங்களில் நடந்த இந்தப் போரில், மாநிலக் கூட்டமைப்புப் படைகள், அமெரிக்கப் படைகளைப் பின்னோக்கித் தள்ள முயன்றன. மிகவும் விரைவாகவும், வேகமாகவும் நடத்தப்பட்ட இந்தச் சிறு சண்டைகள், அமெரிக்கப் படைகளுக்குப் பெருத்த சேதத்தை உண்டாக்கின. லீயின் வேகமான படை நகர்த்தல், ஜார்ஜ் மக்கிலேலனிற்கு எதிர்பாராத எதிர்ப்பைக் காட்டியது.

இன்னமும் அமெரிக்கப் படைகள் நல்ல நிலையிலேயே இருந்தன. எதிர்பார்த்ததைவிட ஜார்ஜ் மக்கிலேலனின் நிலையும் நல்ல முறையிலேயே இருந்தது. அவருக்கு ஆதரவாக இன்னமும் ஒரு படை வடக்கில் இருந்து வந்து சேர்ந்திருந்தது. ஆனால் ஜார்ஜ் மக்கிலேலன் மனதளவில் தோற்றுவிட்டார்.

நீண்ட கடிதத்தின் மூலம், தனக்கு லிங்கனும் அமெரிக்க அரசும் சரியான ஆதரவு தரவில்லை என்று கூறிவிட்டு, படைகளைப் பின்வாங்கச் செய்தார். ஜூலை மாத மத்தியில் மொத்த வீரர்களும் கடல் வழியே வாஷிங்டன் நகருக்குத் திரும்பினார்கள். நிர்மூலமாக்கப்படுவதில் இருந்து படையைக் காப்பாற்றிவிட்டதாக, ஜார்ஜ் மக்கிலேலன் கடிதம் எழுதினார்

தன்னுடைய இன்னொரு தளபதியும் ஏமாற்றத்தையும் தோல்வியையும் தந்துவிடவே, லிங்கன் ஜார்ஜ் மக்கிலேலனை நீக்கிவிட்டு, அந்த இடத்தில் மேஜர் ஜெனரல் ஹல்லேக்கையும், ஜார்ஜ் மக்கிலேலனின் போடோமோக் படையைப் பிரித்து, அதை மேஜர் ஜெனரல் ஜான் போப்பிடமும் ஒப்படைத்தார். புதிய தளபதிகளாவது தனக்கு வெற்றியைத் தந்து விடுவார்கள் என்று நம்பினார். இவற்றைச் செய்ததன் மூலம் ஜார்ஜ் மக்கிலேலனைத் தன்னுடைய தீராத எதிரியாகவும் ஆக்கிக்கொண்டார்.

ஆனால் அமெரிக்க ஒன்றியத்தின் ராணுவத்தில் இருந்த பலரும் அரசியல் ரீதியாக நியமிக்கப்பட்டவர்கள் என்பதை இங்கே

நினைவுறுத்த வேண்டும். ஜார்ஜ் மக்கிலேலன் நல்ல திட்டமிடுபவர் என்றாலும், அவரால் படைகளை நடத்த முடியவில்லை. சண்டைகள் நடக்கும்போது, போர்க்களத்தில் இருக்க மாட்டார் என்பது அவர் மீதிருந்த பெரும் குற்றசாட்டு. அதற்கு நேர்மாறாக, மாநிலக் கூட்டமைப்புப் படையில் இருந்த தளபதிகள் பெரும்பாலோர் – ராபர்ட் லீ, ஜேம்ஸ் லாங்ஸ்ட்ரீட், ஜான்சன் – நேரடியாகக் களத்தில் இருப்பவர்கள்.

மேலும் ராபர்ட் லீ தலைமை ஏற்றவுடன், போர் அமெரிக்க ராணுவத்திற்கு எதிராக மாறியது. லீயின் திட்டங்களை முறியடிக்கத் தேவையான வேகமோ, போர் சிந்தனையோ மேலே சொன்ன அரசியல் தளபதிகளிடம் இல்லை. அதைக் கொண்டிருந்தவர் மேற்கில் வெற்றிகளைப் பெற்றுக்கொண்டிருந்தார்.

14. மேற்கில் ஒரு வெளிச்சம்

'நிபந்தனையின்றி, உடனடியாகச் சரணடைவதைத் தவிர வேறு நிபந்தனைகள் இல்லை. உடனடியாக உங்களது கோட்டை மீது தாக்குதல் நடத்தவிருக்கிறேன்.'

– யூலிசிஸ் எஸ். கிராண்ட்

அமெரிக்கா ஒரு பெரும் நிலப்பரப்பு என்பதை நாம் இங்கே நினைவுறுத்திக் கொள்ள வேண்டும். இந்தியாவைப் போல மூன்று மடங்கு பெரிய நிலப்பரப்பைக் கொண்டது. நமது வரலாறு நடக்கும் காலத்தில் இருந்த நிலப்பரப்பே இந்தியாவைப் போல இரண்டு மடங்கு அதிகமானது. எனவே, இங்கே ஓரிடத்தில் இருந்து இன்னொரு இடத்திற்குச் செல்வதோ, செய்தி அனுப்புவதோ எல்லாமே பெரும் சவால். அத்தோடு, இந்த நிலப்பரப்பும் பல பெரும் நதிகளும், பெரும் மலைகளும் கொண்டது என்பதையும் மனதில் வைத்துக் கொள்ள வேண்டும்.

இதைச் சொல்வதற்குக் காரணம், உள்நாட்டுப் போர் இரண்டு பெரும் நிலப்பரப்பில் நிகழ்ந்து கொண்டிருந்தது. கிழக்கில் நடந்த போர் அனைவரின் கவனத்தையும் பெற்றிருந்தாலும், வெகு தூரத்தில் மேற்கெல்லையில் நிகழ்ந்த போர்களிலேயே பல திருப்பங்கள் நிகழ்ந்து கொண்டிருந்தன.

1862ஆம்ஆண்டின் ஆரம்பத்தில், கிழக்கே லிங்கன் தன்னுடைய தளபதிகளை ஏதாவது செய்யவேண்டி கெஞ்சியும், கொஞ்சியும், மிரட்டியும் கொண்டிருந்த நேரத்தில், மேற்கில் நிகழ்வுகள் வேகமாக நடந்து கொண்டிருந்தன.

•

அதற்கு முன், மேற்கில் இருந்த மாநிலங்களின் நிலையைச் சிறிது பார்த்துவிடுவோம். நாம் இப்போது மேற்கில் இருந்த மூன்று முக்கிய எல்லை மாநிலங்களின் நிலையைப் பார்ப்போம்.

முதலாவதாக டென்னிசி மாநிலம். 1861ம் வருடத்தில் டென்னிசி மாநிலம் ஒன்றியத்தில் இருந்து பிரிந்து விடுவதாக அறிவித்து விட்டது. ஆனாலும் டென்னிசி மாநிலத்தில் மேற்கில் ஒன்றியத்துடன் இணைந்து இருப்பதற்கு ஆதரவு அதிகமாக இருந்தது. எனவே டென்னிசியின் உள்ளேயே இரண்டு குழுக்களாக மக்கள் பிரிந்து இருந்தார்கள்.

அடுத்தது கென்டக்கி மாநிலம். இங்கு நிலை இன்னமும் சிறிது குழப்பமானது. மாநிலத்தின் வடக்குப் பகுதிகள், வட மாநிலங்களுக்கு அருகில் இருந்ததால் அங்கே இருந்த வேலைகள், தொழில்கள், விவசாயம் என அனைத்தும் வட மாநிலங்களுடன் பிணைந்து இருந்தது. அங்கிருந்த மக்களின் ஆதரவும் வட மாநிலங்களுக்கே இருந்தது.

மாநிலத்தின் தென் பகுதிகளில் இது போலவே, தென் மாநிலங்களுக்கு ஆதரவு இருந்தது. எனவே பிரிவினை பிரச்சினை ஆரம்பித்த காலத்திலேயே, அப்போதைய கென்டக்கியின் ஆளுநர், எந்தப் பக்கத்தையும் தாங்கள் ஆதரிக்கப் போவதில்லை என நடுநிலைமையை எடுத்துக் கொண்டார். லிங்கன் புத்திசாலித்தனமாக, கென்டக்கியின் மீது எந்த நடவடிக்கையும் எடுக்காமல் காத்துக்கொண்டிருந்தார்.

அவர் எதிர்பார்த்தது போலவே, 1861 செப்டெம்பர் மாதம் தென் மாநில கூட்டமைப்பின் படைகள், டென்னிசி மாநிலத்தில் இருந்து கென்டக்கி மாநிலத்தில் நுழைந்தன. கென்டக்கியின் ஆளுநர் வாஷிங்டனிடம் உதவி கேட்கவே, ஒன்றியப் படைகளும் கென்டக்கியின் உள்ளே நுழைந்தன. கென்டக்கியின் பிரிவினை ஆதரவாளர்கள், தங்களுக்குள் ஓர் அரசை அமைத்துக்கொண்டனர்.

மூன்றாவதாக, மிசூரி மாநிலம். 1850களில் இருந்தே சிறிய அளவில் உள்நாட்டு போர் இங்கு நடந்து கொண்டிருந்தது. பிரிவினை பிரச்சினை யின் ஆரம்பத்தில் அவர்களும் நடுநிலையைக் கடைப்பிடிக்க வேண்டும் என்று ஒப்பந்தம் நிறைவேற்றினார்கள். ஆனால், இங்கும் மாநிலம் முழுவதும் ஆதரவு இல்லை என்றாலும், பிரிவினைவாதிகள் தனியாக அரசை நியமித்துக் கொண்டு, டெக்சாஸ் மாநிலத்தில் இருந்து நடத்தினார்கள்.

இந்த நிலையில், மேற்கில் இருக்கும் ஒன்றிய ராணுவத்திற்குத் தலைமைத் தளபதியாக ஹென்றி ஹாலக் நியமிக்கப்பட்டார். மிகவும் திறமைசாலியான அவரிடம் இருந்த ஒரு குறை, அவர் இதுவரை எந்தப் போரிலும் கலந்து கொண்டிருந்ததில்லை என்பதே.

அவரது தலைமையில் இரண்டு படைகள் கென்டக்கியிலும், அதற்குக் கிழக்கிலும் இருந்தன. அவற்றை வழிநடத்த யுலிசிஸ் கிராண்ட்டும், டான் கார்லோஸ் பியூலும் நியமிக்கப்பட்டார்கள். மிஸ்ஸிஸிப்பி நதியை முழுவதுமாக ஒன்றியத்தின் கட்டுப்பாட்டில் கொண்டு வந்து, தென் மாநிலங்களின் கூட்டமைப்பை இரண்டாக உடைக்க வேண்டும் என்பதுதான் அவர்களுக்குக் கொடுக்கப்பட்ட உத்தரவு.

•

மிஸ்ஸிஸிப்பி நதியின் இரண்டு கிளை நதிகள், கம்பர்லாண்ட் மற்றும் டென்னிசி ஆகும். இவை இரண்டும் கென்டக்கி, டென்னிசி மாநில எல்லையில் அருகருகே வரும். அங்கே இரண்டு கோட்டைகள், கம்பர்லாண்ட் நதிக்கரையில் ஹென்றி மற்றும் டென்னிசி நதிக்கரையில் மாநிலக் கூட்டமைப்பின் கட்டுப்பாட்டில் இருந்தன.

மிஸ்ஸிஸிப்பி நதிக்குச் செல்லும் வழியையும், டென்னிசி மாநிலப் பாதுகாப்பையும் அவை தங்கள் கட்டுப்பாட்டில் வைத்திருந்தன. எனவே, அவற்றைக் கைப்பற்றுவதே கிராண்ட்டின் முதல் இலக்காக இருந்தது.

ஒன்றியப் படைகள் மிஸ்ஸிஸிப்பி நதியில் பீரங்கிகள் பொருத்தப் பட்ட கப்பல்களை வைத்திருந்தனர். இவை நதியில் இருந்து தாக்குதல் நடத்த உதவியாக இருக்கும். எனவே, முதலில் ஹென்றி கோட்டையைத் தாக்குவது என்றும், அது தரைப்படையும், கப்பற்படையும் இணைந்து நடத்தும் தாக்குதலாக இருக்கும்.

பிப்ரவரி 6, 1872 அன்று கப்பல்கள் தாக்குதலைத் தொடங்கின. 75 நிமிடங்கள் நடந்த தாக்குதலில் கோட்டையின் எதிர்ப்பு முடிவுக்கு வந்துவிட்டது. கப்பல்கள் கோட்டைக்கு மிக அருகில் வந்துவிடவே, கோட்டையில் இருந்த மாநிலக் கூட்டமைப்பின் வீரர்கள், கப்பற்படையிடம் சரணடைந்தார்கள். இதுவே அமெரிக்க ஒன்றிய ராணுவத்தின் முதல் பெரிய வெற்றியாக இருந்தது.

ஜெனரல் ஹாலக் வெற்றி செய்தியை வாஷிங்டனிற்கு அனுப்பினார். முன்னேறும் படைகள் இனி பின்வாங்காது என்றும் கூறினார்.

தாமதிக்காமல் அடுத்து டொநெல்சன் கோட்டையைத் தாக்க வேண்டும் என்று நினைத்த கிராண்ட், உடனடியாகத் தான்

டொநெல்சன் கோட்டையை நோக்கி அணிவகுக்கப் போவதாக ஹாலக்கிற்குச் செய்தி அனுப்பினார்.

ஆனால் ஹாலக்கிற்கு கிராண்டின் குடிப்பழக்கம் பற்றித் தெரிந்திருந்ததால், கிராண்டின் மீது பெரிதாக நம்பிக்கை இல்லை. டொநெல்சன் கோட்டையை உடனடியாகத் தாக்குவதும் சரியாகத் தெரியவில்லை. எனவே அவர் டான் பியூலை டொநெல்சன் நோக்கிச் செல்லும்படி ஆணையிட்டார்.

இவை எவற்றையும் அறியாத கிராண்ட் விரைவாக டொநெல்சன் கோட்டையை நோக்கி தன்னுடைய படைகளை அனுப்பிக் கொண்டிருந்தார். ஆனால் 20 கிலோ மீட்டர் தொலைவில் இருந்த கோட்டைக்குச் செல்லும் பாதை மிகவும் சகதியாகவும், நடப்பதற்குக் கடினமாகவும் இருந்ததால், அவர் நினைத்ததைவிட கூடுதல் தினங்கள் எடுத்துக்கொண்டது.

பிப்ரவரி 14ம் தேதி கோட்டையை நெருங்கிய அவர், அன்று மாலையே கோட்டையை முற்றுகையிட்டார். அன்றிரவே கோட்டையில் இருந்து வெளியே வர ஒரு முயற்சி எடுக்கப்பட்டது. ஆனால் கடைசி நிமிடத்தில் அது கைவிடப்பட்டது.

மறுநாள் (பிப்ரவரி 15) மிஸ்ஸிஸிப்பி நதியின் பீரங்கிக் கப்பல்களும் வந்து சேர்ந்துவிடவே, கோட்டையின் உள்ளே இருந்த வீரர்கள் தங்கள் நிலையை உணர்ந்தார்கள். எனவே கோட்டையை விட்டு வெளியேற எப்படியாவது முயல்வது என்று முடிவு செய்யப்பட்டது.

அன்று காலை 9.30 மணிக்கு மாநிலக் கூட்டமைப்பு படைகளின் தாக்குதல் துவங்கியது. மூன்று மணி நேரம் நடந்த தாக்குதலில் மாநில கூட்டமைப்பின் படைகள் 2 மைல்கள் முன்னேறின. அவர்கள் எதிர்பார்த்தது போலவே தப்பிச் செல்வதற்கான பாதையும் தெரிந்தது.

ஆனால் கிராண்ட் தாக்குதலின்போது களத்தில் இருக்கவில்லை. நதியின் அருகில் வரப்போகும் கப்பற்படையை எதிர்நோக்கிக் காத்திருந்தார். கப்பற்படை வந்தவுடன் கோட்டையைத் தாக்க சொல்லிவிட்டு, அவர் அங்கிருந்து களத்திற்கு வந்து சேர்ந்தார். அங்கே நிலையை அறிந்தவுடன், உடனடியாகப் பதில் தாக்குதலைத் துவக்க உத்தரவிட்டார்.

பதில் தாக்குதல் ஆரம்பித்தவுடன், ஆச்சரியகரமாக, மாநிலக் கூட்டமைப்பின் படைகள் பின்வாங்கி, கோட்டைக்குள் திரும்பவும் சென்றன. மிகக்குறைந்த அளவிலான வீரர்கள் மட்டுமே தப்பிச் செல்ல முடிந்தது. அன்று மாலைக்குள் மீண்டும் கோட்டை முழுவதுமாக முற்றுகையிடப்பட்டது.

அன்றைய தாக்குதலில் மட்டும் 3000 வீரர்கள் மரணமடைந்தும், காயமடைந்தும் போனார்கள். மாநிலக் கூட்டமைப்பு படைகளின் ஜெனரல் புக்கனர் இந்த இழப்புகளைக் கண்டு அதிர்ந்து போனார். மறுநாளும் சண்டையிட்டால் தனது படையில் இன்னமும் 75 சதவிகிதம் வீரர்களை இழக்க வேண்டும் என்று நினைத்த அவர், அன்று இரவே நடந்த ஆலோசனைக் கூட்டத்தில் மறுநாள் சரணடைவது என்று முடிவு செய்தார்.

மறுநாள், தான் சரணடைவதற்கு கிராண்ட் என்ன நிபந்தனைகள் விதிக்கிறார் என்று கேட்டு, செய்தி அனுப்பினார்.

> போர்க்களத்தின் தலைமையிடம், பிப்ரவரி 16, 1862.
>
> ஐயா, போர்நிறுத்தம் பற்றியும், அதற்குத் தேவையான நிபந்தனைகள் குறித்தும் தாங்கள் எழுதிய கடிதம் கிடைத்தது.
>
> நிபந்தனையின்றி, உடனடியாகச் சரணடைவதைத் தவிர வேறு நிபந்தனைகள் இல்லை. உடனடியாக உங்களது கோட்டை மீது தாக்குதல் நடத்தவிருக்கிறேன்.
>
> மிகுந்த மரியாதையுடன்,
>
> யுலிசிஸ் எஸ். கிராண்ட்
>
> பிரிகேடியர் ஜெனரல்.

இந்தப் பதிலை எழுதியபோது, அது தனக்குத் தேசிய அளவில் புகழைத் தரப்போகிறது என்று அவர் எதிர்பார்க்கவில்லை.

பதிலை ஜெனரல் புக்கனர் ரசிக்கவில்லை என்றாலும், அவருக்கு வேறு வழியில்லை. தன்னுடைய 12000 வீரர்கள், 48 பீரங்கிகளுடன் சரணடைந்தார்.

மேற்கில் இருந்த மாநிலக் கூட்டமைப்பின் படைகளில் மூன்றில் ஒரு பங்கு இப்போது கிராண்ட்டிடம் கைதியாக இருந்தார்கள். இரண்டு கோட்டைகளையும் கைப்பற்றியவுடன், டென்னிசி மாநிலத்தில் இருந்த மொத்த மாநில கூட்டமைப்பின் படைகளும் கிராண்டின் அடுத்த நகர்வுக்காகக் காத்திருந்தன.

மாநிலக் கூட்டமைப்பின் மேற்குப் படைகளின் தலைமை தளபதியான ஆல்பர்ட் ஜான்ஸ்டன், தன்னுடைய படைகளை டென்னிசி மாநிலத் தலைநகரான நாஷ்வில்லில் இருந்து திரும்பப் பெற்றுக்கொண்டார். மார்ச் 3ம் தேதி, அமெரிக்க ஒன்றியப் படைகள், டான் பியூலின் தலைமையில் டென்னிசியைத் திரும்பவும் கைப்பற்றின.

மாநிலக் கூட்டமைப்பின் படைகள் அனைத்தும் இப்போது மிஸ்ஸிஸிப்பி மாநிலத்தின் கோரின்த் நகருக்கு சென்றன.

கிராண்ட் இப்போது தேசிய அளவில் பெயர் பெற்றார். அவரது பெயரை க்.கு. கிராண்ட் என்பதைப் பத்திரிகைகள் Unconditional Surrender கிராண்ட் என்று புகழ்ந்து எழுதின. அவர் சுருட்டு பிடிக்கும் பழக்கம் உள்ளவர் என்று தெரிந்து, வடமாநிலங்கள் முழுவதிலும் இருந்து அவருக்குச் சுருட்டுகள் அனுப்பப்பட்டன.

ஆனால் கிராண்ட் ஏற்கெனவே தனது அடுத்த நகர்வை யோசித்துக் கொண்டிருந்தார்.

15. ஷைலோ

'மாநிலக் கூட்டமைப்பின் படை தொடர்ந்து தாக்கி வந்த ஒரு பரந்த வெளியைப் பார்த்தேன். அதன் எல்லாத் திசைகளிலும் இறந்தவர்களின் உடல்கள் கிடந்தன. அந்த வெளியில் கால்கள் தரையில் படாமல், உடல்களின்மீதே நடந்து செல்ல முடியும்...'

– ஜெனரல் யு.எஸ். கிராண்ட்

வெற்றி பெற்றவர்களாலேயே வரலாறு எழுதப்படுகிறது என்று சொல்லப்படுவதுண்டு. ஆனால் அமெரிக்க உள்நாட்டுப் போரைப் பொறுத்த வரை, வரலாறு பெரும்பாலும் தென் மாநிலத்தவர்களாலேயே எழுதப்பட்டது. தென் மாநிலங்கள் தங்களது உரிமைக்காகப் போராடித் தோற்றதாகவும். வடமாநிலங்கள் தங்களது பெரும் மக்கள் தொகையினால் வெற்றி பெற்றன என்றும் வலுவாக ஒரு கருத்தாக்கம் தோன்றியது.

இது தென் மாநிலங்களில் ஒரு சாகசமாகவே, 'இழந்த கனவு' (Lost Cause) என்று பெயரிடப்பட்டு ஒரு சிறுபான்மையினரால் கட்டமைக்கப்படுகிறது. இந்தக் கதையாடலின் ஒரு பகுதிதான் கிராண்ட்டின் வெற்றிகள் அனைத்தும் குருட்டு அதிர்ஷ்டம் என்றும், அவரை விடவும் ராபர்ட் லீ பெரும் தளபதி என்பதும். இது குறித்த விவாதம் முடிவில்லாதது என்றாலும், கடந்த 50 வருடங்களில் பல ஆய்வுப் புத்தகங்கள் எழுதப்பட்டு, கிராண்ட்டின் புகழ் சற்று மீட்டமைக்கப்பட்டிருக்கிறது என்றே சொல்ல வேண்டும்.

இதை இந்த இடத்தில் சொல்வதற்குக் காரணம், கிராண்ட் பெற்ற முதல் பெரும் வெற்றியைப் பற்றிய அத்தியாயம் இது. இந்தச் சண்டை குறித்துப் பல கருத்துகள் இருக்கின்றன. கிராண்டின் போர்

தந்திரத்தின் உச்சமான சண்டை இன்னமும் சில காலம் கழித்து நடக்கப்போகிறது. ஆனால் அவற்றுக்கு எல்லாம் முன்னோடியாக இந்தச் சண்டை திகழ்ந்தது.

•

கோரின்த் நகரம் மிஸ்ஸிஸிப்பி மாநிலத்தின் வடகிழக்கு மூலையில் இருந்தது. மிகவும் சிறிய நகரம் என்றாலும் அன்று கிழக்கில் இருந்து மேற்கிற்கும், தெற்கில் இருந்து வடக்கிற்கும் செல்லும் ரயில் பாதைகள் இங்குதான் கடந்தன. எனவே, பொருட்களைக் கொண்டு செல்வதற்கும், தகவல் தொடர்பிற்கும் மிகவும் முக்கியமான இடமாக இருந்தது.

மேற்கில் இருந்த மாநிலக் கூட்டமைப்புப் படைகளின் தலைவர், ஜெனரல் ஆல்பர்ட் சிட்னி ஜான்ஸ்டன். அப்போதைய மாநிலக் கூட்டமைப்புப் படைகளில் இருந்த ஜெனரல்களில் மிகவும் திறமையானவர் என்று கருதப்பட்டார். டென்னிசி மாநிலம் தங்களது கைகளில் இருந்து நழுவியவுடன், ஆல்பர்ட் ஜான்ஸ்டன் தன்னுடைய படைகளை இங்கே கொண்டு வந்து ஒன்றாகக் குவித்தார்.

மிஸ்ஸிஸிப்பி நதியைத் தங்களது கட்டுப்பாட்டில் கொண்டு வருவது முதல் கடமையாக இருந்தாலும், கோரின்த் நகரமும் போரின் முக்கியமான இடம். இதைக் கைப்பற்றுவது மிஸ்ஸிஸிப்பி நதியைத் தங்களது கட்டுப்பாட்டிற்குள் கொண்டு வருவதை எளிதாக்கும் என்று மேற்கு ஒன்றியப் படைகளின் தலைமை தளபதியான ஹென்றி ஹாலக் எண்ணினார்.

எனவே தன்னுடைய படைகளை கோரின்த் நகரை நோக்கி நகர்த்த ஆரம்பித்தார்.

•

இங்கே நாம் ஒன்றியத்தின் சார்பில் போரிட்ட, இன்னொரு மிகச் சுவாரசியமான தளபதியைப் பற்றிச் சிறிது பார்த்து விடுவோம். அவர், வில்லியம் டி. ஷெர்மன்.

ஓஹையோ மாநிலத்தைச் சேர்ந்த வில்லியம் ஷெர்மன், 1840இல் வெஸ்ட் பாயிண்ட் ராணுவப் பயிற்சிக் கல்லூரியில் தன்னுடைய ராணுவப் பயிற்சியை முடித்தார். அடுத்த 13 வருடங்கள் ராணுவத்தில் இருந்தாலும், அவர் எந்தப் போர் முனைக்கும் அனுப்பப்படவில்லை. நிர்வாக வேலைகளில் மட்டுமே ஈடுபடுத்தப்பட்டார். எனவே, சலிப்பில் 1853இல் ராணுவத்தில் இருந்து விலகிவிட்டார்.

அதன் பின்னர் கலிபோர்னியாவில் பல வியாபார முயற்சிகளை மேற்கொண்டார். எதிலும் அவரால் நீடிக்க முடியவில்லை. தன்னால் போர்முனையில் பலரை வழி நடத்த முடிந்தாலும், சான் பிரான்சிஸ்கோவின் வியாபாரச் சூழலைத் தன்னால் சமாளிக்க முடியவில்லை என்று பின்னர் சுயசரிதையில் எழுதினார்.

லூசியானாவில் இருந்த ராணுவப் பயிற்சிப் பள்ளியில் அவர் தலைமை மேற்பார்வையாளராகச் சேர்ந்தார். இது அவரது திறமைக்கு ஏற்ற வேலையாக இருந்தது. மாணவர்களிடையே மிகவும் பிரபலமாக இருந்தார்.

1861இல் பிரிவினை அறிவிக்கப்பட்டபோது, அவர் அதை வெகுவாக எதிர்த்தார். போர் ஆரம்பித்தால், அது நீண்ட காலம் நீடிக்கும், மிகவும் கொடூரமானதாகவும் இருக்கும் என்று எச்சரித்தார். லூசியானா மாநிலம் அவரை ஒன்றியத்திற்கு எதிராக ஆயுத கணக்கெடுப்பு செய்யச் சொன்னபோது, தன்னால் ஒன்றியத்திற்கு எதிராக எதையும் செய்ய முடியாது என்று வேலையை விட்டுவிட்டார்.

ஆனாலும் ராணுவத்தில் சேர்வதற்குச் சிறிது தயக்கத்துடன் இருந்தார். பிறகு மே 1861இல் சேர்ந்தார். கென்டக்கியில் அவர் முதல் முறையாக ராணுவத் தளபதியாக, ஹாலக்கினால் நியமிக்கப்பட்டார். ஆனால் படைகளை வழிநடத்துவது அவருக்கு மிகவும் சிரமமானதாக இருந்தது. அவரைப் பற்றிய குற்றச்சாட்டுகள் வாஷிங்டனிற்குச் சென்று கொண்டிருந்தது. மனதளவில் மிகவும் சோர்ந்திருந்த அவருக்கு நீண்ட விடுப்பு கொடுக்கப்பட்டு, வீட்டிற்கு அனுப்பப் பட்டார். தற்கொலை செய்து கொள்ளக்கூடத் தான் யோசித்ததாக எழுதியிருக்கிறார்.

பிப்ரவரி 1862இல் மீண்டும் ஹாலக்கின் கீழ் ராணுவத்தில் சேர்ந்த அவருக்கு முதலில் நிர்வாகம் சம்பந்தமான வேலைகள் மட்டுமே கொடுக்கப்பட்டன. சிறிது காலத்தில் அவர் ஒரு படைக்குத் தளபதியாக, கிராண்டின் கீழே நியமிக்கப்பட்டார்.

•

மிஸ்ஸிஸிப்பி மாநிலத்தின் எல்லைக்கு அருகில் இருந்த பிட்ஸ்பர்க் லாண்டிங் என்ற இடத்திற்குப் படைகளுடன் செல்லுமாறு கிராண்டிற்கு ஹாலக் உத்தரவிட்டார். இந்த இடம், கோரின்த் நகரில் இருந்து 30 மைல்கள் தொலைவில் இருந்தது.

கிராண்டின் படைகளில் மொத்தம் 44,000 வீரர்கள் இருந்தார்கள். இன்னமும் டான் பூயல்லின் படைகளில் இருந்த 18,000 வீரர்களும் அங்கே வந்து கொண்டிருந்தார்கள். கோரின்த்தில் மாநிலக்

கூட்டமைப்பின் படைகளிலும் 55,000 வீரர்கள் இருந்தார்கள். எனவே இரண்டு பக்கங்களும் கிட்டத்தட்ட சமபலத்துடன் இருந்தன.

ஆனால் கிராண்டின் படைகளில் பெரும்பாலானோர் ஏற்கெனவே முந்தைய இரண்டு சண்டைகளிலும் கலந்து கொண்டிருந்ததால், சிறிது அதிகமான அனுபவம் கொண்டவர்களாக இருந்தார்கள்.

டான் பூயலின் படைகள், கிராண்டின் படைகளுடன் சேர்ந்துவிட்டால் தனது வெற்றி வாய்ப்புப் பாதிக்கப்படும் என்று நினைத்த மாநிலக் கூட்டமைப்பின் தலைமைத் தளபதி ஆல்பர்ட் ஜான்ஸ்டன், தான் முந்திக்கொள்ள நினைத்தார். எனவே தன்னுடைய படையில் இருந்து 40,000 வீரர்களை அழைத்துக் கொண்டு, கிராண்ட்டின் படைகளின் மீது எதிர்பாராமல் தாக்குதல் நடத்த முடிவு செய்தார்.

அவரது வீரர்கள் மெதுவாகவே தங்களது ஆச்சரியத் தாக்குதலை நடத்தக் கிளம்பினார்கள். முப்பது மைல்களைக் கடக்க மூன்று நாட்கள் ஆயின.

•

வில்லியம் ஷெர்மன், தன்னுடைய வீரர்களுடன் பிட்ஸ்பர்க் லாண்டிங்கில் இருந்து 2 மைல் தொலைவில் இருந்த ஷைலோ தேவாலயத்திற்கு அருகில் முகாமிட்டிருந்தார். 'ஷைலோ' (Shiloh) என்ற ஹீப்ரு வார்த்தைக்கு அமைதியான நிலம் என்று அர்த்தம். அந்த அமைதியான நிலம்தான் இப்போது ரத்தத்தால் நனையப் போகிறது.

ஏப்ரல் 6ம் தேதி காலை 6 மணிக்கு, மாநிலக் கூட்டமைப்பின் படைகள் ஷைலோவின் அருகே வந்து சேர்ந்தன. தாக்குதல் ஒன்றியப் படைகளுக்கு முழு ஆச்சர்யத்தைக் கொடுத்தது. காலை உணவை எடுத்துக் கொண்டிருந்த வீரர்கள், அவசர அவசரமாகத் தங்களது ஆயுதங்களை எடுக்க முகாமிற்கு ஓடினார்கள்.

மிகவும் வேகமாக இருந்த மாநிலக் கூட்டமைப்பின் தாக்குதல், ஒன்றிய ராணுவத்தைப் பின்னோக்கித் தள்ளியது. ஒன்றிய ராணுவ முகாம்கள் டென்னிசி நதிக்கரையில் அமைந்திருந்தது. தாக்குதலில் பின்னோக்கித் தள்ளப்பட்ட வீரர்களுக்கு நதியை நோக்கிச் செல்வதைத் தவிர வேறு வழியில்லை.

இந்தச் சண்டையிலேயே ஷெர்மன் ஒன்றிய ராணுவத்தின் முக்கியத் தளபதியாகக் கவனிக்கப்பட்டார். ஷெர்மனின் வீரர்கள் சண்டையின் நடுவில் இருந்தனர். ஷெர்மன் சண்டையின் எல்லாப் பக்கங்களிலும் இருந்தார். இரண்டு காயங்கள் அடைந்தார். அவரது மூன்று குதிரைகள் சுட்டுக்கொல்லப்பட்டன.

சண்டை ஆரம்பித்தபோது, கிராண்ட் குதிரையில் இருந்து விழுந்ததால் ஏற்பட்ட காயத்திற்காக மருத்துவ உதவி பெற்றுக் கொண்டிருந்தார். ஷைலோவில் இருந்து 10 மைல் தொலைவில் இருந்தார். காலையில் குண்டுகளின் சத்தம் கேட்டவுடன், டென்னிசி நதியில் கப்பலில் கிளம்பினார். போர்க்களத்தை 8.30 மணிக்கு வந்தடைந்தார்.

கூட்டமைப்புப் படைகளின் வேகம் 11 மணிக்குக் குறைய ஆரம்பித்தது. களத்தின் நடுவில் ஒன்றியப் படைகள், சாலை ஒன்றைக் கைப்பற்றி, அதைக் காத்துக்கொண்டிருந்தன. மிகவும் பயங்கரமான சண்டை நடந்த இந்த இடம் 'தேன் கூடு' என்றழைக்கப்பட்டது.

காலை 9 மணிக்கு இந்த இடத்தில் ஆரம்பித்த சண்டை, ஏழு மணி நேரம் தொடர்ந்தது. இங்கிருந்த எதிர்ப்பை முறியடிக்க, கூட்டமைப்பினர் 50 பீரங்கிகளைச் சுற்றிலும் நிறுத்தி, தொடர்ந்து குண்டு மழை பொழிய வேண்டியிருந்தது. ஆனால் இந்த 7 மணி நேரம், பின்னால் படைகளை ஒன்றாக அடுத்த நிலையில் ஒன்றுபடுத்த கிராண்டிற்குத் தேவையான நேரத்தைக் கொடுத்தது.

ஆனால் தேன் கூட்டில் நடந்த சண்டையில் கூட்டமைப்பிற்குப் பெரும் இழப்பும் நேரிட்டது. கூட்டமைப்பின் மேற்குப் படைகளின் தலைமைத் தளபதியான ஆல்பர்ட் ஜான்ஸ்டன், குதிரையில் சண்டையை மேற்பார்வை செய்து கொண்டிருந்தார். அப்போது அவரது காலில் பட்ட குண்டு, முக்கியமான ரத்தக் குழாயை வெட்டிவிட, அவர் அன்று மதியமே இறந்துவிட்டார். அவருக்கு அடுத்த இடத்தில் இருந்த பி.ஜி.டி. போரெகார்ட், போரை வழிநடத்த ஆரம்பித்தார்.

தேன் கூடு விழுந்தவுடன், போர் முனை இன்னமும் சிறிது தூரம் பின்னே சென்றது. ஆனால் அதற்குள் கிராண்ட் ஒரு புதிய போர் முனையை 3 மைல் நீளத்திற்கு நிர்மாணித்திருந்தார். அத்தோடு அப்போது டென்னிசி நதியில் வந்திருந்த இரண்டு ஒன்றிய பீரங்கிக் கப்பல்களும் அவருக்குப் பலம் சேர்த்தன.

போரெகார்ட் தாக்குதலைத் தொடர நினைத்தாலும், ஒன்றிய ராணுவம் தங்களது இடத்தில் நன்றாக நிலைபெற்றிருப்பதைப் பார்த்துவிட்டு, மாலை 6 மணிக்கு அன்றைய தாக்குதல்களை நிறுத்திக்கொண்டார். ஆனால் பீரங்கி கப்பல்களும், கூட்டமைப்பின் பீரங்கிகளும் அவ்வப்போது குண்டுகளை வீசிக்கொண்டிருந்தன.

இரவில் மழை கொட்டித் தீர்த்துக்கொண்டிருந்தது. அத்தோடு, டான் பூயலின் வீரர்களும் வந்திறங்கிக்கொண்டிருந்தார்கள். கிராண்டின் படை பெரிதாகிக்கொண்டிருந்தது.

அன்றைய தாக்குதலின் இரண்டு பக்கங்களுக்கும் இழப்பு மிகவும் அதிகமாக இருந்தது. இரவில் மழையும் பெய்யவே, களத்தில் விழுந்து கிடக்கும் உடல்களை அகற்றவும் முடியவில்லை. கிராண்ட்டும் அவரது வீரர்களும் முகாமில் இருந்து பின்வாங்கி விட்டதால், மழையில் நனைந்தவாறே இரவைக் கழித்தனர். கிராண்ட் ஒரு மரத்தின் கீழ் இருந்ததாக அவரது சுயசரிதையில் தெரிவிக்கிறார்.

அங்கே நடந்ததாக ஒரு நிகழ்வு சொல்லப்படுகிறது. கிராண்ட் போரை எப்படி அணுகினார் என்பதற்கு இது ஓர் உதாரணம். மிகுந்த இழப்புகளும், இரவில் முகாமில் இல்லாமல் இருந்ததும், ஷெர்மனைப் பின்வாங்குவது பற்றி யோசிக்கச் செய்தது. அது குறித்துக் கேட்க கிராண்ட் நின்றிருந்த மரத்திற்கு வருகிறார். கடைசி நேரத்தில், அதைக் கேட்கும் தைரியம் அவருக்கு இல்லை. எனவே 'கிராண்ட், இன்றைய தினம் சைத்தானின் தினமாக இருந்தது, இல்லையா?' என்கிறார்.

நிமிர்ந்து பார்த்த கிராண்ட், வாயில் புகைந்து கொண்டிருந்த சுருட்டை எடுக்காமல், 'ஆமாம், நாளை திருப்பி அடித்துவிடலாம்..' என்றார். பின்வாங்குவது என்பதை ஒரு தெரிவாகவே அவர் கருதவில்லை.

கூட்டமைப்பின் முகாம்கள் மகிழ்ச்சியில் திளைத்திருந்தன. அவர்கள் ஒன்றிய முகாம்களில் இருந்தார்கள். அன்றைய தினம் அவர்களது வெற்றியாக இருந்தது. போரெகார்ட், கூட்டமைப்பின் குடியரசுத் தலைவரான ஜெபர்சன் டேவிஸிற்கு, அன்றைய பெரும் வெற்றி குறித்துத் தந்தி அனுப்பியிருந்தார்.

மறுநாள் காலை கிராண்ட் தாக்குதலைத் துவக்கினார். மிகவும் வேகமாகத் துவங்கிய தாக்குதலில் கூட்டமைப்பின் படைகள் நிலைகுலைந்தன. காலை 11 மணிக்குள் போரெகார்ட், படைகளை மீண்டும் திரட்டிவிட்டாலும், தாக்குதலின் வேகம் குறையாததால், பின்வாங்குவதைத் தவிர வேறு வழியில்லை என்ற முடிவிற்கு வந்துவிட்டார்.

மதியத்தில் திரும்பவும் தாக்குதலைத் துவங்கினாலும், அவரது மனது சண்டையில் இல்லை. 5000 வீரர்களை மட்டும் அங்கே தொடர்ந்து சண்டையிடச் சொல்லிவிட்டு, தனது படைகளை அன்று மாலையில் இருந்து கோரின்த் நகரை நோக்கிப் பின்வாங்கச் செய்தார். வீரர்கள் களைப்பாக இருந்ததாக நினைத்ததால், கிராண்ட் அவர்களைப் பின்தொடரச் செய்யவில்லை.

தோல்வியில் ஆரம்பித்த சண்டை, கிராண்டிற்கு வெற்றியுடன் முடிந்தது. ஆனால் இரண்டு பக்கங்களிலும் சேர்ந்து 27000 வீரர்கள் இறக்கவோ காயமடையவோ, காணாமல் போகவோ செய்திருந்தார்கள். இந்த எண்ணிக்கை இரண்டு பக்கங்களுக்கும் பெரும் அதிர்ச்சியாக இருந்தது. இனி வரும் சண்டைகளில் இதை விடப் பெரிய இழப்புகள் ஏற்படும் என்றாலும், சண்டையிட்ட வீரர்களில் மூன்றில் ஒரு பங்கினரை இழந்தது லிங்கனில் இருந்து அனைவரையும் பாதித்தது. இது போன்று இன்னமும் எத்தனை வீரர்களைப் பலி கொடுக்க வேண்டும் என்ற எண்ணமே லிங்கன் மனதில் இருந்தது.

ஆனாலும் இந்த வெற்றியில் ஒருவர் மட்டும் வருத்தத்துடன் இருந்தார். தன்னுடைய ஆணையை மீறி கிராண்ட் செயல்பட்டதாக நினைத்த ஜெனரல் ஹாலக், கிராண்ட் திரும்பவும் குடிக்க ஆரம்பித்து விட்டதாகவும், எனவே அவரைப் பதவியில் இருந்து நீக்க வேண்டும் என்றும் தலைமை தளபதி ஜார்ஜ் மக்கிலேலலனிற்குக் கடிதம் எழுதினார். அதை ஏற்றுக் கொண்ட மக்கிலேலலன், உத்தரவை லிங்கனிற்கு அனுப்பினார்.

ஆச்சர்யத்துடன் அந்த உத்தரவைப் பார்த்த லிங்கன், அதிகமாக யோசிக்கவில்லை. 'என்னால் இவரை விடுவிக்க முடியாது. இவர் சண்டையிடுகிறார்.' என்று குறிப்பெழுதி, உத்தரவை நிராகரித்து விட்டார்.

16. அட்லாண்டிக்குக்கு அப்பால்

‘லிங்கன் புரட்சியால் வந்த தலைவர் அல்ல. கல்லுடைப்பவராக இருந்து இலினொய் மாநில செனட்டர் ஆன சாதாரணர்... நல்லெண்ணம் கொண்ட சராசரி மனிதர். அனைவருக்கும் வாக்குரிமை கொடுத்ததன் காரணமாக மேலே வந்தவர்... பழைய உலகில் பெரும் நாயகர்கள் மட்டுமே சாதித்ததை நல்லெண்ணம் கொண்ட சாதாரண மக்களும் சாதிக்க முடியும் என்று காட்டுகிறார்!... அமெரிக்க ஒன்றியத்தின், ஏன் மனித குலத்தின் வரலாற்றிலேயே லிங்கனின் இடம் வாஷிங்டனிற்கு அருகாமையிலேயே இருக்கும்!’

– காரல் மார்க்ஸ்.

அமெரிக்க உள்நாட்டுப் போர் நடந்து கொண்டிருந்த காலத்தில், காரல் மார்க்ஸும் பிரெட்ரிக் ஏங்கெல்சும் இங்கிலாந்து நாட்டில் வசித்து வந்தார்கள். மார்க்ஸ் அமெரிக்காவைச் சேர்ந்த ‘நியூயார்க் ட்ரிப்யூன்’ பத்திரிகைக்கும், வியன்னாவில் இருந்த வந்து கொண்டிருந்த ‘டை பிரஸ்’ என்ற பத்திரிகைக்கும் பத்திகள் எழுதிக் கொண்டிருந்தார். அமெரிக்க அரசியல் நிலையையும், லிங்கனின் தேர்தல் வெற்றி, அடிமை முறை பற்றியும் பல பத்திகள் எழுதியிருக்கிறார்.

மார்க்ஸ் அமெரிக்க உள்நாட்டுப் போரைச் சரியான முறையில் அணுகினார். தென் மாநிலங்களே வடமாநிலங்களைப் போரில் வலுக்கட்டாயமாக இழுத்துவிட்டதாக எழுதியிருக்கிறார். தென் மாநிலங்களின் விவசாய முறை எப்படி அடிமைகளை முன்னிறுத்தி இருக்கிறது என்பதைக் குறித்து அவர் விரிவாக எழுதி, போருக்கு முதல் காரணம் இதுவேயன்றி, தென் மாநிலங்கள் கூறுவது போல மாநில உரிமைகள் அல்ல என்பதையும் தெளிவாக எடுத்துரைத்தார்.

தெற்கின் நிலையை ரோமானியப் பேரரசுடன் ஒப்பிட்டு, எப்படிச் சிறுபான்மையாக இருக்கும் தோட்ட/அடிமை முதலாளிகள், பெரும்பான்மை ஏழை வெள்ளையர்களைத் திசை திருப்பிப் போரில் ஈடுபடுத்தியிருக்கிறார்கள் என்றும் எழுதியிருக்கிறார். எல்லாவற்றிற்கும் மேலாக, அவர் லிங்கனை ஒரு தொழிலாளியாகப் பார்த்தார். ஒரு சாதாரண மனிதர், தன்னுடைய நல்ல எண்ணங்களை மட்டுமே முன்னிறுத்தி போரை நடத்துவதைப் புகழ்ந்து எழுதினார்.

அது போலவே போரின் முடிவையும் அவர் சரியாகவே கணித்தார். 1862இல் எழுதிய பத்தியில் ‘போரில் பகடைகள் எப்படி விழுந்தாலும், கறுப்பர்களின் அடிமைத்தனம் உள்நாட்டுப் போரைத் தாண்டி நிலைக்காது’ என்று எழுதினார்.

அது போலவே, ஒன்றியம் வெற்றி பெற, கிழக்கில் விர்ஜினியாவை வெல்வது மட்டுமே போரை முடிவுக்குக் கொண்டு வந்துவிடாது என்றும், மேற்கிலும் மிஸ்ஸிஸிப்பி நதியையும், ஜார்ஜியா மாநிலத்தையும் கைப்பற்றுவதன் மூலமே அடிமைமுறையின் முதுகெலும்பை ஒடிக்க முடியும் என்றும் 1862ல் எழுதினார்.

அவரது கூற்று போரின் போக்கில் சரியென நிரூபணமானது.

•

அமெரிக்க உள்நாட்டுப் போரை மார்க்ஸ் மட்டுமல்ல, ஐரோப்பிய அரசாங்கங்கள் அனைத்தும் உன்னிப்பாகக் கவனித்துக் கொண்டிருந்தன.

1860ல் ஐரோப்பாவில் இங்கிலாந்து, பிரான்ஸ், ஸ்பெயின் ஆகிய மூன்று நாடுகளே வல்லரசுகளாக இருந்தன. ஜெர்மனி இன்னமும் சிதறிக் கிடந்தது. இந்த மூன்று நாடுகளுக்கும் ஏதோ ஒரு வகையில் அமெரிக்கக் கண்டத்தில் ஆர்வம் இருந்தது. மூன்று நாடுகளுக்கும் பெரிதாகவோ, சிறியதாகவோ அமெரிக்காவில் காலனிகள் இருந்தன. எனவே போர் அவர்களையும் பாதிக்க வாய்ப்பிருந்தது. எனவே இவை மிகவும் கவனமாகப் போரைத் தொடர்ந்து கவனித்துக் கொண்டிருந்தன.

ஆனால் இந்த அக்கறை அடிமைமுறையை ஒழிப்பது என்ற தார்மிக அறத்தின் மீதாக அல்லாமல், அவர்களது வர்த்தகத்தின் மீது ஏற்படும் பாதிப்புகளைப் பற்றியதாகவே இருந்தது.

இங்கிலாந்தின் பெரும் நெசவு தொழிற்சாலைகள், அமெரிக்கத் தென் மாநிலங்களின் மலிவான பருத்தியை நம்பியே இருந்தன. எனவே போர் அவர்களது வர்த்தகத்தை நேரடியாகப் பாதித்தது. அமெரிக்க ஒன்றியம் தென் மாநிலங்களின் துறைமுகங்களைத் தடை செய்யவே, பருத்தியின் விலை உயர்ந்தது. எனவே இங்கிலாந்தின் வர்த்தகர்கள்

மலிவான பருத்திக்கு வேறு இடங்களைத் தேட வேண்டி வந்தது. அப்படியே இந்தியாவில் பருத்தி பெருமளவில் அறிமுகம் செய்யப்பட்டது.

ஆனால், இங்கிலாந்து வர்த்தகர்களின் தேசம் என்பதை நினைவில் நிறுத்திக் கொள்வோம். எனவே அதன் கொள்கைகள் அறம் சார்ந்து அல்லாமல், பணம் சார்ந்தே இருந்ததில் எந்தச் சந்தேகமும் இல்லை.

தென் மாநிலக் கூட்டமைப்பும் ஐரோப்பிய நாடுகளின் அங்கீகாரத்தை எதிர்பார்த்திருந்தது. இந்த அங்கீகாரம் கூட்டமைப்பின் நிலையை மேம்படுத்தும் என்பதையும் வட மாநிலங்களுடனான போரில் அவர்கள் நிலையை இன்னமும் வலுப்படுத்தும் என்பதையும் அவர்கள் உணர்ந்திருந்தார்கள். எனவே ஐரோப்பிய நாடுகளின் சபைகளில் ஒன்றியமும் கூட்டமைப்பும் தங்களது பக்கத்துக்கு வலு சேர்ப்பதற்கான போட்டியில் இறங்கின.

லிங்கனைப் பொறுத்தவரை எந்த ஐரோப்பிய சக்தியும் தென் மாநிலக் கூட்டமைப்பை அங்கீகரித்து விடக்கூடாது என்பதில் உறுதியாக இருந்தார். அதிலும், அந்த நூற்றாண்டின் பெரும் வல்லரசான இங்கிலாந்து அங்கீகரிக்கக் கூடாது என்பது அவரது கருத்தாக இருந்தது. எனவே அவர் பதவி ஏற்றவுடன், அமெரிக்காவின் இரண்டாவது குடியரசுத் தலைவரான ஜான் ஆடம்ஸின் பேரனான சார்லஸ் ஆடம்ஸைத் தூதராக அனுப்பினார்.

இங்கிலாந்தோ இரண்டு பக்கங்களையும் வைத்து விளையாடிக் கொண்டிருந்தது. அப்போதைய நவீன துப்பாக்கியான என்பீல்ட் ரைபிள்களை (இந்தியாவில் 1857 முதல் சுதந்திர போரைத் தொடங்கி வைத்த அதே துப்பாக்கி!) இரண்டு பக்கங்களுக்கும் தாராளமாக வழங்கி கொண்டிருந்தது. ஆயுத விற்பனையில் இங்கிலாந்து எந்தப் பாகுபாடும் காட்டவில்லை. பெரியண்ணன் வழியில் செல்லும் பிரான்சும் ஸ்பெயினும் அப்படியே இரண்டு பக்கங்களுக்கும் ஆயுதங்களை வழங்கிக் கொண்டிருந்தன.

1861ம் ஆண்டின் இறுதியில் இங்கிலாந்தைச் சமரசம் செய்யும் முயற்சியில் லிங்கனிற்குப் பெரும் பின்னடைவு ஏற்பட்டது.

•

அமெரிக்க ஒன்றியம் தென் மாநிலத் துறைமுகங்களை எல்லாம் தனது கப்பல் படையைக் கொண்டு மறித்திருந்ததால், அங்கிருந்து கடல் வழியே செல்வதோ, பொருட்களை ஏற்றுமதி செய்வதோ முடியாத விஷயமாக இருந்தது. இருந்தாலும், மாநிலக் கூட்டமைப்பு சிறிய

கப்பல்கள் மூலமாக இரவில் தப்பித்து, அருகில் இருந்த மேற்கிந்திய தீவுகளுக்கோ கூபா முதலான இடங்களுக்கோ சென்று, அங்கிருந்து வேறு கப்பல்களில் ஏறிச் செல்வது நடந்தது. இது எல்லா நேரங்களிலும் வெற்றி தருவதில்லை என்றாலும், இப்படியான சாகசம் செய்வதை அவர்கள் நிறுத்தவில்லை.

தென் மாநிலங்களின் பருத்தி ஏற்றுமதியை முடக்குவதன் மூலம் அவர்களைப் பணிய வைத்து விடலாம் என்று ஒன்றிய அரசியல்வாதிகள் எண்ணினார்கள். ஓரளவிற்கு இதில் வெற்றி அடைந்தாலும், தடைகளை மீறி நடக்கும் போக்குவரத்தையும் வணிகத்தையும் இன்னமும் குறைக்கவேண்டி தங்களது கப்பற்படையைப் பெரிதாக விரிவுபடுத்தினார்கள். அட்லாண்டிக் சமுத்திரத்தில் அமெரிக்காவின் கப்பற்படையும் ரோந்தை அதிகப்படுத்தியது. அதுவரை கடல்களை ஆட்சி செய்து வந்த இங்கிலாந்திற்கு இது உறுத்தலாக இருந்தது.

இங்கிலாந்திற்குத் தங்களது பிரதிநிதிகளாக இருவரை தென் மாநிலக் கூட்டமைப்பு நியமித்திருந்தது. இவர்கள் தடையை மீறி எப்படியாவது இங்கிலாந்து சென்றுவிட வேண்டும் என்று முடிவு செய்திருந்தார்கள். அமெரிக்க ஒன்றிய அரசாங்கமும் இவர்களை எப்படியாவது பிடித்துவிட வேண்டும் என்று முடிவு செய்திருந்தது.

நவம்பர் 1861இல் திட்டமிட்டது போலவே இந்த இரண்டு பிரதிநிதிகளும் – ஜேம்ஸ் மேசன் மற்றும் ஜான் சிலிடல் – ஒரு சிறிய, வேகமான படகின் வழியே, அமெரிக்க ஒன்றியக் கப்பல்களை ஏமாற்றி கூபா வந்தடைந்தார்கள். அங்கே ஹவானா நகரில் இருந்து, எச்.எம்.எஸ்.ட்ரென்ட் (HMS Trent) என்னும் இங்கிலாந்து நாட்டின் தபால் கப்பலில் ஏறி பயணத்தைத் துவக்கினார்கள்.

ஆனால் அவர்களை கூபாவில் கண்காணித்துக் கொண்டிருந்த அமெரிக்கர்கள், அவர்களது கப்பல் சர்வதேச எல்லைகளுக்கு வரும் வரை காத்திருந்தார்கள். அமெரிக்கக் கப்பற்படையைச் சேர்ந்த யு.எஸ்.எஸ். சான் ஜெஸிந்தோ (USS San Jacinto) அதன்படியே ட்ரென்ட்டை அட்லாண்டிக் சமுத்திரத்தில் மறித்தது. இரண்டு குண்டுகளையும் அருகே வீசி, தங்களது வீரர்களைக் கொண்டு அந்தக் கப்பலில் ஏறி, இரண்டு பிரதிநிதிகளையும் கைது செய்து, பாஸ்டன் நகரச் சிறையில் அடைத்தார்கள்.

இங்கிலாந்தை இந்தச் செய்தி எட்டியபோது, பெரும் கொந்தளிப்பு ஏற்பட்டது. தங்களது இறையாண்மையை அமெரிக்கா காயப்படுத்தி விட்டதாக இங்கிலாந்து முழுவதும் போராட்டங்கள் நிகழ ஆரம்பித்தன. பருத்தி ஏற்றுமதி தடையால் ஏற்கெனவே ஏற்பட்டிருந்த

கனல், இந்தச் செய்தியால் பெரும் நெருப்பாக பற்றி எரிந்தது. இந்த முறை இங்கிலாந்து பின்வாங்கப் போவதில்லை என்று அறிவித்தது.

அமெரிக்க மக்களைப் போலவே, முதலில் லிங்கனும் இந்தச் செய்தியைக் கேட்டு மகிழத்தான் செய்தார். ஆனால் அதன் பாதிப்புகளை உணர ஆரம்பித்தவுடன், லிங்கன் தனது நாட்டின் நிலையை உணர்ந்தார். இங்கிலாந்து இதைக் காரணமாகக் காட்டி போரைத் துவக்கினால், இரண்டு முனைகளில் தன்னால் போரை நடத்த முடியாது என்பதையும் உணர்ந்தார். பிரித்தானிய காலனியான கனடாவின் வழியாக இங்கிலாந்து போரை எளிதாக இன்னொரு எல்லையில் துவக்கிவிட முடியும்.

உண்மையில், அப்போதைய இங்கிலாந்தின் பிரதமரான பால்மர்ஸ்டோன் பிரபு அதைத்தான் திட்டமிட்டுக் கொண்டிருந்தார். இங்கிலாந்து அரசாங்கம், இந்தப் பிரச்சினைக்கு வில்லியம் சீவர்ட்தான் காரணமாக இருக்கவேண்டும் என்று எண்ணியது. எனவே கைது செய்யப்பட்டிருக்கும் பிரதிநிதிகள் விடுதலை செய்யப்பட வேண்டும் என்றும், அமெரிக்கா மன்னிப்புக் கேட்கவேண்டும் என்றும் நிபந்தனைகளுடன் கெடு விதித்தது. அத்தோடு ரகசியமாக அமெரிக்கா மீதான போருக்குத் தயாராகவும் ஆரம்பித்தது. கனடா ராணுவத்தில் புதிதாக ஆள்சேர்ப்பு நடைபெற்றது. இங்கிலாந்தின் கப்பற்படை அட்லாண்டிக் சமுத்திரத்தில் ஒன்று சேரவும் செய்தது.

இந்தச் செய்திகள் எல்லாம், ஏற்கெனவே தோல்வி செய்திகளால் துவண்டிருந்த லிங்கனிற்கு இன்னமும் அதிர்ச்சியை உண்டாக்கியது. 1861ம் ஆண்டு கிறிஸ்துமஸ் அன்று நடைபெற்ற கூட்டத்தில், சீவர்ட் இங்கிலாந்தின் நிபந்தனைகளை ஏற்றுக் கொள்வதைத் தவிர வேறு வழியில்லை என்று தெரிவித்தார். டிசம்பர் 27ம் தேதி, அப்படியே இங்கிலாந்தின் பிரதிநிதியிடம் தெரிவிக்கப்பட்டது. இரண்டு பிரதிநிதிகளும் விடுதலை செய்யப்பட்டு, 1862 ஜனவரி 14ம் தேதி திரும்பவும் இங்கிலாந்திற்குப் பயணமானார்கள்.

அமெரிக்காவிற்கும் இங்கிலாந்திற்கு இடையேயான உறவு, உள்நாட்டுப் போர் முடியும் வரை மேம்படவேயில்லை. இங்கிலாந்து போருக்கான ஆயத்த நிலையில் இருந்து பின்வாங்கவும் இல்லை. மேலும் அவர்களது வர்த்தகத்திற்கு ஏற்பட்ட பாதிப்பும், நெசவுத் தொழிலில் ஏற்பட்ட தொய்வும், அவர்களைத் தென் மாநில கூட்டமைப்பை சற்று இரக்கத்துடன் பார்க்க வைத்தது. இதனால் அமெரிக்க ஒன்றியத்துடன் இணக்கமான உறவு ஏற்படவில்லை.

•

மற்ற இரண்டு ஐரோப்பிய சக்திகளான பிரான்சும் ஸ்பெயினும் கூடப் போரைச் சந்தேகத்துடன் அணுகின. தங்களது காலனிகளுக்கு ஏற்படப்போகும் பாதிப்புகளைக் குறித்தும் அவர்களுக்குக் கவலை இருந்தது. அப்போது பிரேசில் அரசில் அடிமைமுறை சட்டப்பூர்வமானதாக இருந்தது. எனவே அவர்கள் தென் மாநிலக் கூட்டமைப்பிற்குத் தங்கள் ஆதரவை மறைமுகமாகவே தெரிவித்துக் கொண்டிருந்தார்கள்.

அமெரிக்க ஒன்றியத்திற்குத் தங்களது ஆதரவைத் தெளிவாகத் தெரிவித்த ஒரே ஐரோப்பிய நாடு, ரஷ்யா மட்டுமே. ஜார் அரசரான அலெக்சாண்டர் தன்னுடைய ஆதரவை வெளிப்படையாகவே ஒன்றியத்திற்குத் தெரிவித்தார்.

இறுதியாக, அப்போது பம்பாய் நகரைச் சேர்ந்த சில வணிகர்கள் நன்கொடைகள் சேகரித்து, அதைப் போர் மருத்துவமனை கட்டிக் கொள்ளுமாறு லிங்கனுக்கு அனுப்பியதாகப் பேராசிரியர் ராஜ்மோகன் காந்தி தெரிவிக்கிறார்.

•

அமெரிக்க உள்நாட்டுப் போர் உலகளவில் அலைகளை ஏற்படுத்தியது. போரின் முடிவு வரை, சில நாடுகளைத் தவிர, எவரும் ஒன்றியத்தின் வெற்றியின் மீது நம்பிக்கையுடன் இல்லை. சண்டைகளில் மாறி, மாறி வெற்றி பெற்றுக் கொண்டிருந்த நிலையில் தங்களை ஒருபக்கச் சாய்வாகக் காட்டிக் கொள்ள எந்த நாடும் முன் வரவில்லை.

மார்க்சின் தெளிவான பத்திகளுடன் ஆரம்பித்த நாம் இப்போது பிரிட்டிஷ் இலக்கியத்தின் பிதாமகரான சார்லஸ் டிக்கன்ஸின் நேர்மறை சிந்தனையுடன் முடிவு செய்வோம்.

1842ல் டிக்கன்ஸ் அமெரிக்காவைச் சுற்றி வந்தார். நேரடியாக அடிமை முறையின் அவலங்களைக் கண்டிருந்தாலும், வட மாநிலங்களில் அவரது புத்தகங்களுக்குச் சரியாக விற்பனையில் பங்கு தரவில்லை என்பதால் அங்கிருக்கும் வணிகர்கள் ஏமாற்றுக்காரர்கள் என்ற எண்ணத்தில் இருந்தார். எனவே, போரின் ஆரம்பத்தில் இருந்தே அவரது ஆதரவு – 'ஆலிவர் ட்விஸ்டில்' சிறார் வேலையைக் கடுமையாக விமர்சித்த ஆசிரியரின் ஆதரவு – தென் மாநிலங்களின் பக்கமே இருந்தது. இரண்டு பக்கங்களும் சமரசம் செய்து கொண்டு, அடிமைகளை அப்படியே கைவிட்டு விடுவார்கள் என்றுதான் அவர் எதிர்பார்த்தார். அவர் எதிர்பார்த்தது நடந்ததா?

17. துயரங்களின் மனிதன்

'நம்முடைய சோகமான உலகில், துயரம் அனைவரையும் தேடி வருகிறது; வயதில் குறைந்தவர்கள் அதை எதிர்பார்ப்பதில்லை என்பதால், அவர்களுக்கு இன்னமும் வலி தருவதாகவும் இருக்கிறது. வயதானவர்கள் அதை எதிர்பார்க்க கற்றுக் கொள்கிறார்கள்... காலத்தைத் தவிர, துயரத்திற்கு வேறு சரியான மருந்தில்லை... மீண்டும் ஒரு நாள் நீ மகிழ்ச்சியாக இருப்பாய்.'

– ஆபிரகாம் லிங்கன், உள்நாட்டுப் போரில் இறந்த வீரரின் மகளுக்கு எழுதிய கடிதத்தில் இருந்து.

இங்கே சற்று மூச்சு விட்டுக் கொண்டு, இந்த மாபெரும் போரின் நடுவேயான லிங்கன் என்ற மனிதனின் வாழ்வை சற்று பார்த்து விடுவோம்.

லிங்கன் 'துயரங்களின் மனிதர்' என்று அழைக்கப்படுகிறார். அவரது தாயார் இறந்ததில் இருந்து, லிங்கனின் வாழ்வில் துயரங்களே அவரைத் துரத்தின. அவரது தந்தையுடன் அவருக்குச் சரியான உறவில்லை. அவர் 1850களில் இறந்தபோது, லிங்கன் அவரது இறுதி சடங்கிற்குக் கூடச் செல்லவில்லை. மிகவும் கசப்பான அனுபவங்களைத் தந்தவர் என்று லிங்கன் குறிப்பிடுகிறார்.

அவரது வாழ்வின் பெருமகிழ்ச்சி அவர் தனது மனதிற்குப் பிரியமான பெண்ணை மணம் புரிந்ததுதான். இலினொய் மாநிலம், ஸ்ப்ரிங்பீல்ட் நகரில் வக்கீலாக இருந்தபோது அங்கு நடந்த நடன நிகழ்வு ஒன்றில் அவர் மேரி டாடைச் சந்தித்தார். கென்டக்கியைச் சேர்ந்த பெரும் செல்வந்தரின் மகளான அவர், பெரும் அழகியாகக் கருதப்பட்டார்.

முந்தைய அத்தியாயங்களில் கூறியது போல மேரியின் குடும்பம், கென்டக்கியில் நிறைய அடிமைகளை வைத்திருந்த செல்வம் நிறைந்த குடும்பம். அவர்கள் எங்கோ மேற்கே ஒரு பெயர் தெரியாத வக்கீலை மேரி விரும்புவதை ரசிக்கவில்லை. அதே நேரத்தில், லிங்கனின் அரசியல் எதிரியான ஸ்டீபன் டக்லசும் மேரியுடன் நெருங்கி பழக விரும்பினார். ஆனால் மேரி, லிங்கனையே தேர்ந்தெடுத்தார். அவர்கள் 1842ல் திருமணம் புரிந்தார்கள்.

அடுத்தப் பத்து வருடங்களில் அவர்களுக்கு நான்கு மகன்கள் பிறந்தார்கள். இரண்டாவதாகப் பிறந்த எட்வர்ட், 4 வயதிலேயே இறந்து போனான். அப்போதுதான் லிங்கன் முதல் முறையாக மனச்சோர்வை அடைந்தார். தன் குழந்தையின் மறைவு அவரைத் தனிமையை நாட செய்தது. மிகவும் வருத்தத்தில் ஆழ்ந்த அவர், தன்னுடைய தொழிலிலும், அரசியலிலும் அதிக ஈடுபாட்டை ஏற்படுத்திக் கொண்டார்.

அவரது மனைவியும் துயரத்தையும் இங்கே சொல்ல வேண்டும். லிங்கன் தன்னுடைய வேலையின் காரணமாகவும், அரசியல் தேவைகளுக்காகவும் நீண்ட இடைவெளிகளுக்கு வீட்டில் இருப்பதில்லை. தனிமையில், தன்னுடைய இழப்புகளை நினைத்து மேரி லிங்கனும் பெரிய மன அழுத்தத்திற்கு ஆளானார். அவரது மனஅழுத்தத்தைக் குறைக்க விலையுயர்ந்த பொருட்களை வாங்குவதை வழக்கமாக்கிக் கொண்டார்.

இப்படியான நிலையிலேயே அவர்கள் வெள்ளை மாளிகைக்குள் அடியெடுத்து வைத்தார்கள். அவர்களது முதல் மகன் ராபர்ட் லிங்கன், ஹார்வர்ட் பல்கலைக்கழகத்தில் சேர்ந்திருந்தார். மற்ற இரண்டு மகன்கள், 11 வயது வில்லியம் (வில்லி) மற்றும் 8 வயது தாமஸ் (டாட்), அவர்களுடன் 1861இல் வெள்ளை மாளிகையில் குடியேறினார்கள்.

•

இலினொய் மாநிலத்தில் இருக்கும்போது, லிங்கனிற்கு அறிமுகமாகி இருந்த ஜான் நிக்கோலாய் மற்றும் ஜான் ஹே ஆகிய இருவரையும் தன்னுடைய தனிக் காரியதரிசிகளாக வெள்ளை மாளிகைக்கு அழைத்து வந்திருந்தார். லிங்கனின் தீவிர ஆதரவாளர்களான அவர்கள், லிங்கனுடன் தினமும் நாட்களைச் செலவழித்தவர்கள். லிங்கனும் அவர்களைத் தன்னுடைய மகன்களைப் போலவே நடத்தி வந்தார்.

1861ம் ஆண்டுப் பிப்ரவரி மாதத்தில் ஒரு நாள் லிங்கன் நிக்கோலாயின் அறைக்கு வந்தார். நிக்கோலாய் எழுதுகிறார்.

‘இன்று மாலை 5 மணி சுமாருக்கு, நான் என் சோபாவில் அரைத் தூக்கத்தில் இருந்தேன். அவரது வருகை என்னை எழுப்பியது. ‘நிக்கொலாய்’ என்று மிகவும் உணர்ச்சிவசப்படக் குரலில் பேசினார். ‘என் மகன் போய் விட்டான் – உண்மையிலேயே போய் விட்டான்!’ என்று கண்களில் கண்ணீர் வழிய தெரிவித்துவிட்டு, அவரது அலுவலகத்திற்குள் சென்று விட்டார்.’

•

உள்நாட்டுப் போரின் அழுத்தத்தில் இருந்து விடுபட லிங்கனிற்கு இருந்த ஒரே வழி, அவரது இரண்டு சிறு மகன்களுடன் விளையாடிக் கொண்டிருப்பதுதான். வெள்ளை மாளிகை இரண்டாக்கும்படியாக அந்த இரண்டு சிறுவர்களும் ஓடியும், ஆடியும் விளையாடிக் கொண்டிருந்ததை அவரது காரியதரிசிகள் எழுதியிருக்கிறார்கள். தோல்விகளும் ஏமாற்றங்களும் நிறைந்த அந்தக் காலகட்டத்தில் அவர்கள் அனைவருக்கும் மகிழ்ச்சியைக் கொடுத்துக் கொண்டிருந்த சிறுவர்கள் அவர்கள்.

1861 பிப்ரவரி மாதம், இரண்டு சிறுவர்களும் காய்ச்சலால் அவதிப்பட ஆரம்பித்தனர். டைபாய்டு காய்ச்சலாக இருக்கலாம் என்று கருதப்பட்டது. பிப்ரவரி 20ம் தேதி வில்லியம் லிங்கன் (வில்லி) மரணமடைந்தார். லிங்கனின் வாழ்வில் பெரும் இடி மீண்டும் விழுந்தது.

வில்லியமின் மரணமும், அவன் நோய்வாய்பட்டிருந்த அதற்கு முந்தைய சில நாட்களும் லிங்கனிற்கு மிகவும் சோதனையான நாட்கள். அவர் தனது பிள்ளைகளின் மீது மிகவும் அன்போடிருப்பவர். அவரது வாழ்வின் துயரங்களில் இருந்து விடுவிக்க வந்தவர்கள் என்பது அவரது எண்ணம். அவர்களே அவரது துயரத்தை அதிகரித்தார்கள் என்பது அவரால் தாங்க முடியாததாக இருந்தது.

இதற்கு அடுத்த நாட்களில் அவர் தனக்கான பதிலைக் கடவுளிடம் தேட ஆரம்பித்தார். முன்பே சொன்னது போல அவர் பொதுவாகத் தேவாலயங்களுக்குச் செல்வதோ, மதச் சடங்குகளைச் செய்வதோ இல்லை. எனவே அவரது தேடலும் அவருக்கே உரித்தானதாக இருந்தது.

மேரி லிங்கனும் வில்லியின் மரணத்திற்குப் பின்னரான மூன்று வாரங்களுக்குப் படுக்கையை விட்டு எழவில்லை. வில்லியின் இறுதி சடங்கிற்குக் கூட வரவில்லை. வில்லியின் மரணம் அவர்களது குடும்பச் சூழலைத் தலைகீழாக மாற்றியது.

•

மேற்கில் இருந்து கிடைத்த சில வெற்றிச் செய்திகளைத் தவிர வேறு எதுவும் நல்ல விதமாக இல்லை. ஜார்ஜ் மக்கிலெல்லன் வழக்கம் போல, அவரது படையை வெறுமனே அணிவகுப்பு நடத்தவும், பயிற்சி செய்யவும் பயன்படுத்தினாரே அன்றி, போருக்குச் செல்வதாகத் தெரியவில்லை.

தீபகற்பப் போரில் தோற்று ஜூலை 1861ல் திரும்பி வந்த ஜார்ஜ் மக்கிலெல்லன், அதற்கு மேல் போரிடத் தயக்கத்துடன் இருந்தார். ஆனால் ராபர்ட் லீ, எதிரியின் நகர்வை எதிர்பார்ப்பவர் அல்ல. அதுவரை விர்ஜினியாவை நோக்கி நகர்ந்த போரை, வடமாநிலங்களை நோக்கி நகர்த்த முடிவு செய்துவிட்டார்.

மேரிலாண்ட் மாநிலத்தை நோக்கியும், வாஷிங்டன் நகரை நோக்கியும் லீயின் படைகள் நகர ஆரம்பித்தன. தளபதி ஜான் போப்பின் தலைமையில் ஒரு படை லீயைத் தடுத்து நிறுத்த அனுப்பப்பட்டது.

ஆகஸ்ட் மாத இறுதியில் இரண்டு படைகளும் அருகே நெருங்க ஆரம்பித்தன. சிறு சிறு மோதல்களில் இருந்து ஆகஸ்ட் 28ம் தேதி சண்டை ஆரம்பித்தது.

இரண்டாம் புல் ரன் போர், இந்த முறையும் வாஷிங்டனில் இருந்து 30 மைல் தூரத்தில் நடந்தது. இந்த முறை யாரும் சுற்றுலாவிற்கு வரவில்லை. அனைவரும் மிகுந்த கவலையோடு போர் எந்தப் பக்கம் செல்லும் என்று பார்த்துக் கொண்டிருந்தார்கள்.

போப் முதலில் 'ஸ்டோன்வால் ஜாக்சன்'னின் படைகளை எதிர் கொண்டார். ஆகஸ்ட் 28ம் தேதி நடந்த போரில் உயிர் இழப்பு அதிகமாக இருந்தது. ஜாக்சன் எந்தக் காரணத்தைக் கொண்டும் தன்னுடைய நிலையை விட்டுக்கொடுப்பவர் இல்லை. அதனாலேயே அவருக்குக் காரணப்பெயராக 'கற்சுவர்' என்பது இருந்தது. எனவே ஆகஸ்ட் 29ம் தேதி நடந்த மிகவும் பயங்கரமாக நடந்த சண்டையில் பெரிதாக எந்த முடிவும் எட்டப்படவில்லை.

மூன்றாவது நாளான ஆகஸ்ட் 30 அன்று லீ தனது பதில் தாக்குதலைத் துவக்கினார். இதற்கிடையே ஜார்ஜ் மக்கிலெல்லனின் படைகள் வாஷிங்டனிற்கு அருகில் வந்திருந்தன. ஆனால் ஜார்ஜ் மக்கிலெல்லன், போப்பிற்கு உதவ விரும்பவில்லை. போப்பின் தோல்வி தனக்கு உதவியாக இருக்கும் என்று எண்ணினார். எனவே, ஜார்ஜ் மக்கிலெல்லன் அருகில் இருப்பது தெரியாத போப் எதிர்த் தாக்குதலை எதிர்கொண்டார். ஆனால், குதிரைப்படையுடன் இணைந்து, லீ நடத்திய தாக்குதலின் வேகத்தில் அமெரிக்க ஒன்றிய

படை நிலை குலைந்தது. 30ம் தேதி மாலைக்குள் லீ மிகப்பெரிய வெற்றியை அடைந்திருந்தார்.

ராபர்ட் லீயின் வெற்றிச் செய்தி வாஷிங்டனில் அதிர்வை ஏற்படுத்தியது. லீயின் படைகள் தடுத்து நிறுத்தப்படாவிட்டால், வடமாநிலங்கள் அனைத்தும் லீயின் பாதையில் இருக்கும்.

லீக்கும் வாஷிங்டனுக்கும் இடையே இப்போது ஜார்ஜ் மக்கிலெல்லனின் படைகள் மட்டுமே இருந்தன.

•

வில்லியின் மரணத்திற்குப் பிறகான நாட்களில், லிங்கன் கறுப்பர்களை விடுதலை செய்யக்கூடிய அரசியலமைப்புச் சட்டத் திருத்தம் ஒன்றை நிறைவேற்ற வேண்டும் என்று முடிவு செய்திருந்தார். அதற்கு முன்பாகச் சில சட்டங்களை நிறைவேற்ற வேண்டியிருந்தது.

ஜூன் 1862ல் இரண்டு சட்டங்கள் நிறைவேறின. முதலில், அமெரிக்காவில் எல்லாப் புதிய பிரதேசங்களிலும் (மாநிலங்களில் இல்லை) அடிமை முறையைச் சட்டவிரோதமாக்கியது. இரண்டாவதாக, வடமாநிலங்களுக்குத் தப்பி வரும் அடிமைகள், தானாகவே விடுதலையடைந்தவர்களாகக் கருதப்படுவார்கள் என்ற சட்டமும் நிறைவேறியது. ஆனாலும் இவை அனைத்தையும் அரசியலமைப்புச் சட்டத்தில் எழுதி வைப்பதன் மூலமாக நிரந்தரமாக வேண்டும் என்பதே குறிக்கோளாக இருந்தது.

அந்தச் சட்டத்தின் முதல் வரைவை லிங்கன், தன்னுடைய அமைச்சரவைக்கு ஜூலை 13ம் தேதி வாசித்துக் காட்டினார். ஆனாலும் இன்னமும் பல படிகள் செல்ல வேண்டியிருந்தது.

ஆனால், ஒன்றிய ராணுவம் வரிசையாகப் பெற்றுக் கொண்டிருந்த தோல்விகள் அவரது திட்டத்தையும் பாழ்படுத்திவிடும் போலிருந்தது. அத்தனை தோல்விகளுக்கிடையே இந்தச் சட்ட வரைவு, தோல்வியில் இருந்து தற்காத்துக் கொள்ளும் வழியாகவே உலகத்தின் கண்களில் தெரியும் என்று நினைத்தார். எனவே, அரசியலமைப்புச் சட்ட வரைவை அமுல்படுத்தவாவது அவருக்கு வெற்றித் தேவைப்பட்டது.

•

லிங்கனின் துயரத்துடன் இந்த அத்தியாயத்தைத் துவக்கினோம். அவர் வக்கீலாகப் பணிபுரிந்தபோது அவருடன் வக்கீல் தொழிலைக் கூட்டாகச் செய்து வந்த வில்லியம் ஹெர்ன்டான், அவரைப் பற்றிக் கூறியதைப் பார்ப்போம்.

> 'அவர் மிகவும் சோகமான மனிதர்; அவர் நடக்கும்போது துக்கம் சொட்டுவதை உணரலாம்... லிங்கனைப் பார்த்த, தெரிந்திருந்த எவரும் அவரது துயரத்தை கவனிக்காமல் இருந்ததில்லை.'

ஆனாலும் பொதுவெளியில் லிங்கன் மிகவும் உற்சாகமான, வேடிக்கையான குட்டிக்கதைகளைச் சொல்பவராக, ஒரு விதமான கிராமத்து கோமாளியாகவே பார்க்கப்பட்டார். அப்படியென்றால் உண்மையான லிங்கன் யார் என்பது இன்னமும் பலராலும் விவாதிக்கப்பட்டுக் கொண்டுதான் இருக்கிறது.

18. ஆன்டிடம்

‘சிதைந்த பிணங்கள், காயம்பட்டவர்களின் துயரங்கள் முதலியவற்றை எனக்குப் பார்க்கச் சகிக்கவில்லை. இத்தனை விலை கொடுத்து பெரும் வெற்றி எந்த விதத்திலும் மகிழ்ச்சியைத் தருவதில்லை.’

- ஜெனரல் ஜார்ஜ் மக்லெல்லன்

செப்டெம்பர் 22, 1862.

போர்முனை மருத்துவமனை. ஷார்ப்ஸ்பர்க் அருகே.

என் அன்பு மனைவிக்கு,

நேற்றைக்கு முந்தைய தினம் நான் 64 வெவ்வேறு மனிதர்களின் காயங்களுக்கு மருத்துவம் செய்தேன். சிலருக்கு இரண்டு அல்லது மூன்று காயங்கள் கூட இருந்தன. நேற்றும் காலையில் இருந்து இரவு வரை வேலை செய்திருக்கிறேன் – இன்று எனக்குச் சிறிது கூடச் சக்தியில்லை – ஆனாலும் வேலை எனக்காகக் காத்திருக்கிறது.

போர் நடந்த நாளைவிட, அதற்குப் பிறகான நாட்கள் கொடுமையானவை – காயங்களின் வலியை விடப் பெரிய வலிகள் இருக்கின்றன. நேரடியாகப் பார்க்கும் வரை, போர் எவ்வளவு பயங்கரமானது என்பதை உன்னால் உணரமுடியாது. மரணமடைந்தவர்களைப் பார்ப்பது சிரமமாக இருந்தாலும், அவர்கள் எந்த வலியையும் உணர்வதில்லை. ஆனால் இன்னமும் உயிரும், உணர்வும் கொண்டிருக்கும் ஊனமான வீரர்கள் நிலை மிகவும் மோசமாக இருக்கிறது. கடவுள் இது போன்ற

நரகவேதனைகளை நிறுத்துவார் என்று வேண்டுகிறேன். ஆனால் இவை நமது பாவங்களுக்குக் கடவுள் அளிக்கும் தண்டனையாகக் கூட இருக்கலாம். இப்படிப்பட்ட தண்டனைகளுக்கு நாம் எப்படியான பாவங்கள் செய்திருக்க வேண்டும்...

காரி (Carrie), நேற்றைக்கு முந்தைய இரவு நான் நமது வீட்டைப் பற்றிக் கனவு கண்டேன். அங்கே இருப்பது போலவே இருந்தது. அதன் பின்னர் நான் உன்னை வேறு ஓர் இடத்தில் பார்த்தேன், எங்கே என்று தெரியவில்லை. ஆனால் நீ என்னை முத்தமிட்டாய். என்னைக் காதலிப்பதாகவும் தெரிவித்தாய். போர் வீரர்களின் பொதுவான கனவைப் போலிருக்கிறதா?

உன்னால் முடிந்த நேரத்தில் எழுது... கூட்டமைப்பின் இரண்டு அதிகாரிகளுடன் நட்பாகியிருக்கிறேன். இருவருக்கும் கால்களில் காயம்...

விரைவாகப் பதில் எழுது. உனக்கும், கிளின்ட், கேட் அனைவருக்கும் முத்தங்களும் அன்பும்.

எப்போதும் உன்னுடைய, டபிள்யு. சி.

வில்லியம் சைல்ட், மேஜர், அறுவை சிகிச்சை நிபுணர்.

நியூ ஹாம்ப்ஷயர் 5வது ரெஜிமென்ட்.

•

அமெரிக்காவின் தலைசிறந்த ஆவணப்பட இயக்குநர்களில் கென் பர்ன்சிற்குத் தனி இடம் உண்டு. 1990இல் அவர் அமெரிக்க உள்நாட்டுப்போர் குறித்து இயக்கிய 'தி சிவில் வார்' இன்றும் ஆவணப்படத் தயாரிப்பில் ஒரு மைல்கல் எனலாம்.

உள்நாட்டுப் போரின்போது எடுக்கப்பட்ட புகைப்படங்களையும், அவற்றின் பின்னணியில் வீரர்கள் தங்கள் மனைவிக்கு, தாய், தந்தைக்கு, சகோதர, சகோதரிகளுக்கு, நண்பர்களுக்கு எழுதிய கடிதங்களை வாசிக்கச் செய்திருப்பார். உணர்வுகளின் வசமின்றி அவற்றைக் கேட்பது இயலாத காரியம்.

போர் என்பதை எண்ணிக்கைகளினாலும் எழுதலாம். பெரும் கொள்கை முடிவுகள், சித்தாந்தங்கள் முதலியவற்றைக் கொண்டும் விளக்கலாம். ஆனால் போர் என்பது ரத்தமும் சதையும் உறவுகளும் கொண்ட மனிதர்களின் தியாகத்தின் மூலமாகவே நடத்தப்படுகிறது. இந்தக் கடிதங்களை வாசிக்கச் செய்ததன் மூலமாக அதையே உணர்த்த விரும்பினேன் என்று கூறியிருக்கிறார்.

•

மாத்யூ ப்ராடி ஒரு புகைப்பட நிபுணர். அப்போதுதான் ஐரோப்பாவில் அறிமுகமாகியிருந்த டாகுர்ரோ (Daguerro) என்னும் புகைப்பட வடிவம் எளிதாகப் புகைப்படமெடுக்க உதவியதால் மிகவும் பிரபலமாக இருந்தது. அதை ஐரோப்பாவில் இருந்து வந்த சாமுவேல் மோர்சிடம் (தந்தியைக் கண்டுபிடித்தவர்) இருந்து கற்றுக்கொண்டு நியூ யார்க் நகரில் ஒரு ஸ்டூடியோ ஆரம்பித்தார். உள்நாட்டுப்போர் ஆரம்பித்த நாட்களில், தன்னுடைய சொந்த செலவில், போரின் கொடூரத்தைப் புகைப்படம் எடுக்க ஆரம்பித்தார். உலகின் முதல் போர்முனை புகைப்பட நிபுணராக இவர் இருக்க வாய்ப்பிருக்கிறது.

ஆன்டிடம் (Antietam) போர் நடந்த நாட்களில் அவரது ஸ்டுடியோவில் வேலை செய்த அலெக்சாண்டர் கார்ட்னர் அங்கே இருந்தார். அங்கு வீழ்ந்த வீரர்களையும் உடல்களையும் ஊனமானவர்களையும் புகைப்படம் எடுத்தார். அந்தப் புகைப்படங்களை நியூ யார்க் நகரில் பொதுமக்களின் பார்வையில் வைத்தார். அப்போதுதான், அமெரிக்க மக்கள் - ஏன் உலகின் சாதாரண மக்களும் - முதல் முறையாகப் போர்க்களத்தின் கொடூரங்களை முதல் முறையாகப் பார்த்தார்கள். 'ஆன்டிடமில் இறந்தவர்கள்' என்றழைக்கப்பட்ட அந்தப் புகைப்படக் காட்சி, மிகவும் முக்கியமான புகைப்படத் தொகுப்பாகப் பார்க்கப்படுகிறது.

•

ஆகஸ்ட் 30ம் தேதி ராபர்ட் லீயின் படைகள், புல் ரன்னில் மீண்டும் ஒரு முறை அமெரிக்க ஒன்றிய ராணுவத்தைத் தோற்கடித்ததைச் சென்ற அத்தியாயத்தில் பார்த்தோம். ஆனால் இந்த முறை ராபர்ட் லீ திரும்பிப் போக வரவில்லை. வடமாநிலங்களுக்குள் போரை எடுத்துச் செல்லவேண்டும் என்பதே அவரது நோக்கம்.

இதற்கு இரண்டு காரணங்கள் இருந்தன. இரண்டு வருடங்களாக நடந்து வரும் போரில், வடக்கு விர்ஜினியாவின் பகுதிகள் முற்றிலுமாக அழிந்துவிட்டன. குறிப்பாக உணவுப் பொருட்கள் கிடைப்பது மிகவும் குறைந்துவிட்டது. இரண்டாவதாக, மாநிலக் கூட்டமைப்பின் படைகள் வடமாநிலங்களுக்குள் நுழைந்து அங்கே ஒரு வெற்றியைப் பெற்றுவிட்டால், ஐரோப்பிய நாடுகளின் அங்கீகாரத்தைப் பெற்றுவிடலாம் என்ற அரசியல் காரணம். எனவே, ராபர்ட் லீயை மேரிலாண்ட் மாநிலத்திற்குள் சொல்லும்படியாக உத்தரவிடப்பட்டது.

இல்லையென்றாலும், ராபர்ட் லீ பின்வாங்கிச் செல்பவர் அல்ல. மேலும் மேரிலாண்ட் மாநிலம் எல்லை மாநிலம் என்பதால், தங்களுக்கு வரவேற்பு நன்றாகவே இருக்கும் என்று எதிர்பார்த்தார்கள்.

லிங்கனுக்கு இதற்கு நேர்மாறான தளபதி வாய்த்திருந்தார். இப்போது 'போடோமக் படை' 100000 வீரர்களைக் கொண்டிருந்தது. இவர்களில் பலரும் இரண்டு மூன்று சண்டைகளில் கலந்து கொண்ட அனுபவம் பெற்றவர்கள். ஆனால் அவர்களது தளபதி ஜார்ஜ் மக்லெல்லன் தயக்கத்தையே குணமாகக் கொண்டவர். முன் போலவே, லீயின் 40000 வீரர்கள் கொண்ட படையை, பல லட்சம் வீரர்களைக் கொண்டது என்ற கற்பனையில் இருந்தார். எந்தப் பக்கம் திரும்பினாலும் அவருக்கு ராபர்ட் லீயின் வீரர்கள் தெரிந்தார்கள். எனவே தன்னுடைய முகாமை விட்டு வெளியே கிளம்பத் தயங்கிக் கொண்டே இருந்தார்.

லிங்கன் தன்னுடைய கெஞ்சல்களை எல்லாம் விடுத்து, நேரடியாக முகாமிற்குச் சென்று ஜார்ஜ் மக்லெல்லனைச் சந்தித்து வேகமாகப் போரை எதிர்கொள்ள வேண்டியதன் அவசியத்தைத் தெரிவித்தார். ஆனாலும் தயக்கம் மக்லெல்லனை விட்டு விலகவில்லை.

செப்டெம்பர் 13, 1862 அன்று ரோந்துப் பணியில் இருந்த ஒன்றிய படையின் வீரர்கள் சிலர், ஒரு துண்டுத் தாளைக் கண்டெடுத்தார்கள். அது 'ராபர்ட் லீ' என்ற கையெழுத்துடன் இருக்கவே, அது ஜார்ஜ் மக்லெல்லனைச் சென்றடைந்தது. 'ஸ்பெஷல் ஆர்டர் 191' என்ற அந்த உத்தரவு, ராபர்ட் லீயின் மொத்த போர்த் திட்டத்தையும் விளக்கியது.

அதைக் கொண்டு உடனடியாகத் தாக்கினால், லீயின் முழுப் படையையும் அழித்திருக்கமுடியும். ஆனால் ஜார்ஜ் மக்லெல்லனின் வழக்கமான தயக்கம் அவரை விடவில்லை. அது உண்மையான திட்டமா, இல்லையா என்ற சந்தேகத்தில் ஒரு நாளை கழித்த பின்னரே, தன்னுடைய படையை நகர்த்த ஆரம்பித்தார்.

லீயின் படைகள் ஆன்டிடம் ஓடைக்கு அருகில் இருந்த ஷார்ப்ஸ்பர்க் நகருக்கு வந்து சேர்ந்தபோது, அவரிடம் 18000 வீரர்கள் மட்டுமே இருந்தார்கள். அப்போது (செப்டம்பர் 16) ஜார்ஜ் மக்லெல்லன் தன்னுடைய பெரும்பாலான வீரர்களுடன் அங்கு வந்து சேர்ந்து விட்டார். ஆனாலும் லீயிடம் 1,00,000 வீரர்களுக்கு மேல் இருப்பதாகக் கற்பனையில் இருந்தார். எனவே தேவைக்கும் அதிகமான எச்சரிக்கையுடன் இருந்தார். அன்றைய தினத்தையும் தயக்கத்தில் இருக்கவே, அதற்குள் லீயின் படைகள் அங்கே இன்னமும் வந்து சேர்ந்தன.

செப்டெம்பர் 17ம் தேதி காலையில் சண்டை ஆரம்பித்தது. தன்னுடைய பொதுவான போர் திட்டத்தை, தனது தளபதிகளிடம் விளக்காமல், ஒவ்வொருவருக்கும் தனித்தனியே உத்தரவுகளைப் பிறப்பித்தார். எனவே, போரின்போது அவரது தளபதிகளுக்கே

அருகில் என்ன நடக்கிறது என்று தெரியவில்லை. லீயின் படையை விட இரண்டு மடங்கு வீரர்கள் இருந்தாலும், லீயால் தன்னுடைய படையைக் கொண்டு அனைத்து தாக்குதல்களையும் சமாளிக்க முடிந்தது.

காலை 5.30 மணிக்கு ஆரம்பித்த சண்டை முதலில் இருந்தே மிகவும் பயங்கரமாக நடைபெற்றுக் கொண்டிருந்தது. அருகே இருந்த சோளக்காட்டில் ஆரம்பித்த சண்டையில், துப்பாக்கி ரவைகளால் மொத்த சோளக்காடும் வெட்டி வீழ்த்தப்பட்டது. அங்கிருந்து கூட்டமைப்பின் படையினர் முன்னேற முயன்று கொண்டிருந்த சாலையின் அருகே சண்டை தீவிரமானது. அங்கே இரண்டு பக்கங்களும் எந்த முன்னேற்றமும் இல்லாமல், கடுமையாக அருகருகே சுட்டுக்கொண்டு அந்த இடமே ரத்தத்தால் நனைந்திருந்தது.

நண்பகலுக்கு மேல் சண்டை மெதுவாக அமெரிக்க ஒன்றியத்தின் பக்கமாகத் திரும்ப ஆரம்பித்தது. ஆனாலும் லீயின் வீரர்கள் ஓர் அங்குல இடத்தையும் ரத்தம் சிந்தாமல் கொடுக்கவில்லை. போர்க்களம் முழுவதும் வீரர்களின் ஓலம் பெரிதாகக் கேட்டுக் கொண்டிருந்தது.

ஜார்ஜ் மக்லெல்லனின் தளபதிகள் தங்களது இழப்புகள் அதிகமாக இருந்ததால், இன்னமும் வீரர்களைப் போர்முனைக்கு அனுப்பக் கேட்டுக்கொண்டார்கள். ஜார்ஜ் மக்லெல்லன் 'என்னால் உதவமுடியாது. என்னிடம் வீரர்கள் இல்லை' என்று கூறிவிட்டார். உண்மையில் அவர் லீயின் பதில் தாக்குதலை எதிர்பார்த்துக் கிட்டத்தட்ட 50000 வீரர்களைப் பின்னால் பாதுகாப்பாக வைத்துக் கொண்டிருந்தார். இதுவே பெரும் வெற்றிக்கும், சாதாரண வெற்றிக்கும் இடையிலான வித்தியாசமாக இருந்தது.

மாலை 5.30 மணிக்கு எல்லாம் சண்டை முடிந்துவிட்டது. ஒன்றியப் படைகள் வெற்றி பெற்றுவிட்டன. லீயின் படைகளைப் பின்னோக்கி தள்ளிவிட்டன. அன்றைய இழப்புகள் இரண்டு பக்கங்களுக்கும் அதிகமாக இருந்தது. இரண்டு பக்கங்களுக்கும் சேர்த்துக் கிட்டத்தட்ட 23000 வீரர்கள் இறந்தோ, காயம்பட்டோ, காணாமல் போகவோ செய்திருந்தார்கள். அதில் 7700 வீரர்கள் இறந்து போயிருந்தார்கள். அதற்கு முந்தைய எப்போதையும் விட அதிகமான அமெரிக்க வீரர்கள் ஒரே நாளில் கொல்லப்பட்டிருந்தார்கள். போரின் பயங்கரத்தில் ஷைலோவைப் பின்னுக்குத் தள்ளியது. ஆனால் இன்னமும் போர் முடிவுக்கு வரவில்லை.

தன்னுடைய படையில் அதிகமான வீரர்களை இழந்திருந்தாலும், ராபர்ட் லீ தன்னுடைய முகாமை நகர்த்தவில்லை. இதை லீ

எதிர்த்தாக்குதல் நடத்தத் தயாராவதாக எண்ணிய ஜார்ஜ் மக்லெல்லன் வழக்கம் போல, தயக்கத்தில் காத்திருந்தார்.

ஆச்சரியகரமாக, மறுநாள் காலை வரை அங்கேயே காத்திருந்துவிட்டு, பின்னரே லீ அங்கிருந்து பின்வாங்கினார்.

பெரும் வெற்றியை அறிவித்த ஜார்ஜ் மக்லெல்லன், அது முழுவதும் தன்னாலேயே சாத்தியமானது என்றும், ஒன்றிய அரசு தனக்குச் சரியாக உதவவில்லை என்றும் எழுதினார்.

லிங்கனின் பொறுமை முடிவுக்கு வந்திருந்தது. லீயின் படைகளைத் துரத்திச் சென்று பிடிக்குமாறு ஆணையிட்டும் ஜார்ஜ் மக்லெல்லன் அதைச் செய்யவில்லை. நல்ல வாய்ப்பை இழந்துவிட்டதை லிங்கன் மன்னிக்க விரும்பவில்லை.

விடுதலைப் பிரகடனத்திற்கான அவரது அடுத்த நகர்வை ஆன்டிடமில் கிடைத்த வெற்றிச் சாத்தியப்படுத்தியது.

19. விடுதலைப் பிரகடனம்

> ‘அடிமைமுறை மனிதனின் சுயநலத்தின்மீது கட்டியெழுப்பப்பட்டது. அதை எதிர்ப்பது, நீதியின் மீதான அவனது காதலினால் எழுப்பப்பட்டது.’
>
> – ஆபிரகாம் லிங்கன்

அலெக்ஸி டி டாக்வில் (Alexis de Tocqueville) பிரான்ஸ் நாட்டைச் சேர்ந்த பிரபுக்களின் குடும்பத்தில் பிறந்தவர். பின்னாளில் பிரான்ஸின் வெளியுறவுத் துறை அமைச்சராக இருந்தவர். அவரது இளவயதில் 1831ஆம் வருடம் அமெரிக்கா முழுவதும் பயணம் செய்தார். அதன் முடிவில் அமெரிக்காவில் ஜனநாயகம் குறித்துப் புத்தகம் ஒன்றை எழுதினார். அதில் அமெரிக்காவில் வசிக்கும் மூன்று இனங்களையும் – வெள்ளையர், கறுப்பர், செவ்விந்தியர்கள் – அவர்களுக்கு இடையே நிலவிய உறவுகளைக் குறித்தும் எழுதியிருக்கிறார்.

அந்தப் புத்தகத்தில் அவர் ஐரோப்பிய வெள்ளையர்கள் மற்ற இரண்டு இனங்களையும் எப்படிப் பார்த்தார்கள் என்றும், கிறிஸ்தவத்தை அடிப்படையாகக் கொண்டு ஆரம்பிக்கப்பட்ட காலனி எப்படி அடிமை முறையால் சீரழிகிறது என்பதையும் அலசியிருக்கிறார். அடிமை முறையை ஒழிப்பதில் இருக்கும் சிக்கல்களையும் கூறுகிறார்.

‘அமெரிக்காவின் பழைய, உண்மையான நண்பனான எனக்கு அடிமை முறை அந்த நாட்டின் முன்னேற்றத்தைத் தடுத்து, அதன் புகழை அழித்து, அதன் எதிரிகளுக்கு ஆயுதங்களைக் கொடுத்து, அதன் வருங்கால ஒற்றுமையைக்கூடப் பாதிக்கும் என்று தோன்றுகிறது. ஒன்றியத்தின் ஒற்றுமையைக் குலைப்பதற்கு எங்கே அடிக்க வேண்டும் என்று அதன் எதிரிகளுக்குக் காட்டிக் கொடுக்கும். ஒரு

மனிதனாக, மனிதனை மனிதன் அடிமைப்படுத்தும் காட்சி என் மனதை வருத்தத்தில் ஆழ்த்துகிறது. கடவுள் பூமியில் இருப்பவர்கள் அனைவரையும் சமமாகப் படைத்தது போல, அந்த நாட்டிலும் சட்டம் அனைவரையும் சமமாக நடத்தும் காலம் வரும் என்று எதிர்பார்க்கிறேன்.'

டாக்வில் ஒரு சமூகத்தின் முன்னேற்றம் அது அனைத்து மக்களையும் சரி சமமாகப் பாவிப்பதில் இருக்கிறது என்கிறார். இந்தச் சமத்துவத்தை நோக்கிய பாதையே மனிதகுல வரலாற்றில் ஜனநாயக நாடுகளின் பங்கு என்றும் கூறுகிறார்.

ஐரோப்பிய கலாசாரத்தைத் தொடரும் நாடுகளில், ஜனநாயகத்தைத் தொடர்ந்து கடைப்பிடித்து வரும் அமெரிக்காவில் மட்டும் அடிமை முறை தொடர்ந்தது அவருக்கு வருத்தத்தைத் தந்தது என்றும் கூறுகிறார்.

●

ஆபிரகாம் லிங்கன் எல்லா நேரங்களிலும் அடிமை முறையை ஒழிப்பதை ஆதரிக்கவில்லை. அவர் அமெரிக்காவின் அரசியல் நெளிவு சுளிவுகளை அறிந்தவர். எதை வெளிப்படையாகப் பேச வேண்டும், எப்போது பேச வேண்டும் என்றெல்லாம் நன்றாக அறிந்தவர். எனவே அவரது அரசியல் நிலைப்பாடு மாறிக் கொண்டே இருந்தது.

ஆனால் அவர் அடிமை முறைக்கு எதிரான குடும்பத்தில் பிறந்தவர், அவரது தந்தையும் அடிமை முறைக்கு எதிரான நிலைப்பாடு கொண்டவர் என்பதையும் நினைவில் கொள்ள வேண்டும். எனவே லிங்கன் அடிமை முறையை அமெரிக்க வாழ்வு முறையில் இருக்கும் களங்கமாகவே பார்த்தார்.

ஆனால் அதை ஒழிப்பது என்றால் என்ன? ஒழித்த பின்னர், அந்த அடிமைகளின் நிலை என்னாகும்? அவர்களைப் பணம் கொடுத்து வாங்கியவர்களின் இழப்பிற்குப் பதில் என்ன? போன்ற கேள்விகளெல்லாம் எழுந்து கொண்டிருந்தன. அமெரிக்காவின் விவாதங்கள் பெரும்பாலும் இப்படியே திசை திருப்பப்பட்டிருந்தன.

லிங்கனும் வக்கீலாக மாறி, அரசியல் ஈடுபாட்டைத் தீவிரமாக எடுக்க ஆரம்பித்த பின்னர், இது குறித்துத் தீவிரமாகச் சிந்தித்தார். அவர் குடியரசுத் தலைவராக ஆவதற்கு முந்தைய உரைகளில் இது குறித்த பல்வேறு நிலைப்பாடுகளை அலசியிருக்கிறார். இந்த நிலைப்பாடுகள் என்ன என்பதைச் சிறிது பார்த்துவிடுவோம்.

ஒன்று, விடுதலை செய்யப்படும் அடிமைகளுக்கான நஷ்டஈட்டை அவர்களின் சொந்தக்காரர்களுக்குக் கொடுத்துவிட வேண்டும் என்பது. அதாவது, அடிமைகளின் சொந்தக்காரர்களிடம் இருந்து அரசாங்கம் அவர்களை வாங்கி, விடுதலை செய்வது போல. இது சிறிய அளவில் சில இடங்களில் நடக்கவும் செய்தது. ஆனால் அப்போதிருந்த 30 லட்சத்திற்கும் அதிகமான அடிமைகளுக்கு நஷ்டஈடு கொடுப்பது சாத்தியமானதாகத் தெரியவில்லை.

அடுத்ததாக, விடுதலை செய்யப்படும் அடிமைகளைத் திரும்பவும் ஆப்ரிக்காவிற்கு அனுப்பிவிடுவது. அதாவது அவர்களது எங்கிருந்து கொண்டு வரப்பட்டார்களோ அங்கேயே அனுப்பி விடுவது. இதற்காக மேற்கு ஆப்பிரிக்காவில் இடம் வாங்கப்பட்டு, லைபீரியா என்ற பெயரில் ஒரு பிரதேசம் ஏற்படுத்தப்பட்டது. இங்கே அமெரிக்காவில் இருந்து ஆப்பிரிக்காவிற்குத் திரும்ப விருப்பப்படும் அடிமைகள், விடுதலை செய்யப்பட்டு அனுப்பி வைக்கப்படுவார்கள். அங்கே அவர்களுக்குச் சிறிது நிலமும் தரப்படும்.

இந்தத் திட்டமும் தோல்வியடைந்தது. அப்போது அமெரிக்காவில் வாழ்ந்து கொண்டிருந்த அடிமைகள் பலரும் மூன்றாவது, நான்காவது தலைமுறையினர். அவர்களுக்கு ஆப்பிரிக்கா பற்றி எதுவும் தெரியாது. அமெரிக்காவே அவர்களது சொந்த மண். இந்தத் திட்டத்தை லிங்கன் ஒரு நேரத்தில் மிகவும் ஆதரித்துப் பேசி வந்தார். ஆனால் கறுப்பர்கள் இது குறித்து ஆர்வம் காட்டவில்லை என்பதால் அவரும் அதைக் கைவிட்டுவிட்டார்.

அடுத்து, குடியரசுத் தலைவர் தேர்தலின் போதும் லிங்கன் மீண்டும், மீண்டும் வலியுறுத்தியது, தான் அடிமை முறைக்கு எதிரானவன் அல்ல என்பதுதான். அதாவது, தான் புதிய பிரதேசங்களிலும் மாநிலங்களிலும் அடிமை முறை பரவுவதை எதிர்த்தாலும், அப்போது அடிமை முறை சட்டப்பூர்வமானதாக இருந்த தென் மாநிலங்களின் சட்டங்களில் எந்த மாற்றத்தையும் தான் கொண்டு வரப்போவதில்லை என்றுதான் கூறி வந்தார். அவரது முதல் பதவியேற்பு பேச்சிலும் அதையே வலியுறுத்தினார்.

ஆனால் குடியரசுக் கட்சியின் நிலைப்பாடு, இவை எல்லாவற்றையும் கலந்ததாக இருந்தது, அதன் பல்வேறு பதவிகளில் அடிமை முறையைத் தீவிரமாக எதிர்த்தவர்களும் இருந்தார்கள். லிங்கனைப் போல மதில் மேல் பூனையாக இருந்தவர்களும் இருந்தார்கள். ஆனால் ஏதேனும் ஒரு வகையில் அடிமை முறையைச் சிறிது, சிறிதாகவோ, முற்றிலுமாகவோ ஒழித்துக் கட்டுவதே அதன் முக்கியக் கொள்கையாக இருந்தது.

விடுதலைப் பிரகடனத்தை லிங்கன் அமைச்சரவைக்கு வாசித்துக் காட்டுகிறார்.

இதனாலேயே லிங்கனிற்குக் கட்சிக்குள் எதிர்ப்பு இருந்தது. தென் மாநிலங்களுக்கு மிகவும் அதிகமாக விட்டுக்கொடுக்கிறார் என்றும், மிகவும் மிதவாதியாக இருக்கிறார் என்பதும் அவர்களது முக்கியக் குற்றச்சாட்டுகளாக இருந்தன.

•

ஆனால் உள்நாட்டுப் போரின் துவக்கம் இவை அனைத்தையும் திருப்பிப் போட்டது. சமரச முயற்சிகள் அனைத்தையும் போர் முறியடித்துவிட்டது. இனி அமெரிக்காவில் முழுவதுமாக அடிமைமுறை ஒழிக்கப்பட வேண்டும் அல்லது அமெரிக்கா முழுவதும் அடிமைமுறை சட்டப்பூர்வமாக ஆக்கப்பட வேண்டும். வேறு எந்த விதத்திலும் சண்டை முடியப்போவதில்லை என்பதை லிங்கனும் உணர்ந்தார்.

அவரது மகன் வில்லியின் மரணத்தின் பின்னரான நாட்களில் லிங்கன் வாழ்வின் அவலங்கள் குறித்தும், அடிமை முறையை ஒழிப்பது குறித்தும் தீவிரமாக யோசித்தார். அப்போதிருந்த சில சட்ட சிக்கல்களைத் தீர்க்க, முன்பே கூறியது போல, இரண்டு சட்டங்கள் இயற்றப்பட்டன. ஆனாலும் லிங்கனால் அடிமைகளை நேரடியாக விடுவிக்க முடியாது. அவர்களைக் குறித்து அரசியலமைப்புச் சட்டத்தில் எதுவும் இல்லை. அது வரையிலான சட்டங்கள், தீர்ப்புகள் எதுவும் சாதகமாக இல்லை. மேலும், எல்லை மாநிலங்கள் அடிமைகளை விடுதலை செய்வதை மாநில உரிமைகள் என்று சொல்லி எதிர்க்கவும் செய்யலாம். எனவே, இவற்றை எல்லாம் மீறிய ஒரு சரியான வழி தேவைப்பட்டது.

ஜூலை 1862இல் லிங்கன் அந்த வழியைக் கண்டறிந்து விட்டார். இப்போது அவருக்குப் போரில் ஒரு வெற்றித் தேவைப்பட்டது. அதன் பின்னரே அவர் அறிவிக்கப்போகும் பிரகடனத்திற்கு மதிப்பு இருக்கும்.

ஆன்டிடம் சண்டை அவர் எதிர்பார்த்த வெற்றியை மிகுந்த இழப்பிற்கு இடையே கொடுத்தது.

•

அடிமை முறையை ஒழிப்பதையும், போரில் வெற்றி பெறுவதையும் ஒன்றாகவே லிங்கன் பார்த்தார். ஒன்றில்லாமல் மற்றொன்று

சாத்தியமில்லை என்பதை உணர்ந்தது மட்டுமன்றி, மக்களுக்கும் அதையே காரணமாகத் தெரிவித்தார்.

ஜூலை 1862இல் அவர் தன்னுடைய விடுதலைப் பிரகடனத்தின் முதல் வரைவை வில்லியம் சீவர்டிடம் காட்டினார். சீவர்ட் பெரும் அதிர்ச்சி அடைந்தார். அடிமைகளை விடுதலை செய்வதன் மூலம், தென் மாநிலங்களில் பெரும் குழப்பம் நேரிடும் என்றும், அதையே காரணம் காட்டி, ஐரோப்பிய நாடுகள் போரின் உள்ளே நுழைந்துவிடலாம் என்றும் சீவர்ட் எண்ணினார். ஆனாலும் தான் பின்வாங்க போவதில்லை என்று லிங்கன் தெரிவித்துவிட்டார்.

தான் பிரகடனத்தை எழுதியதன் பின்னணியை லிங்கன் ஒரு கடிதத்தில் தெரிவித்தார்.

‘போர் ஆரம்பித்த பின்னர், ஒன்றரை வருடங்களுக்கு நான் அடிமை முறையைத் தொடவேயில்லை. அதைப் பற்றி யோசிப்பது என்று முடிவெடுத்தவுடன், நான் போரிட்டுக் கொண்டிருந்த மாநிலங்களுக்கும், மக்களுக்கும் நூறு நாட்கள் அவகாசம் கொடுத்தேன். அவர்கள் நல்ல குடிமகன்களாகத் திரும்பிவிட்டால், இது குறித்து எந்த முடிவும் எடுக்கப் போவதில்லை என்று முடிவு செய்தேன். ஆனால் அவர்கள் அதைத் தட்டிக்கழித்து விட்டார்கள். எனவே போர்க்காலத் தேவையின் பொருட்டு, இந்தப் பிரகடனத்தை அறிவித்துவிட்டேன். அறிவித்துவிட்டதால், அதிலிருந்து பின் வாங்கமாட்டேன்.’

மாநில உரிமைகள் பற்றிய கேள்விகளைத் தவிர்க்க, அடிமை முறை ஒழிப்பைப் போர்க்காலத் தேவையாகக் கட்டமைத்தார், எனவேதான் செப்டெம்பர் 22, 1862 அன்று அவர் தனது அமைச்சரவையைக் கூட்டி, விடுதலைப் பிரகடனத்தை வாசித்துக் காட்டினார். 1863ஆம் வருடம், ஜனவரி 1 முதல் அந்தப் பிரகடனம் அமலுக்கு வரும் என்று தெரிவித்தார்.

●

விடுதலைப் பிரகடன நினைவுச் சிலை, லிங்கன் பூங்கா, வாஷிங்டன் நகரம். விடுதலை அடைந்த அடிமைகள், தங்களது சம்பளத்தை நன்கொடையாகக் கொடுத்து அமைத்தது.

அப்போது 30-35 லட்சம் அடிமைகள் அமெரிக்கா முழுவதும் இருந்தார்கள். அவர்களில் பெரும்பாலானோர் போரிட்டுக் கொண்டிருக்கும் தென் மாநிலங்களில் இருந்தார்கள். இவர்களையே லிங்கனின் பிரகடனம் விடுதலை செய்தது. ஆனாலும், அப்போது

தென் மாநிலங்கள் எல்லாம் போரிட்டுக் கொண்டிருந்ததால், பிரகடனத்தை எந்த விதத்திலும் அந்த மாநிலங்களில் அமல்படுத்த முடியாத நிலை இருந்தது.

ஆனால், பிரகடனம் லிங்கனின் நல்லெண்ணத்தை வெளிப்படை யாகத் தெரிவித்தது. வடமாநிலங்களில் இருந்த கறுப்பர் இனத்தலைவர்கள் அனைவரும் போரில் ஈடுபடக் கறுப்பர்களை ஊக்கப்படுத்தினார்கள். இதுவரை மாநில உரிமைகள் உள்ளிட்ட காரணங்களால் குழப்பத்தில் இருந்த போர், இப்போது தெளிவாக அடிமை முறையின் தேவை பற்றியதாக மாறியது.

போரின் முடிவிற்குள், ஒன்றிய ராணுவத்தில் 2,00,000 கறுப்பர்கள் போர்வீரர்களாகப் பணியாற்றியிருந்தார்கள். இவர்கள் போரின் போக்கிற்கும், முடிவிற்கும் ஒரு முக்கியமான காரணமாக இருந்தார்கள்.

நாடு முழுவதும் கறுப்பர்கள் டிசம்பர் 31, 1862 அன்று மாலை ஒன்றாகக் கூடி, வரப் போகும் விடுதலையை எதிர்நோக்கி 'காத்திருக்கும் திருவிழாக்களை' நடத்தினார்கள். அன்றிரவு 12 மணிக்கு தங்களுக்கும், தங்களது இனத்தவருக்கும் கிடைத்திருக்கும் விடுதலையைக் கொண்டாடினார்கள்.

•

ஆனாலும் போரின் முடிவில், போர்க்காலத் தேவையான இந்தப் பிரகடனம் ரத்து செய்யப்படுமா என்ற கேள்வியும் அனைவரிடமும் இருந்தது. அதை லிங்கனும் உணர்ந்தே இருந்தார். பிரகடனத்தைச் சட்டமாக இயற்றி, அரசியலமைப்புச் சட்டத்தில் சேர்த்தாலே ஒழிய, பிரகடனத்தினால் எந்தப் பயனும் இல்லை என்பது அவரது வக்கீல் மனதிற்குத் தெரிந்தே இருந்தது.

இப்படியே அமெரிக்க அரசியலமைப்புச் சட்டத்தின் பதிமூன்றாவது திருத்தம் குறித்த வேலைகள் ஆரம்பித்தன. ஆனால் அதற்கு இன்னமும் இரண்டு வருடங்கள் காத்திருக்க வேண்டும்.

20. கொலைக்களம்

'நரகத்தைவிட மோசமான இடம் ஒன்று இருந்தால், நான் அதில்தான் இருப்பேன்.'

– ஆபிரகாம் லிங்கன்

மேற்கே நடந்து கொண்டிருந்த போரையும், கிராண்ட்டையும் நாம் ஷைலோவில் விட்டுவிட்டு வந்தோம். ஷைலோவின் வெற்றி கிராண்டிற்குப் புகழைக் கொடுத்தாலும், ராணுவத்திற்குள் அவரது உயரதிகாரிகள் – ஹாலக் முதலியோர் – இன்னமும் அவர் மீது திருப்தியில்லாமல் இருந்தார்கள்.

ஷைலோவிற்குப் பின்னர், ஜெனரல் ஹாலக் படைகளை நடத்திச் சென்று கோரின்த் நகரைக் கைப்பற்றினார். படைகளை இரண்டாகப் பிரித்து, ஒரு படைக்கு கிராண்ட்டைத் தளபதியாக நியமித்தார். டென்னிசி மாநிலம் இப்போது கிராண்டின் கட்டுப்பாட்டிற்குள் வந்தது. சிறு சிறு சண்டைகளில் வெற்றி பெற்றாலும், 1862 வேறு பெரிய சண்டைகள் இல்லாமலேயே அவருக்குக் கழிந்தது.

மேற்கில் மற்றொரு பெரிய படையின் தளபதியான டான் பூயல், கென்டக்கி மாநிலத்தில் இருந்தார். ஆன்டிடம் போர் நிகழ்ந்த அதே நேரத்தில், மற்றொரு கூட்டமைப்புப் படை கென்டக்கி மாநிலத்தைக் கைப்பற்ற வந்தது. பெர்ரிவில் என்ற இடத்தில் அக்டோபர், 1862இல் நடந்த சண்டையில் பூயல் தோல்வியடைந்தாலும், கூட்டமைப்பின் படைகள் பின்வாங்கிவிட்டன.

மீண்டும் கோரின்த் நகரைக் கைப்பற்ற வந்த தென் மாநிலப் படைகளை, கிராண்ட் தோற்கடித்தார். லிங்கன் விடுதலைப்

பிரகடனத்தை அறிவித்தவுடன், கிராண்ட் தன்னுடைய படைகளில் தகுதியுள்ள கறுப்பர்கள் வீரர்களாகச் சேரலாம் என்று அறிவித்து விட்டார். 1862 இறுதியில், மிஸ்ஸிஸிப்பி நதியின் முக்கிய நதிக்கரை நகரான விக்ஸ்பர்க்கைக் கைப்பற்றுமாறு அவருக்குக் கடிதம் எழுதினார் லிங்கன்.

•

ராபர்ட் எட்வர்ட் லீயின் தந்தை விர்ஜினியாவில் பெரும் தோட்டமும், தோட்டத்தில் வேலை செய்யப் பல அடிமைகளும் வைத்திருந்தவர். ராபர்ட் லீ தோட்டத்தில் இளவரசரைப் போல வளர்ந்தவர், கல்லூரி செல்லும் வயது வந்ததும், தந்தை அவரை வெஸ்ட் பாயிண்ட் ராணுவப் பயிற்சிப் பள்ளியில் சேர்த்தார். அங்கு அவர் பொறியியலாளராகப் பயிற்சி பெற்றார். பயிற்சி முடிந்தவுடன் அமெரிக்க ராணுவத்தில் சேர்ந்தார்.

அவரது மனைவி, மேரி அன்னா கஸ்டிஸ், அமெரிக்காவின் முதல் குடியரசுத் தலைவரான ஜார்ஜ் வாஷிங்டனின் கொள்ளுப் பேத்தியாகும். விர்ஜினியா மாநிலத்தின் அதிகார மையத்தில் இருந்த அனைவரும், ராபர்ட் லீயின் குடும்பத்துடன் நெருக்கமானவர்கள். அவரது மனைவியின் வழியில் அவர் அமெரிக்காவின் முதல் குடும்பத்திற்கும், அதன் மூலமாக அமெரிக்க அரசியலின் மைய அதிகாரத்திற்கும் நெருக்கமாகவே இருந்தார்.

1846ல் மெக்ஸிகோவுடனான போரில் பெரும் திறமையுடன் போரிட்டதால் விரைவாகப் பதவி உயர்வு பெற்று, அமெரிக்க ராணுவத்தின் குறிப்பிடத்தக்க தளபதிகளில் ஒருவராக இருந்தார்.

அவரது குடும்பமும், அவரது மனைவியின் குடும்பமும் பல அடிமைகளுக்குச் சொந்தக்காரர்கள். லீ தன்னுடைய உயிலில் அனைத்து அடிமைகளுக்கும் விடுதலை கொடுப்பதாகத் தெரிவித்திருந்தாலும், அவர் அடிமை முறையைப் பற்றி வெளிப்படையாக அரசியல் ரீதியான எந்தக் கருத்தையும் தெரிவித்ததில்லை.

அவரது மாமனார் இறந்தபோது, மாமனாரின் தோட்டத்தில் இருந்த பல அடிமைகளை அவர் விற்றார். தோட்டத்தில் இருந்த மூன்று அடிமைகள் தப்பித்துப் பென்சில்வேனியாவிற்கு ஓடியபோது, அவர்களைத் திரும்பவும் பிடித்துக் கொண்டு வர எல்லா முயற்சிகளும் எடுத்தார். அவர்கள் பிடிபட்டவுடன், தோட்டத்தில் இருந்த கம்பத்தில் கட்டி ஆளுக்கு ஐம்பது கசையடிகள் கொடுக்கச் செய்தார். அவரே சில கசையடிகளைக் கொடுத்தார் என்றும் சொல்லப்படுகிறது.

மற்ற வெள்ளை தென் மாநிலத்தவர்களைப் போலவே, அவர் அடிமை முறையை முழுமையாக ஆதரிக்கவில்லை என்றாலும், எந்த விதத்திலும் எதிர்க்கவும் இல்லை என்றே புரிந்து கொள்ள வேண்டியிருக்கிறது.

ராபர்ட் லீ, ராணுவத்தைத் தன்னுடைய முழுநேரத் தொழிலாகப் பார்த்தார். அதில் மிகுந்த திறமையுடையவராகவும் இருந்தார். அவரது வீரர்களை நல்ல முறையில் நடத்துவது, போரில் இழப்புகளை முடிந்த வரை தவிர்ப்பது என்று நல்ல தளபதிக்குரிய அனைத்து குணங்களும் அவரிடம் இருந்தன.

லிங்கன் குடியரசுத் தலைவராகத் தேர்வானது பற்றி அவர் எந்தக் கருத்தும் தெரிவித்ததாகத் தெரியவில்லை. 1860இல் லிங்கன் குடியரசுத் தலைவராகத் தேர்ந்தெடுக்கப்பட்ட பின்னர், மாநிலங்கள் தனியே பிரிந்து செல்ல ஆரம்பித்தன. அந்த நேரத்தில் அவர் டெக்சாஸ் மாநிலத்தில் இருந்தார். டெக்சாஸ் மாநிலத்தின் ஒன்றிய தளபதி, டேவிட் ட்விக்ஸ், தனது ராணுவத்தையும், ஒன்றிய அரசின் கோட்டைகளையும் டெக்சாஸ் மாநிலத்திடம் ஒப்படைத்துவிட்டு, தானும் தென் மாநில கூட்டமைப்பின் ராணுவத்தில் சேர்ந்துவிட்டார். ஆனால் ராபர்ட் லீ டெக்ஸாஸில் இருந்து வாஷிங்டனிற்குத் திரும்பினார்.

விர்ஜினியா இன்னமும் பிரிந்து செல்வது பற்றி யோசித்துக் கொண்டிருந்தது. லீ, பிரிவினைக்கு எதிராக இருந்தாலும், தன்னுடைய விசுவாசம் எங்கே இருக்கிறது என்பது குறித்து யோசித்துக் கொண்டிருந்தார். மார்ச் 1861ல், புதிய குடியரசுத் தலைவர் லிங்கன் அவரை மேஜர் ஜெனரலாகப் பதவி உயர்த்தினார்.

அப்போதைய அமெரிக்க ஒன்றியப் படைகளின் தலைமை தளபதியான வின்பீல்ட் ஸ்காட், ராபர்ட் லீயை வரப்போகும் போரில் அனைத்துப் படைகளுக்கும் தளபதியாக நியமிக்கும்படி சிபாரிசு செய்தார். லிங்கனும் தயாராக இருந்தார். ஆனால், அதற்குள் விர்ஜினியா ஒன்றியத்தில் இருந்து பிரிந்துவிடுவதாக அறிவித்தது.

லிங்கனின் தனி ஆலோசகரான பிரான்சிஸ் பிளேயர், லீயைத் தளபதியாக நியமிக்கும் ஆணையைக் கொடுக்கும்போது, லீ மறுத்துவிட்டார்.

'திரு. பிளேயர், பிரிவினையைச் சட்டமில்லாத நிலையாகத்தான் பார்க்கிறேன். தெற்கில் என்னிடம் நான்கு லட்சம் அடிமைகள் இருந்தால், அவர்கள் அனைவரையும் ஒன்றியத்தின் ஒற்றுமைக்காகத் தியாகம் செய்திருப்பேன்; ஆனால் என்னுடைய சொந்த மாநிலமான, விர்ஜினியாவிற்கு எதிராக எப்படி என் வாளைத் தூக்குவேன்?'

விர்ஜினியா திரும்பிய அவருக்கு விர்ஜினியா படையின் தளபதி பொறுப்புக் கொடுக்கப்பட்டது. முதல் வருடத்தில் அதிகமாக நேரடிப் போரில் அவர் ஈடுபடவில்லை என்றாலும், தீபகற்பப் போரின் போது அவர் ஒன்றிய ராணுவத்தைப் பல முனைகளில் தோற்கடித்தது, தென் மாநிலங்களில் அவருக்குப் புகழை கொடுத்தது.

அப்போதிருந்து, ராபர்ட் லீயின் படைகளின் தொடர் வெற்றிகள், கிழக்கில் இருந்த ஒன்றிய ராணுவத்திற்கு, குறிப்பாக அதன் தளபதிகளுக்கு நடுக்கத்தைக் கொடுத்திருந்தது.

•

ஆன்டிடம் போருக்குப் பின்னரான நாட்களில், ஜார்ஜ் மக்லெலன் திரும்பவும் தனது படைகளுடன் அமைதியாக இருந்துகொண்டார். இதற்குள் லிங்கன் தனது பொறுமையை இழந்துவிட்டார்.

முதலில் மேற்கு போர்முனையில் தோல்வியைத் தழுவியிருந்த மேஜர் ஜெனரல் டான் பூயலை மாற்றினார். அதைக் கண்டாவது மக்லெலன் தன்னுடைய வேகத்தை அதிகரிப்பார் என்று எதிர்பார்த்த லிங்கனிற்கு ஏமாற்றமே மிஞ்சியது. எனவே நவம்பர் 5, 1862 அன்று மக்லெலனை போடோமக் படைகளின் தளபதி பதவியில் இருந்து விலக்கினார். அந்த இடத்திற்கு மேஜர் ஜெனரல் அம்ப்ரோஸ் பர்ன்சைட் நியமிக்கப்பட்டார்.

உடனடியாகப் படைகளை நகர்த்தி, ரிச்மன்டைக் கைப்பற்ற வேண்டும் என்று அவருக்கு உத்தரவிடப்பட்டது.

•

மேஜர் ஜெனரல் அம்ப்ரோஸ் பர்ன்சைட் புகழ் பெற்றது போர் திறமைக்காக அல்ல. அவரது முகத்தில் அடர்த்தியாக இருபுறமும் இருந்த கிருதா, அப்போது இளைஞர்களால் விரும்பப்பட்டு, அடர்த்தியான கிருதாக்கள், அவரது பெயராலேயே 'Sideburns' என்று அழைக்கப்பட்டது.

ஆனால், பர்ன்சைட் நல்ல தளபதிதான். சுதந்திரமாகச் செயல்படுபவர் என்பதால் அவர் சில வெற்றிகளைப் பெற்றிருந்தார். ஆனால் அவர் இதுவரை கையாண்ட படைகளை விடப் பல மடங்கு பெரிய படையை எதிர்கொள்ளமுடியுமா, ராபர்ட் லீக்கு எதிராக வெற்றியைப் பெற முடியுமா என்பதுதான் கேள்வி.

குளிர் காலம் ஆரம்பிக்கச் சில வாரங்களே இருந்தாலும், பர்ன்சைட் காத்திருக்க விரும்பவில்லை. இந்த முறை அவர் நிலத்தின் வழியே

சென்று ரிச்மன்டை அடைவதுதான் அவரது திட்டம். வழியில் ராபர்ட் லீயின் படைகளுடன் மோதுவதையும் எதிர்பார்த்துதான் இருந்தார். ஆனால் நிலவழியாகச் செல்லும்போது, அவர் ரிச்மன்டிற்கு முன் இருந்த ரப்பஹன்னாக் (Rappahannock) நதியைக் கடக்க வேண்டும். அதற்கு அவருக்கு மிதவை பாலம் தேவைப்பட்டது.

பர்ன்சைட்டின் படையில் அப்போது 1,22,000 வீரர்கள் இருந்தார்கள். அவர்கள் அனைவரும் நதியை கடக்க, ஆறு பாலங்கள் தேவைப்படும் என்பதால், அவரது தேவைகளை வேண்டுதலாகப் போர் மற்றும் பாதுகாப்பு துறைக்கு அனுப்பிவிட்டு, தன்னுடைய படைகளை நடத்திக் கொண்டு ரிச்மன்டை நோக்கிக் கிளம்பினார்.

நவம்பர் 7ஆம் தேதி கிளம்பிய அவரது படை, ரப்பஹன்னாக் நதியை நவம்பர் 15ஆம் தேதி வந்தடைந்தது. ஆனால் பாலம் கட்ட தேவையான மிதவைகள் இன்னமும் வந்து சேரவில்லை. வாஷிங்டனின் அரசாங்க துறைகள், போரில் வேகத்தின் முக்கியத்துவத்தை உணரவில்லை. எல்லாக் கையெழுத்துக்களும் பெறப்பட்டு, மிதவைகளைக் கொண்டு செல்ல தேவையான வண்டிகள், குதிரைகள் எல்லாம் ஏற்பாடு செய்யப்பட்டு, முதல் பாலத்தின் பொருட்கள் பர்ன்சைட்டை நவம்பர் 25ம் தேதிதான் அடைந்தது.

நதியின் மறுபுறம் இருந்த பிரெடெரிக்ஸ்பர்க் நகரில், நவம்பர் 15ம் தேதி வெறும் 500 கூட்டமைப்புப் படை வீரர்கள் மட்டுமே இருந்தார்கள். ஆனாலும் பர்ன்சைட் நதியைப் படகுகளில் கடந்து தாக்க தயங்கினார். அதுவே அவரது முதல் தோல்வியானது. பாலத்திற்கான பொருட்கள் வந்து சேர்ந்த நவம்பர் 25ஆம் தேதிக்குள், ராபர்ட் லீ, பர்ன்சைட்டின் படையின் நிலையைத் தெரிந்துகொண்டு, தன்னுடைய படைகளை நதியின் மறுபக்கத்தில் இருந்த மேட்டின் மீது நிறுத்திக்கொண்டார். அப்போதும் அவரிடம் 18,000 வீரர்கள் மட்டுமே இருந்தார்கள்.

ஆனால் இப்போது வானிலை மாறியது. மழையும் பனியும் விழ ஆரம்பித்தது. ஒரு வாரம் தொடர்ந்த இந்த வானிலை, குளிர்காலத்தின் ஆரம்பத்தைக் கூறியது. அத்தோடு, லீயின் மற்ற தளபதிகளும் தங்களது வீரர்களுடன் வந்து அவரைப் பலப்படுத்தத் தேவையான அவகாசத்தைக் கொடுத்தது.

இப்போது பாலங்களை அமைப்பதே பெரும் தாக்குதலுக்கு இடையில் என்பதில் சந்தேகமில்லை. டிசம்பர் 11ஆம் தேதி ஆரம்பித்த பாலம் அமைக்கும் பணி, மிகுந்த உயிர்ச் சேதங்களுக்கு இடையே

12ஆம் தேதி முடிந்தது. பல வீரர்களும், பொறியாளர்களும் அதற்குள் தங்கள் உயிரை இழந்திருந்தார்கள்.

13ஆம் தேதி ஒன்றியப் படைகள் பிரெடெரிக்ஸ்பர்க் நகருக்குள் நுழைய ஆரம்பித்தன. ஒவ்வொரு தெருவிலும் வீட்டிலும் சண்டை நடந்தது. மிகுந்த சிரமத்திற்கு இடையே படைகளின் முன்னேற்றம் மிகவும் மெதுவாகவும் பெரும் இழப்புகளுடனும் இருந்தது.

மெதுவாக முன்னேறிய ஒன்றியப் படைகள், நகரின் வெளியே இருந்த மேரிஸ் ஹைட் என்ற இடத்தின் சாலைக்கு வந்து சேர்ந்தார்கள். இந்த இடம் சிறிய குன்றின் மீதிருந்தது. அந்தக் குன்றின் மீது இருந்த கற்சுவரின் பின்னால் இருந்த மாநிலக் கூட்டமைப்பின் படைகள், தங்களை நோக்கி வந்த ஒன்றியப் படைவீரர்களைக் குருவி சுடுவது போலச் சுட ஆரம்பித்தார்கள்.

இங்கே இரண்டு பெரிய சோகங்கள் நிகழ்ந்தன. ஒன்று, பர்ன்சைட்டின் உத்தரவுகள் தெளிவாக இல்லாத காரணத்தால், படைகள் ஒன்றாகக் கற்சுவற்றை நோக்கி முழுத்தாக்குதலாக நடத்தாமல், பிரிந்து ஒவ்வொரு டிவிஷன்களாகத் (கிட்டத்தட்ட 5000 வீரர்கள்) தாக்குதல் நிகழ்த்தப்பட்டது. இதனால் தென் மாநிலப் படைகள் எளிதாகத் தாக்குதலை எதிர்கொள்ள முடிந்தது.

இரண்டாவது சோகம், தாக்குதல் சரியாகச் செல்லவில்லை என்பது தெரிந்தும், அங்கிருந்த எந்த ஒன்றியப் படைத் தளபதியும் அதை நிறுத்தவில்லை. காலை 10 மணிக்கு ஆரம்பித்த இந்தத் தாக்குதல், மாலைவரை தொடர்ந்தது. மொத்தம் ஏழு டிவிஷன்கள், பதினான்கு முறை தாக்குதலை நடத்தின. ஒன்றியப் படையின் ஒரு வீரர்கூட, கற் சுவருக்கு அருகில் கூடச் செல்ல முடியவில்லை. அந்த இடத்தில் மட்டும் 7000-9000 வீரர்கள் இறந்து அல்லது காயப்பட்டுக் கிடந்தார்கள்.

மற்ற இடங்களில் நடந்த தாக்குதல்களும் இது போன்றே தவறுகளால் நிரம்பியிருந்தது. லீயின் படையை விட மூன்று மடங்கு பெரிய படையைக் கொண்டிருந்த பர்ன்சைட், தவறு மீது தவறாகச் செய்து தோல்வியைத் தேடிக் கொண்டார். மறுநாள் தாக்குதல் நடத்த எந்த மனஉறுதியும் இல்லாததால், படையைப் பின்வாங்கச் செய்து, அடுத்த இரண்டு நாட்களில் அங்கிருந்து வெளியேறினார்.

இந்தத் தோல்வியும், ஒன்றியப் படை ஒரே நாளில் 13000 வீரர்களை இழந்ததும், லிங்கன் மனதைப் பாதித்தது. தனக்கு நரகத்தை விட மோசமான இடத்தில்தான் இடம் இருக்கும் என்று கூறிய அவரது மனஉறுதியும் கூடச் சற்றுக் குலைந்துதான் போனது.

வடமாநிலங்கள் முழுவதும், லிங்கன் போரை மோசமாக நடத்துவதாக விமர்சனங்கள் எழுந்தது. அவருக்குப் பதிலாக அமெரிக்கச் செனட் போருக்குப் பொறுப்பு ஏற்கவேண்டும் என்ற கோரிக்கைகளும் எழுந்தன.

ராபர்ட் லீயின் வெற்றி, தென் மாநிலங்களின் பெரும் உற்சாகத்தை ஏற்படுத்தியது. அடுத்த வருடமும் போர் தொடரும் என்று எல்லா இடங்களிலும் வருத்தம் பரவியது.

படைகள் பின்வாங்கிய ஒரே மாதத்தில், பர்ன்சைட் அவரது பதவியில் இருந்து நீக்கப்பட்டார். லிங்கன் போரை நிறுத்தப் போவதில்லை என்பதை மட்டும் உறுதியாகக் கொண்டு, *1863*ஆம் வருடத்தை எதிர்நோக்கி இருந்தார்.

21. நாடு என்ன சொல்லும்?

'மிருகங்களிலேயே மிகவும் புத்திசாலித்தனமானது கோழிதான். ஏனென்றால் அது தன்னுடைய முட்டையை இடும் வரை சத்தமிடுவது இல்லை.'

– ஆபிரகாம் லிங்கன்

அமெரிக்க உள்நாட்டுப் போரில் இறந்தவர்கள் எண்ணிக்கை மட்டுமே 7-10 லட்சம் என்று பார்த்தோம். இதில் போரில் கிடைத்த காயங்களினால் இறந்தவர்கள் எண்ணிக்கை கணிசமாக இருக்கும். அன்றைய மருத்துவ வசதி மிகவும் குறைவாகவே இருந்ததே இதற்குக் காரணம். நுண்ணுயிரிகள் பற்றியோ நோய்கள் பற்றியோ சரியான புரிதல் அன்று இல்லை.

செவிலியராக ஆண்களே பணிபுரிந்து வந்தனர். அமெரிக்காவின் முதன்மை கவிஞரும் தத்துவவாதியுமான வால்ட் விட்மனின் சகோதரர், போர்வீரராக ஒன்றியப் படையில் சண்டையிட்டு வந்தார். ஆன்டிடம் போரில் காயப்பட்டவர்களில் அவரும் ஒருவர். அவரைப் பார்ப்பதற்காக வாஷிங்டனில் இருக்கும் மருத்துவமனைக்கு வந்த வால்ட் விட்மன், மருத்துவமனையில் இருந்த நிலையைப் பார்த்து, அப்படியே செவிலியராகப் பணிபுரிய ஆரம்பித்தார். போர் முடியும்வரை பணிபுரிந்து கொண்டிருந்தார்.

ஐரோப்பாவில் நடந்த கிரிமியா போரின் போதே முதல் முறையாகப் பெண்கள் செவிலியராகப் பெரிய எண்ணிக்கையில் பணிபுரிந்தார்கள். அமெரிக்காவில் இந்த மாற்றத்தை உள்நாட்டுப் போர் கொண்டு வந்தது. அதுவரை ஆண்கள் பெரும்பான்மையாகச் செவிலியராக

இருந்த நிலையில், உள்நாட்டுப் போரின்போது பெண்களும் செவிலியராகப் பணிபுரிய ஆரம்பித்தார்கள்.

அப்படியான செவிலியரில் ஒருவர் கிளாரா பர்டன். வாஷிங்டன் நகரில் வாழ்ந்து வந்த அவர், அங்கிருந்த ரயில் நிலையத்திற்கு வரும் காயமடைந்த வீரர்களுக்குப் பணி புரிய ஆரம்பித்தார். அப்படியே, பல போர்முனை மருத்துவமனைக்கும், மருத்துவப் பொருட்களைக் கொண்டு சென்று கொடுக்கவும், மருத்துவமனைகளைச் சுத்தம் செய்யவும் அவர் உதவினார். வடமாநிலங்களில் மருத்துவமனை களுக்குத் தேவையான பொருட்களை நன்கொடையாகப் பெற்று, போர்முனைக்குச் சென்று கொடுத்தார்.

பின்னாளில், அமெரிக்க ரெட் கிராஸ் நிறுவனத்தை அமெரிக்காவில் நிறுவினார். போரின் இறுதி நாட்களில், காணாமல் போனவர்கள் என்று குறிக்கப்பட்ட வீரர்களையோ, அவர்களது அடையாளம் தெரியாத கல்லறைகளையோ கண்டறிந்து, அவர்களது குடும்பத்தினரிடம் தெரிவிப்பதைத் தன்னுடைய கடமையாகக் கொண்டார். ‘அமெரிக்காவின் பிளாரென்ஸ் நைட்டிங்கேல்’ என்று அவரது சேவைகளுக்காக அழைக்கப்பட்டார்.

•

வெள்ளை மாளிகை.

வாஷிங்டன். ஜனவரி 26. 1863.

மேஜர் ஜெனரல் ஜோசப் ஹூக்கர்.

ஜெனரல்,

> உங்களைப் போடோமக் படையின் தலைமை தளபதியாக நியமித்திருக்கிறேன். அதற்குப் போதுமான காரணங்கள் இருப்பதாக நான் கருதினாலும், உங்கள் மீது சில விஷயங்களில் எனக்கு அதிருப்தி இருக்கிறது. நீங்கள் மிகவும் வீரமும் திறமையுமான போர்வீரர் என்று எனக்குத் தெரியும். அத்தோடு நீங்கள் உங்கள் தொழிலில் அரசியலைக் கலப்பதில்லை என்பதும் தெரியும். உங்களது தன்னம்பிக்கையும் மிகவும் தேவையான குணமாகும்...
>
> நமது ராணுவத்திற்கும் அரசிற்கும் சர்வாதிகாரி தேவை என்று நீங்கள் கூறியதாக நம்பத்தகுந்த வகையில் எனக்குத் தகவல் கிடைத்தது. வெற்றியடையும் தளபதிகள் மட்டுமே சர்வாதிகாரிகளை நியமிக்க முடியும். நான் கேட்பதெல்லாம் போரில் வெற்றிதான். அதற்காகச் சர்வாதிகாரத்தையும் எதிர்

நோக்க துணிந்துவிட்டேன்... தளபதிகளை நம்பக்கூடாது என்றும், அவர்களைக் குறை சொல்லவும் நீங்கள் உங்கள் படைகளுக்குக் கற்றுக் கொடுத்திருக்கிறீர்கள். இப்போது அவர்கள் உங்களை நோக்கித் திரும்புவார்கள். அதைச் சமாளிக்கத் தேவையான உதவிகளை நானும் உங்களுக்குத் தருவேன். நீங்களோ அல்லது இப்போது உயிரோடிருந்தால், நெப்போலியனோ கூட அப்படிப்பட்ட படைகளை வழிநடத்த முடியாது. ஆனால் அவசரப்படாதீர்கள். அவசரப்படாமல், ஆற்றலுடனும், உறக்கமில்லா விழிப்புடனும் முன்னேறிச் சென்று, எங்களுக்கு வெற்றிகளைத் தாருங்கள்.

தங்கள் உண்மையுள்ள

ஆபிரகாம் லிங்கன்

•

பிரெடெரிக்ஸ்பர்க்கில் கிடைத்த பெரும் தோல்வியினால் ஒன்றிய ராணுவம் துவண்டு போயிருந்தது. அனைத்துப் பக்கங்களிலும் இருந்து வந்த குற்றச்சாட்டுகளும் விமர்சனங்களும் லிங்கனை மட்டுமல்ல, படைகளையும் வெகுவாகப் பாதித்திருந்தது. லிங்கன் தனது முதல் நடவடிக்கையாகப் பர்ன்சைட்டைப் பதவியில் இருந்து விலக்கினார். அவருக்குப் பதிலாக 'ஃபைட்டிங் ஜோ' (Fighting Joe) என்றழைக்கப்பட்ட மேஜர் ஜெனரல் ஜோசப் ஹூக்கரை நியமித்தார்.

ஜோசப் ஹூக்கர் அவரது படைப்பிரிவின் வீரர்களிடைய மிகவும் பிரபலமானவர். குடிப்பதில் நல்ல ஆர்வமும், பெண்களிடையே மிகவும் பிரபலமாகவும் இருந்தார். அதுவரை இருந்த மற்ற தளபதிகளைவிட மிகவும் தன்னம்பிக்கை கொண்டவர். சில நேரங்களில் லிங்கனையும் விமர்சித்திருந்தார். இருந்தாலும், தனக்கு வெற்றிகளைக் கொடுக்கும் தளபதி ஒருவர் கிடைத்தால் போதும் என்று லிங்கன் முடிவிற்கு வந்தார்.

ஆனால், போருக்கு முன்னே, தோல்விகளால் துவண்டிருந்த படைவீரர்களுக்குத் திரும்பவும் வெற்றியைப் பற்றிய நம்பிக்கையைக் கொடுக்க வேண்டியிருந்தது. குளிர்காலம் இன்னமும் மூன்று மாதங்கள் இருந்ததால், அதற்குள் படையின் உற்சாகத்தைத் திரும்பவும் கொண்டு வந்து, வீரர்களை அடுத்த போருக்கு தயார்ப்படுத்துவது இன்றியமையாததாக இருந்தது.

எனவே ஹூக்கர் முழு மூச்சாகப் படையைத் திரும்பவும் சீரமைக்க ஆரம்பித்தார். ஹூக்கர் சண்டையை எப்படிப் போடுவார் என்பதை

இனிதான் பார்க்கப் போகிறோம். ஆனால் படைகளைத் திரும்பவும் தயார் செய்வதை மிகவும் சரியாகச் செய்தார்.

ஆனாலும் ஹூக்கரின் தன்னம்பிக்கை சில நேரங்களில், தற்பெருமையாக இருக்கும். உதாரணமாக, 'ராபர்ட் லீக்குக் கடவுள்தான் கருணை காட்ட வேண்டும். ஏனென்றால் நான் கருணை காட்டப் போவதில்லை' என்பது போலப் பெருமை பேசிக் கொள்வது அவரது பழக்கம். இதனாலேயே லிங்கன் கோழி ஏன் புத்திசாலித் தனமானது என்று சொல்ல வேண்டி வந்தது.

ஏப்ரல் மாதத்தில் லிங்கன், தன்னுடைய புதிய, உற்சாகமான படையை நேராகச் சென்று ஆய்வு செய்தார். உடனடியாக லீயைத் தோற்கடிக்கத் தேவையானவற்றைச் செய்யுமாறு ஹூக்கரைக் கேட்டுக்கொண்டார்.

மற்ற தளபதிகளைப் போலல்லாது, ஹூக்கரும் போருக்கான திட்டத்துடன் தயாராகவே இருந்தார். அவரது படையில் இப்போது 130000 வீரர்கள் இருந்தார்கள். லீயை எங்கே சந்திப்பது என்றும் எப்படிச் சந்திப்பது என்றும் விரிவாகத் திட்டம் வகுத்திருந்தார்.

•

லீயின் நிலை நேர்மாறாக இருந்தது. தொடர்ந்த வெற்றிகளால் அவரது படைகள் மிகவும் உற்சாகத்துடன் இருந்தாலும், இரண்டு வருடத் தொடர் போரும், வடக்கு மாநிலங்கள் கப்பல் போக்குவரத்திற்கு விதித்திருந்த தடைகளும் மெதுவாக வேலை செய்ய ஆரம்பித்திருந்தன. உணவும் ஏனைய பொருட்களும் கிடைப்பது சவாலாக இருந்தது. லீயின் படைகளின் உணவு ரேஷன் ஏற்கனவே பாதியாகக் குறைக்கப்பட்டிருந்தது.

லீயின் படையில் 60000 வீரர்கள் இருந்தார்கள். சுற்றியுள்ள பகுதிகளில் கிடைக்கும் உணவைச் சேகரிக்க அவர்களில் 15000 வீரர்களைத் தளபதி லாங்ஸ்ட்ரீட் தலைமையில் அனுப்பி வைத்தார். தன்னை விடப் பெரிய படையை எதிர்கொள்ளும்போது, படையைப் பிரிக்கக்கூடாது என்பது நெப்போலியன் போர் பாடத்தின் முதல் விதி. லீ, தன்னுடைய படையைப் பிரித்ததன் மூலம் அதை மீறிவிட்டார்.

ஏப்ரல் 27, 1863 அன்று ஹூக்கரின் படைகள் மீண்டும் ரப்பஹன்னாக் நதிக்கரைக்கு வந்து சேர்ந்தது. ஆனால் இந்த முறை ஹூக்கர் இன்னொரு திட்டம் வைத்திருந்தார். தன்னுடைய படையின் ஒரு பகுதியை லீயின் படைகளுக்கு முன்னே நிறுத்திவிட்டு, இன்னொரு பகுதியை நதியின் கரையோரமாக வடக்கே அனுப்பி, அங்கே நதியை

கடந்து, லீயின் படையின் பின்புறமாக வருவதுதான் அந்தத் திட்டம். இரண்டு படைகளுக்கும் இடையில் லீ சிக்கிக் கொள்வார் என்பதுதான் ஹூக்கரின் திட்டம்.

முதல் மூன்று நாட்களில் எல்லாம் சரியாகவே நடந்தது. லீயின் படைகளுக்கு முன்னே நதியைக் கடந்து, தளபதி செட்ஜ்விக் லீயை நேருக்கு நேராகச் சந்தித்தார். ஹூக்கரின் படைகள் அவர் எதிர்பார்த்தது போலவே, வெற்றிகரமாக நதியைக் கடந்து லீயின் படைகளின் இடது புறமாக வர ஆரம்பித்தன. அங்கே இருந்த சான்செல்லர்ஸ்வில் என்ற கட்டடத்தின் அருகில் இருந்த வெளியில் அவரது படைகள் ஒன்று சேர ஆரம்பித்தன. அப்போதே, ஏப்ரல் 29ம் தேதி அவர்களுடன், ஹூக்கரும் அங்கே வந்துவிட்டார். ஆனாலும் முழுத் தாக்குதலுக்கான உத்தரவிற்காகக் காத்திருந்தனர். அந்த உத்தரவு வரவேயில்லை.

சரியான நேரத்தில் ஹூக்கர் முடிவெடுக்க முடியாது திணறினார். இரண்டு மடங்கு பெரிய படையை வைத்திருந்தாலும், லீயின் படைகளை நேருக்கு நேர் கண்டவுடன், அவரால் முடிவெடுக்க முடியவில்லை.

ஏப்ரல் 30ம் தேதியும் வந்து போனது. வழக்கம் போல, ஒன்றியப் படைகள் எதுவும் செய்யப்போவதில்லை என்பதை லீ உணர்ந்தார். தனக்கு முன்னே இருந்த செட்ஜ்விக் வெறுமனே பயமுறுத்துகிறார் என்பதையும், தன்னைத் தாக்கப் போவதில்லை என்றும் முடிவு செய்து, தன்னுடைய படையைத் திரும்பவும் இரண்டாகப் பிரித்தார். செட்ஜ்விக்கிற்கு முன்னே வெறும் 9000 வீரர்களை மட்டும் நிறுத்திவிட்டு, மீதியிருந்த 31000 வீரர்களுடன் சான்செல்லர்ஸ்வில் வந்து சேர்ந்தார்.

மே 1ஆம் தேதி காலை இரண்டு படைகளும் இங்கும் அங்குமாக மோதிக் கொண்டன. இரண்டு படைகளும் நேருக்கு நேர் சந்தித்தன. ஹூக்கர், அதிர்ச்சி தரும் விதமாக, தன்னுடைய படைகளைத் தாக்குவதற்கு உத்தரவிடாமல், பின்வாங்கி ஒன்றாகச் சேருமாறு உத்தரவிட்டார். அந்த வினாடியே, ஹூக்கரின் போர் முடிந்து விட்டது. அவர் முழுவதுமாக முடிவெடுப்பதை லீயிடம் தந்துவிட்டார்.

ராபர்ட் லீ, முடிவெடுப்பதற்குத் தயங்குபவர் அல்ல. மே 1ஆம் தேதி இரவு, ராபர்ட் லீயும், அவரது புகழ்பெற்ற தளபதியான 'ஸ்டோன்வால்' ஜாக்சனும் மறுநாளுக்கான திட்டங்களை வகுத்தார்கள். ஹூக்கரின் வலது பக்கத்தில் எந்தப் படைகளும் இல்லை என்றும், தன்னால் ஹூக்கரின் பின்புறமாகச் சென்று தாக்க

முடியும் என்றும் ஜாக்சன் கூறினார். லீ, எல்லாப் போர்முனை விதிகளையும் உடைத்து, தன்னுடைய படைகளை இன்னொரு முறை பிரித்தார். ஜாக்சனுடன் 28000 வீரர்கள் ஹூக்கரின் படையைப் பின் புறமாகத் தாக்கச் சென்று கொண்டிருந்தார்கள்.

மே 2ம் தேதி ஜாக்சன் காலை 7 மணிக்குத் தன்னுடைய படையை நடத்திக் கொண்டு, ஹூக்கரின் படையின் பின்புறத்தை மதியம் 3 மணிக்கு அடைந்தார். கூட்டமைப்பின் படை தன்னைப் பின்புறமாகத் தாக்க வருகிறது என்பதை ஹூக்கர் அறிந்தே இருந்தார். ஆனாலும் தனக்கு முன்னே இருந்த லீயைத் தாக்காமலும், பின்னே வந்து கொண்டிருந்த ஜாக்சனை எதிர்கொள்ளத் தயாராகாமலும் இருந்தார்.

ஜாக்சன் மாலை 5மணிக்கு தாக்குதலைத் துவக்கினார். சிறிது நேரத்தில் அவரது படைகள் 2 கிலோ மீட்டர் தொலைவிற்கு முன்னேறி விட்டன. பின்புறமாகச் சான்செல்லர்ஸ்வில் கட்டடத்தை நெருங்கி விட்டன. ஹூக்கர் இரண்டு கூட்டமைப்பின் படைகளுக்கு இடையில் சிக்கினார்.

ஆனால் இன்னமும் நிலைமை ஹூக்கருக்குச் சாதகமாகவே இருந்தது. அவரது 90000 வீரர்கள் முன்சென்று தாக்கினால், லீ மற்றும் ஜாக்சனின் சிறிய, பிரிந்த படைகளை எளிதாக வென்றிருக்க முடியும். ஆனால், ஹூக்கருக்கு இன்னமும் லீயின் மீதான பிரமிப்பு போகவில்லை. எனவே, லீயின் முடிவை எதிர்பார்த்துக் காத்திருந்தார்.

மே 2ஆம் தேதி நடு இரவில், மிகவும் வெற்றிகரமான தாக்குதலுக்குப் பின்னர், 'ஸ்டோன்வால்' ஜாக்சன் தன்னுடைய உதவியாளர்களுடன் போர்முனையில் ஆய்வு நடத்திவிட்டுத் திரும்பிக் கொண்டிருந்தார். அப்போது அங்கே ரோந்துப் பணியில் இருந்த கூட்டமைப்பின் வீரர்கள் சிலர், அவர்களை ஒன்றியப் படையினர் என்று தவறாக நினைத்து சுட ஆரம்பிதார்கள். ஒரு குண்டு, ஜாக்சனின் இடது தோளைத் துளைத்தது. அவரைத் திரும்பவும் முகாமிற்குக் கொண்டு வந்தவுடன், மருத்துவர் அவரது இடது கையை வெட்டி எடுத்தார். ஆனால், ரத்தம் போனதால், ஜாக்சன் மே 10ஆம் தேதி இறந்துவிடுகிறார்.

ஆனாலும், மே 3ம் தேதி அதிகாலையில் லீ தன்னுடைய முழுப் படையுடன் தாக்குதலைத் துவக்கினார். 4 மணி நேரம் நடந்த சண்டையில், பெரும் உயிரிழப்பிற்குப் பின்னர், ஹூக்கர் பின்வாங்க முடிவு செய்தார்.

லீயின் 'குறையற்ற போர்' என்றழைக்கப்படும் சான்செல்லர்ஸ்வில் சண்டை, லீ தன்னைவிட இரண்டு மடங்கு பெரிய படையை எதிர்த்து,

போர்முனை விதிகளை எல்லாம் மீறி வெற்றி பெற்ற சண்டை. எப்படிப் பார்த்தாலும், லீயின் வெற்றி, ஏற்கெனவே தோல்விகளை மட்டுமே பார்த்துக் கொண்டிருந்த ஒன்றியப் படைகளுக்கு வெந்த புண்ணில் வேல் பாய்ச்சியது போல இருந்தது.

தோல்வியின் செய்தி லிங்கனை அடைந்தபோது, 'கடவுளே! கடவுளே! நாடு என்ன சொல்லும்?' என்றார். பல தலைகள் உருண்டன. ஹூக்கர் இன்னமும் ஒரு மாதம் தலைமைப் பதவியில் இருந்தார்.

ராபர்ட் லீ யாருக்காகவும் காத்திருக்கவில்லை. மீண்டும் ஒரு முறை போரை வடமாநிலங்களுக்குக் கொண்டு செல்ல முடிவு செய்துவிட்டார்.

22. விக்ஸ்பர்க் – முதல் கட்ட நடவடிக்கை

'எவ்வளவு நிலங்களை இவர்கள் வைத்துள்ளார்கள், அனைத்திற்கும் விக்ஸ்பர்க்தான் சாவி! அந்தச் சாவியை நமது பையில் போட்டுக் கொள்ளும் வரை போரை முடிக்க முடியாது.'

– ஆபிரகாம் லிங்கன்

பத்தொன்பதாம் நூற்றாண்டின் பெரும் அமெரிக்க எழுத்தாளர்களுள் முதன்மையானவர் மார்க் ட்வைன். 1835இல் பிறந்த மார்க் ட்வைனின் தந்தை அடிமைகளை வைத்திருந்தவர். தன்னுடைய 25வது வயதில், மிஸ்ஸிஸிப்பி நதியில் செல்லும் படகுகளை நடத்திச் செல்பவராக, நியூ ஆர்லியன்ஸ் நகரில் வாழ்ந்து வந்தார். அப்போது அவரது பெயர் சாமுவேல் கிளெமென்ஸ். அவரது இலக்கியப் பயணம் இன்னமும் ஆரம்பமாகவில்லை.

1861இல் அவரது லூசியானா மாநிலம் ஒன்றியத்தில் இருந்து பிரிந்தது. தன்னுடைய விசுவாசம் எங்கே என்பதில் மார்க் ட்வைன் அதிகம் குழம்பவில்லை. தன்னுடைய மாநிலத்தின் சில பகுதிகளை ஒன்றிய படைகள் கைப்பற்றிவிட்டதை அறிந்த அவர், கூட்டமைப்பின் படையில் சேர முடிவு செய்துவிட்டார்.

லூசியானா மாநிலத்தின் ஆளுநர் 50000 வீரர்களை வேண்டி அறைகூவல் விடுத்தார். அதற்குப் பதிலாக, மார்க் ட்வைன், தன்னுடைய நண்பர்களுடன் சேர்ந்து சிறிய படைப்பிரிவை உருவாக்கி, மாநிலத் துணைப்படையில் சேர்ந்து கொண்டார். அவர்களது ராணுவப் பயிற்சி தொடங்கியது.

ஆனால் அவரது ராணுவ அனுபவம் நீண்ட நாள் நீடிக்கவில்லை. இரண்டே வாரங்களில், பல வேடிக்கையான அனுபவங்களுக்குப் பின்னர், அவர்களது இடத்தை நோக்கி ஒன்றிய படைகளுடன் கர்னல் ஒருவர் வருவதாக கேள்விப்பட்டார். உண்மையான போர் அருகில் வருவதைக் கேட்டவுடன், மார்க் ட்வைனின் வீரம் ஓடி ஒளிந்துகொண்டது.

தன்னுடைய படையின் தளபதி மேஜர் ஹாரிஸிடன் சென்று தன்னை விடுவிக்குமாறு கேட்டுக் கொண்டார். கோபமடைந்த ஹாரிஸ் அவரைத் திரும்பவும் போர்முனைக்குச் செல்லுமாறு கூறினார். ஆனால் ஒன்றியத் தளபதி ஒருவர் படைகளுடன் வருவதைத் தெரிவித்து, தன்னுடைய வீட்டிற்குச் செல்வதை மாற்றிக்கொள்ள முடியாது என்று கூறி படையில் இருந்து விலகி வீட்டிற்குச் சென்றுவிட்டார்.

இந்தக் கதையில் இறுதியில் மார்க் ட்வைன், இப்படியாக எழுதுகிறார்.

'காலப்போக்கில் என்னைப் போரில் இருந்து பயமுறுத்தி ஓடச் செய்து, தெற்கு மாநிலங்களின் கனவை உடைத்த கர்னல் யார் என்று பின்னர் தெரிந்து கொண்டேன் - ஜெனரல் கிராண்ட். என்னைப் போலவே அவரும் யார் என்று தெரிந்திராத நாட்களில், அவரைச் சில மணி நேரங்களில் நேரே சந்தித்திருக்கக்கூடிய வாய்ப்பு எனக்குக் கிடைத்தது.

'அப்போது யார் வேண்டுமென்றாலும், 'கிராண்ட்? - யூலிசிஸ் எஸ். கிராண்ட்? இதற்கு முன் அந்தப் பெயரை கேள்விப்பட்டதில்லையே' என்றுதான் சொல்லியிருப்பார்கள். அப்படியான கேள்வியைக் கேட்கக்கூடிய காலமும் ஒன்று இருந்தது என்பதை இப்போது நம்பத்தான் முடியாது. ஆனால் அப்படியான காலமும் இருக்கத்தான் செய்தது. நானும் அவரும் சில மைல்கள் இடைவெளியில், சந்திக்கக்கூடிய சந்தர்ப்பமும் கிடைத்தது. நான்தான் அவருக்கு நேரெதிர் திசையில் சென்றுவிட்டேன்.'

அவருடைய இரண்டுவார கூட்டமைப்புப் படை சேவைக்காக ட்வைன் பின்னாளில் வெகுவாக விமர்சிக்கப்பட்டார். ஆனால் அதைக் கொண்டு அவர் எழுதிய வேடிக்கையான சிறுகதைக்காக அவரை நாம் மன்னித்து விடலாம்.

•

1862இன் இறுதியில் மேற்கு ஒன்றியப் படைகளின் தளபதி ஜெனரல் ஹென்றி ஹாலக், அமெரிக்க ஒன்றியப் படைகளின் தலைமை

தளபதியாக நியமிக்கப்பட்டார். அத்தோடு யுலிஸிஸ் கிராண்ட்டும் மேற்கு ஒன்றியப் படைகளின் தளபதியாக நியமிக்கப்பட்டார்.

மிஸ்ஸிஸிப்பி நதியின் கரையில் இருந்த விக்ஸ்பர்க் நகரைக் கைப்பற்றுமாறு கிராண்டிற்கு உத்தரவிடப்பட்டது.

•

மிஸ்ஸிஸிப்பி நதி கிட்டத்தட்ட அமெரிக்காவை இரண்டாகப் பிரிக்கிறது, நதியின் உள்பகுதி வரை கப்பல்கள் செல்ல முடியும் என்பதால், பெருமளவிலான வர்த்தகம் நாட்டின் உள்பகுதியில் இருந்து நதியின் வழியே நடந்து கொண்டிருந்தது.

1862ஆம் ஆண்டின் பிற்பகுதியில் அமெரிக்கக் கப்பற்படை நதியின் கழிமுகத்தில் இருக்கும் பெரும் துறைமுகமான நியூ ஆர்லியன்ஸ் நகரைக் கைப்பற்றியிருந்தது. நதியின் வடபகுதியையும், தென் பகுதியையும் ஒன்றியம் தன் கட்டுப்பாட்டில் வைத்திருந்தது. மிஸ்ஸிஸிப்பி மாநிலத்தில் இருந்த விக்ஸ்பர்க் நகரில் இருந்து போர்ட் ஹட்சன் வரையிலான 200 மைல் தொலைவு மாநிலக் கூட்டமைப்புப் படைகள் கட்டுப்பாட்டில் இருந்தது.

பெரும்பாலான மாநிலக் கூட்டமைப்பின் மாநிலங்கள் நதியின் கிழக்கில் இருந்தாலும், பெரிய மாநிலங்களான டெக்சாஸ், ஆர்கன்சாஸ், மிஸ்ஸிஸிப்பி, லூசியானா முதலியவை நதிக்கு மேற்கில் இருந்தன. இவை மற்ற மாநிலங்களுக்குத் தேவையான உணவை நதியில் இருந்த 200 மைல் இடைவெளியின் வழியே அனுப்பிக் கொண்டிருந்தன.

டெக்சாஸ் மாநிலத்தில் இருந்து கால்நடைகள், இறைச்சி, லூசியானா மாநிலத்தில் இருந்து உப்பு, மீன்கள் போன்றவை கிழக்கில் இருந்த மாநிலங்களுக்கு விக்ஸ்பர்கின் வழியே சென்று கொண்டிருந்தன. இந்த 200 மைல் இடைவெளியைக் கைப்பற்றுவது, கிழக்கில் நிகழும் போரை முடிவிற்குக் கொண்டு வருவதற்குத் தேவையான முதல் படியாகும்.

ஆனால் விக்ஸ்பர்க் அவ்வளவு எளிதில் கைப்பற்றக்கூடிய நகரம் அல்ல. நகரின் வடபகுதியில் பெரும்பாலும் சதுப்பு நிலங்களும் சிறு நீர்நிலைகளும் இருந்தன. அங்கே வீரர்கள் அணிவகுத்து வருவதற்கான பாதைகள் இல்லை. நதி குதிரை லாடம் போல வளையும் இடத்தில், 200 அடி உயரமான குன்றின் மீது நகரின் அமைந்திருந்தது. நதியை நோக்கியிருந்த பகுதியில், பல பீரங்கிகள் உயரத்தில் அமைந்திருந்தன.

எனவே நதியில் கப்பல்கள் மூலமாக செல்வதும், நகரைத் தாக்குவதும் சாத்தியமில்லை. நகரின் கிழக்கே மிஸ்ஸிஸிப்பி மாநிலத்தின் தலைநகரான ஜாக்சன் 40 மைல் தொலைவில் இருந்தது. அத்தோடு விக்ஸ்பர்க் நகரின் வடபகுதியில் இருந்த சதுப்பு நிலங்களின் இடையே யாசூ என்னும் கிளை நதியும் சென்று கொண்டிருந்தது. எனவே கிராண்டின் படை இருந்த வடபகுதியில் இருந்து விக்ஸ்பர்க் நகரை நெருங்குவதே சிரமம்.

ஏற்கெனவே ஒருமுறை நியூ ஆர்லியன்ஸ் நகரைக் கைப்பற்றியவுடன், அதன் கப்பற்படை தளபதி கப்பல்கள் மூலமாக விக்ஸ்பர்க் நகரைத் தாக்கிக் கைப்பற்ற முயன்றார். ஆனாலும் விக்ஸ்பர்க் நகரின் பீரங்கிகளின் தாக்குதலை அவர்களால் தாக்குப்பிடிக்க முடியாமல் பின்வாங்கி விட்டார்.

•

விக்ஸ்பர்க் நகரின் மீதான தாக்குதலை ராணுவ ஆய்வாளர்கள் இப்போது இரண்டு பகுதிகளாகப் பிரித்துப் படிக்கிறார்கள். முதல் பகுதியில் விக்ஸ்பர்க் நகரை நோக்கிய முன்னேற்றமும் இரண்டாவது பகுதியில் கிராண்ட் விக்ஸ்பர்கில் நடத்திய தாக்குதல்களும் இடம்பெற்றுள்ளன.

முதல் பகுதி 1862 டிசம்பர் மாதம் ஆரம்பிக்கிறது. கிராண்ட் தன்னுடைய படைகளை இரண்டாகப் பிரித்து, ஒன்றை ஷெர்மன் தலைமையில் 32000 வீரர்கள் நதியை அணைத்து விக்ஸ்பர்கை நோக்கிச் செல்ல, கிராண்ட் இன்னொரு 40000 வீரர்களுடன் சதுப்பு நிலத்தின் வழியே விக்ஸ்பர்கை நோக்கி வர வேண்டியது. இரண்டு படைகளும் ஒன்றாக நகரை இரண்டு திசைகளில் இருந்து தாக்குவது என்பதுதான் திட்டம்.

அவர்களுக்குத் துணையாக, நதியின் வழியே அட்மிரல் போர்ட்டர் தன்னுடைய கப்பல்களுடன் டென்னிசியில் இருந்து வந்திருந்தார். அப்படியே டிசம்பர் மாதம் படைகள் நகர ஆரம்பித்தன. இப்போது மாநிலக் கூட்டமைப்பின் படைகளின் நிலையைப் பார்த்து விடுவோம்.

விக்ஸ்பர்க் நகரின் பாதுகாப்பிற்கு ஜெனரல் பெம்பெர்ட்டன் பொறுப்பாக இருந்தார். மாநிலக் கூட்டமைப்பின் மேற்குப் படைகள் முழுமைக்கும் தலைமை தளபதியாக நவம்பர் மாதத்தில் ஜோசப் ஜான்ஸ்டன் நியமிக்கப்பட்டிருந்தார். அவரிடமும் அதே அளவு வீரர்கள் இருந்தாலும், அவர்கள் இரண்டு இடங்களில் பிரிந்து

இருந்தார்கள். இவர்களுடன் குதிரைப்படைகளின் தளபதியாக நாதன் பாரஸ்ட் (Nathan Forrest) இருந்தார்.

உள்நாட்டுப் போரில் போரிட்ட பலரும் எந்த விதமான போர் பயிற்சியும் இல்லாமல் வந்தவர்கள். நாதன் பாரஸ்டும் அப்படியே. ஆனால் குதிரைப் படைகளை வழிநடத்துவதில் மிகவும் திறமை வாய்ந்த அவர், ஒன்றியப் படைகளுக்குப் பெரும் தொந்தரவைக் கொடுத்து வந்தவர்.

•

இதற்கிடையே, வாஷிங்டனில் வழக்கம்போல அரசியல் நடந்து கொண்டிருந்தது. ஜனநாயகக் கட்சி அரசியல்வாதியான ஜெனரல் மக்கிளேர்நண்ட் தன்னை மேற்குப் படைகளின் தளபதியாக நியமிக்க கேட்டுக் கொண்டிருந்தார். ஆனால் லிங்கன் அவரை கிராண்டின் கீழான தளபதியாக நியமித்துவிட்டார்.

தன்னுடைய படைகளுக்கு பொறுப்பேற்றுக் கொண்ட மக்கிளேர்நண்ட், ஷெர்மனுடன் அணிவகுத்து சென்று கொண்டிருந்தார். அவர்கள் முதலில் விக்ஸ்பர்க் நகரின் வடபகுதியில் இருந்த சிக்கசா சதுப்பு நிலத்திற்கு வந்து சேர்ந்தார்கள். அங்கே விக்ஸ்பர்கின் முதல் சண்டை நிகழ்ந்தது.

கிராண்டின் படைகளின் நகர்வைக் கவனித்துக் கொண்டிருந்த ஜெனரல் பெம்பெர்ட்டன், இன்னமும் அவரது திட்டத்தைச் சரியாகக் கணிக்க முடியாமல் திணறிக் கொண்டிருந்தார். எனவே, தனக்கு அருகே வந்திருந்த ஷெர்மனின் படையின் மீது தாக்குதலைத் துவக்க ஆர்வத்தோடிருந்தார்.

சிக்கசா சதுப்பு நிலத்தில் டிசம்பர் 29ஆம் தேதி நிகழ்ந்த தாக்குதலில் ஒன்றியப் படை, மலைகளும், சதுப்பு நிலங்களும் நிறைந்த பகுதியில் எந்த விதமாகத் தாக்குதலை முன்னெடுப்பது என்ற குழப்பத்தில் பெரும் இழப்பைச் சந்தித்தது. ஆனால் நிலத்தை நன்கறிந்திருந்த மாநிலக் கூட்டமைப்பின் படைகள் தங்கள் மீது நிகழ்ந்த தாக்குதலை தடுத்து நிறுத்தின.

இன்னொரு புறம், நிலத்தின் வழியே வந்து கொண்டிருந்த கிராண்டின் படைகளும் நல்ல நிலைமையில் இல்லை. படைகள் முன்னேறும் பொழுது, அவற்றுக்கான உணவும் மற்ற பொருட்களும் தொடர்ச்சியாக கிடைப்பதற்குத் தேவையான ஏற்பாடுகளைச் செய்வது இன்றியமையாதது. அல்லது எதிரியின் நிலத்திற்குள் ஆழமாக ஊடுருவும் பொழுது, படைகள் பட்டினிக் கிடக்க

நேரிடலாம். எனவே, படைகள் முன்னேற, முன்னேற ஆங்காங்கே பொருட்களைச் சேகரித்து பாதுகாப்பாக வைக்க வேண்டியதும் அவசியம்.

கிராண்டின் படைகள் முன்னே செல்லச் செல்ல, கூட்டமைப்பின் குதிரைப் படை, அவர்களுக்குப் பின்னே சென்று பொருட்களை ஏற்றி வரும் வண்டிகளையும், பெருமளவு பொருட்களைச் சேகரித்து வைத்திருந்த ஹாலி ஸ்பிரிங்ஸ் என்ற இடத்தையும் தாக்கி அழித்து விட்டார்கள். எனவே கிராண்டின் படைகளின் முன்னேற்றம் அப்படியே நின்றுவிட்டது.

•

கிராண்டின் படைகள் சதுப்பு நிலங்களுக்குள்ளும் நீர்நிலைகளுக்கு இடையிலும் இருந்தனர். கிராண்டின் முதல் வேலை அவர்களை அங்கிருந்து மீட்டு, மிஸ்ஸிஸிப்பி நதியின் கரைகளில் இருந்த குன்றுகள் ஒன்றில் எப்படியாவது பாதுகாப்பாக கொண்டு செல்வது. அடுத்து, விக்ஸ்பர்கை நிலத்தின் வழியே எப்படியாவது தாக்க முயல்வது. இது முன்னதை விட மிகவும் கடினமானது.

ஜனவரி 1863இல் மழை பொழிய ஆரம்பிக்கவே, கிராண்டின் படைகள் பாதுகாப்பான இடத்திற்கு சென்றாலும், முன்னேறுவது தடைபட்டது. நதியிலும் நீர் வரத்து அதிகரித்து விட்டது. சதுப்பு நிலங்கள் முன்பைவிட அதிகமாக சதுப்பு நிலங்களாக இருந்தன. அங்கே உற்பத்தியான கொசுக்கள் மலேரியா காய்ச்சலைப் பரப்பியது.

ஆனால் கிராண்ட் விடாப்பிடியாக எதையும் முடிப்பது என்பதில் உறுதியானவர். பின்வாங்குவது என்பதே அவரது அகராதியில் கிடையாது. தோல்விகளைத் தாற்காலிகப் பின்னடைவுகளாக மட்டுமே பார்ப்பவர். ஒரு வழி அடைபட்டால், இன்னொரு வழி, அடுத்து இன்னொன்று என்று அவர் முயற்சிகளை நிறுத்துவதே இல்லை. அதுவே இப்போதும் நடந்தது.

1863 ஜனவரி முதல் ஏப்ரல் மாதம் வரை கிராண்ட் இவ்வாறாக ஐந்து வழிகளை முயற்சி செய்தார். அவரது நோக்கம், விக்ஸ்பர்க் நகரை நிலத்தின் வழியாக நெருங்குவது. அதற்காக அவர் நகரின் வடக்கில் இருந்த சதுப்பு நிலங்களின் வழியே செல்வதற்கான பாதைகளை உருவாக்க முயன்று கொண்டிருந்தார்.

அதே நேரத்தில், நதியின் வழியே தாக்குதல் நடத்த முடியாமல் செய்த விக்ஸ்பர்கின் பீரங்கிகளைத் தாண்டிச் செல்வது எப்படி என்றும் பார்த்துக் கொண்டிருந்தார். நதியின் வடக்கில் இருந்த போர்

கப்பல்களை நகரின் தெற்குப் பக்கமாகக் கொண்டு சென்று விட்டால், நகரைத் தெற்கில் இருந்து தாக்கிவிடலாம் என்றும் முயற்சி செய்து கொண்டிருந்தார்கள்.

இதற்காக, ஒரு பக்கமாக நகரின் சதுப்பு நிலங்களின் ஊடே மூன்று வெவ்வேறு பாதைகள் உருவாக்க முயற்சி செய்யப்பட்டு கைவிடப்பட்டது. இன்னொரு புறமாக, ஷெர்மன், நகரின் அருகே குதிரை லாடம் போல வளைந்திருந்த இடத்தின் வழியே நகரின் தெற்குப் பக்கத்திற்கு கால்வாய் ஒன்றை வெட்ட ஆரம்பித்திருந்தார். கிராண்ட் வடபகுதியில் இருந்து கால்வாய் வெட்ட ஆரம்பித்தார்.

இந்தத் திட்டங்கள் எல்லாம் பெரும் உழைப்பை எடுத்துக் கொண்டாலும், பல்வேறு காரணங்களால் தொடர முடியாமல் இடையிலேயே நின்றுவிட்டன.

இந்த ஐந்து மாதங்களில் கிராண்ட் எதையும் செய்யாமல் நேரம் கடத்துவதாகப் பத்திரிகைகள் வெகுவாக விமர்சித்தன. கிராண்ட்டை அங்கிருந்து அகற்றிவிட்டு, வேறு ஒரு தளபதியை நியமிக்க வேண்டும் என்றும் சத்தமாக கோரிக்கைகள் எழுந்தன. ஆனால், லிங்கன் உறுதியாக இன்னொரு முறை மறுத்துவிட்டார்.

23. விக்ஸ்பர்க் முற்றுகை

'முற்றுகையிடுவது என்று முடிவு செய்துவிட்டேன். 'எதிரியைவிட அதிக நாட்கள் தாக்குப் பிடிப்பது', இதற்கும் மேலே இழப்புகளைப் பொறுக்க முடியாது.'

- யூலிஸிஸ் கிராண்ட்

1863 ஏப்ரல் மாதம் கிராண்ட் இன்னொரு திட்டத்தைத் தீட்டிக் கொண்டிருந்தார். இந்தமுறை அவர் அதுவரை இருந்த போர் விதிகளை மீறுவது என்று முடிவு செய்திருந்தார்.

தன்னுடைய படைகளுடன் மிஸ்ஸிஸிப்பி நதியைக் கடந்து மேற்கே சிறிது தூரம் சென்றுவிட்டு, பின்னர் திரும்பி தெற்கே விக்ஸ்பர்க் நகரின் தெற்கே 35 மைல் தொலைவில் இருந்த கிராண்ட் கல்ப் என்ற இடத்தில் நதியைத் திரும்பவும் கடந்து, மேலே திரும்பி விக்ஸ்பர்கை தெற்கில் இருந்து தாக்கத் திட்டம் வகுத்தார் கிராண்ட்.

அத்தோடு, இந்த முறை கைகளில் எடுத்துச் செல்லக்கூடிய பொருட்களைத் தவிர வேறெதையும் எடுத்துச் செல்வதில்லை என்றும், உணவு மற்றும் ஏனைய தேவைகளை அங்கங்கே 'பெற்றுக் கொள்வது' என்றும் சொல்லி விட்டார்.

அதே நேரம், ஏப்ரல் 16ஆம் தேதி அமாவாசை இரவில், அட்மிரல் போர்ட்டர் தன்னுடைய ஏழு பீரங்கி கப்பல்களைச் சத்தமில்லாமல் விக்ஸ்பர்கைக் கடந்து கொண்டு வந்து விட்டார். விக்ஸ்பர்க் கோட்டையில் பீரங்கிகளை இயக்குபவர்கள், அவரது ஏழாவது கப்பல் கடக்கும்போதே, ஒன்றிய நதி கப்பற்படை தங்களை ஏமாற்றி தெற்காகச் சென்றுவிட்டதை உணர்ந்தார்கள்.

கிராண்ட்டின் படைகள், அவரது மூன்று தளபதிகள், ஷெர்மன், மக்கிளேர்நண்ட், புதிதாகப் பதவியுயர்வு பெற்றிருந்த மக்பர்ஸன் ஆகியோர் தலைமையில் அவரது திட்டத்தின்படி மேற்காகச் சென்று, தெற்கே மிஸ்ஸிஸிப்பி நதியை நோக்கித் திரும்பிக் கொண்டிருந்தது. விக்ஸ்பர்க்கில் இருந்த ஜெனரல் பெம்பெர்ட்டனின் கவனத்தைத் திசை திருப்ப, நகரின் வடதிசையில் ஒரு தாக்குதல் நடத்தப்பட்டது.

ஏப்ரல் 29ஆம் தேதி, கிராண்ட்டின் திட்டப்படி, அவரது படைகள் கிராண்ட் கல்ப்பிற்கு வந்து சேர்ந்தன. அவரது கப்பற்படையும் அதற்குள் வந்து சேர்ந்திருந்தது. விக்ஸ்பர்க்கில் இருந்து 35 மைல் தொலைவில் தெற்கில் எதிரி வந்துவிட்ட செய்தி, பெம்பெர்ட்டனிற்கு சென்றது. கப்பல் படை தாக்குதலைத் துவக்கியது. ஆனால் மறுபுறத்தில் இருந்து மாநிலக் கூட்டமைப்பும் கடுமையான பதில் தாக்குதலைத் தொடுத்தது. சண்டை மிகவும் தீவிரமாகவே, கிராண்ட் திரும்பவும் தன்னுடைய திட்டத்தை மாற்றினார். படைகளை இன்னமும் தெற்காக நகற்றி, ப்ருய்ன்ஸ்பர்க் என்ற இடத்தில் ஏப்ரல் 30ஆம் தேதி நதியைக் கடந்துவிட்டார். வேகமாக வடக்காக அணிவகுத்து, போர்ட் கிப்சன் என்ற இடத்தில் இருந்த சிறு படையைத் தோற்கடித்துவிட்டு, கிராண்ட் கல்ப் நோக்கித் திரும்பினார்.

அதற்குள் கிராண்ட் கல்ப் நகரில் நடந்த சண்டையும் முடிவுக்கு வந்தது. மே 3ஆம் தேதி நகரில் இருந்து கூட்டமைப்புப் படைகள் வெளியேறி, விக்ஸ்பர்க் நோக்கிச் செல்ல ஆரம்பித்தன. கிராண்ட் கல்ப்பில் தன்னுடைய படைகளை ஒன்று சேர்த்த கிராண்ட், அடுத்து விக்ஸ்பர்க்கை நோக்கிச் செல்வார் என்று பெம்பெர்ட்டன் தயாரானார்.

ஆனால், கிராண்ட் தன்னுடைய திட்டத்தை மாற்றினார். தன்னுடைய படைகளை வடகிழக்காக நகர்த்தி, மிஸ்ஸிஸிப்பி தலைநகரான ஜாக்சன் நகரை நோக்கிச் செல்ல ஆரம்பித்தார்.

மாநிலக் கூட்டமைப்பு படைகளின் தலைமைத் தளபதியான ஜான்ஸ்டன், விக்ஸ்பர்க் நகரம் ஆபத்தில் இருப்பதை உணர்ந்து, தன்னுடைய படைகளுடன் உதவிக்கு வந்து கொண்டிருந்தார். மேலும் விக்ஸ்பர்க் நகருக்குத் தேவையான பொருட்களும் ஜாக்சன் வழியாகவே ரயில்களில் வந்து கொண்டிருந்தது. எனவே, தான் விக்ஸ்பர்க்கைத் தாக்கும்போது, தனக்குப் பின்னால் படைகள் வந்துவிடக்கூடாது என்பதாலும், தன் எதிரிகளின் படைகள் ஒன்றாகச் சேர்ந்துவிடக்கூடாது என்பதாலும் முதல் தாக்குதல் அங்கே திட்டமிடப்பட்டது.

ஷெர்மனும் மக்பர்சனும் தங்களது 23,000 வீரர்களுடன் ஜாக்சன் நகரை மே 13ஆம் தேதி வந்தடைந்தார்கள். எதிர்பார்த்தது போலவே, ஜாக்சன் நகரின் மாநிலக் கூட்டமைப்பின் படைகள் ஒன்றாக ரயில் வழியே குவிந்து கொண்டிருந்தன. அன்றிரவு வந்த ரயிலில், 6000 வீரர்களுடன் தலைமைத் தளபதி ஜான்ஸ்டன் வந்து சேர்ந்தார்.

ஆனால் நிலையை உடனடியாக ஆராய்ந்த ஜான்ஸ்டன், 'காரியம் கைமீறி விட்டது' என்று தந்தி கொடுத்துவிட்டு, உடனடியாகத் தன் படைகளுடன் திரும்பிவிட்டார். எனவே மறுநாள் (மே 14) ஷெர்மனின் படைகள் ஜாக்சன் நகரின் உள்ளே நுழைந்தபோது, அவர்களுக்குப் போரில் கிடைக்கும் வெற்றிக்குப் பதிலாக இரவில் பெய்த மழையினால் கிடந்த சகதிதான் கிடைத்தது (ஷெர்மனின் வார்த்தைகள்!).

விக்ஸ்பர்க் நகரைக் கைவிட்டுவிட்டு தன்னுடைய படைகளுடன் வந்து இணைந்து கொள்ளுமாறு, ஜான்ஸ்டன், பெம்பெர்ட்டனிற்கு செய்தி அனுப்பியிருந்தார். இதை அறிந்த கிராண்ட், பெம்பெர்ட்டனைத் தப்பிவிடக்கூடாது என்று தன்னுடைய படைகளை, விக்ஸ்பர்க்கில் இருந்து வெளியே செல்லும் மூன்று பாதைகளிலும் பிரித்து அனுப்பினார்.

பெம்பெர்ட்டன், தன்னுடைய 30000 வீரர்களுடன் வந்து கொண்டிருந்த பாதையில், கிராண்ட்டின் படைகள் அவரை மே 16ஆம் தேதி, சாம்பியன் ஹில் என்ற இடத்தில் மறித்தன.

போர் முனையை கிராண்ட் காலை 10 மணிக்கு வந்தடைந்தார். 11.30 மணிக்குத் தாக்குதல் துவங்கியது. முதலில் இருந்தே ஒன்றியப் படைகள் தாக்குதலை வேகமாக நடத்தின. கிராண்ட்டின் மூன்று படைகளும் அங்கே ஒன்றாகத் தாக்குதலை நடத்திக் கொண்டிருந்தன. தன்னுடைய படைகளால் சமாளிக்க முடியாது என்று முடிவு செய்த பெம்பெர்ட்டன் படைகளைப் பின்வாங்கச் செய்தார். அன்றைய இரவில், ஒன்றியப் படைகள் பின்னே துரத்த, பெம்பெர்ட்டன், விக்ஸ்பர்க் நகரின் உள்ளே தனது 30000 வீரர்களுடன் தஞ்சமடைந்தார்.

கிராண்ட் நீண்ட முற்றுகையை விரும்பவில்லை. எப்படியாவது பெம்பெர்ட்டனை வெளியில் கொண்டு வந்து தோற்கடித்துவிட வேண்டும் என்றே எண்ணினார். எனவே அவரது படைகள் விக்ஸ்பர்க் நகரின் வெளியே ஒன்றாகச் சேர்ந்தவுடன், மே 19ஆம் தேதி தாக்குதலைத் துவக்கினார். தொடர்ச்சியாக தாக்குதல்கள் நடந்தாலும், விக்ஸ்பர்க்கின் பாதுகாப்பு சுவர்களையும், கோட்டைகளையும்

அவர்களால் உடைத்துச் செல்ல முடியவில்லை. மே 25ஆம் தேதி, கிராண்ட் தன்னுடைய முற்றுகையைத் துவக்கினார்.

விக்ஸ்பர்க் நகரின் சுற்றுப் பாதுகாப்பு சுவர்களும், கோட்டைகளும், அகழிகளும் கிட்டத்தட்ட ஏழு மைல் தொலைவிற்கு இருந்தது. இவை அனைத்தையும் முற்றுகையிட 12 மைல் தொலைவிற்குப் படைகள் நிறுத்தப்படவேண்டும். எனவே தனக்குக் கூடுதலாகத் துருப்புகள் வேண்டும் என்று கிராண்ட், தலைமை தளபதி ஹாலக்கிற்குக் கடிதம் எழுதினார். அவரும் இன்னமும் 5000 வீரர்களை அனுப்பி வைத்தார்.

பெம்பெர்ட்டனின் நிலை மிகவும் மோசமாக இருந்தது. 30000 வீரர்கள் இருந்தாலும், அவர்களில் கிட்டத்தட்ட 15000 வீரர்கள் மட்டுமே போர் முனைக்குச் செல்லும் நிலையில் இருந்தார்கள். நகரில் போருக்குத் தேவையான குண்டுகளும் துப்பாக்கிகளும் நிறைய இருந்தாலும், அவர்களிடம் உணவு சிறிதளவே இருந்தது. இதற்கிடையே அவரது தலைமைத் தளபதி ஜான்ஸ்டன், பெம்பெர்ட்டனை அங்கிருந்து வெளியேறி தன்னுடன் வந்து சேர்ந்து கொள்ளுமாறு ரகசியச் செய்தி அனுப்பியிருந்தார்.

கூடுதலாக வீரர்கள் வந்திருந்தாலும், ஒன்றியப் படைகளின் முற்றுகை முழுமையாக இல்லை. குறிப்பாக நகருக்குத் தெற்கே செல்லும் பாதைகளின் வழியே வெளியேறும் சாத்தியம் இருந்தது. ஆனாலும் பெம்பெர்ட்டன் அதை விரும்பவில்லை. நகரிலேயே இருந்துவிட முடிவு செய்திருந்தார்.

ஆனால் நகரில் இருந்த பொது மக்கள் பெரும் சிரமத்திற்கு உள்ளானார்கள். உணவு கிடைக்கவில்லை என்பதைவிட, தினமும் நதியில் இருந்து கப்பல்கள் வீசிய ஷெல்கள் நகரில் வாழ்முடியாமல் செய்தது. எப்போதும் நெருப்பு எரிந்து கொண்டிருந்தது. பெரும்பாலான மக்கள் குன்றுகளில் இருந்த குகைகளுக்குள் சென்று வாழ ஆரம்பித்தார்கள். நகரில் இருந்த மாடு, குதிரை, நாய் போன்ற மிருகங்கள் உணவாக மாற ஆரம்பித்தன.

ஆறு வாரங்கள் தொடர்ந்த முற்றுகை, தன்னுடைய முடிவை நெருங்கிவிட்டது. ஜூலை 3ஆம் தேதி, பெம்பெர்ட்டன் தான் சரணடைய முடிவு செய்திருப்பதை கிராண்ட்டிடம் தெரிவித்தார். முதலில் நிபந்தனையற்ற சரணாகதியை எதிர்பார்த்த கிராண்ட், 30000க்கும் மேற்பட்ட வீரர்களுக்கு உணவு கொடுத்து, சிறை படுத்துவதில் இருக்கும் சிரமங்களை உணர்ந்து, வீரர்கள், தாங்கள் போரிடுவதில்லை என்று உறுதிமொழி கொடுப்பதன் பேரில்

அவர்களது வீடுகளுக்கு அனுப்பி வைப்பதாகத் தெரிவித்தார். ஆயுதங்கள் அனைத்தையும் சரண் செய்ய வேண்டும் என்றும் தெரிவிக்கப்பட்டது.

அமெரிக்க சுதந்திர தினமான, 1863 ஜூலை 4ஆம் தேதி, விக்ஸ்பர்க் நகரில் மீண்டும் அமெரிக்கக் கொடி பறந்தது. லிங்கனின் வார்த்தைகளில், 'மிஸ்ஸிஸிப்பி தந்தை மீண்டும் தொந்தரவின்றி கடலை நோக்கிச் செல்ல ஆரம்பித்தார்.'

ஆறு மாதங்கள் நடந்த போர், கிராண்ட்டின் விடாமுயற்சியை உலகிற்குக் காட்டியது. தன்னுடைய இலக்கை அடையாமல் அவர் பின்வாங்கவில்லை. இடையில் ஏற்பட்ட எல்லா தடைகளையும் தாண்டி, தான் வேண்டியதை அடைந்தார். இன்றும் கிராண்ட்டின் விக்ஸ்பர்க் நடவடிக்கைகள் ராணுவப் பயிற்சிப் பள்ளிகளில் சொல்லிக் கொடுக்கப்படுகின்றன. அங்கு மட்டுமின்றி, தலைமைப் பொறுப்பில் உள்ளவர்கள் எப்படி வழி நடத்த வேண்டும் என்பதற்கும் எடுத்துக்காட்டாகச் சொல்லப்படுகிறது.

இப்படித் தலைமை பொறுப்பில் இருப்பவர்களைத் தலைமை தாங்கி வழிநடத்துவதற்கு இன்னொருவர் வாஷிங்டனில் இருந்தார். வெற்றி செய்தி கேட்டவுடன், உடனடியாக கிராண்ட்டை மேஜர் ஜெனரலாகப் பதவி உயர்த்திய லிங்கன், மிகவும் வித்தியாசமான ஒரு கடிதத்தையும் ஜூலை 13, 1863 அன்று எழுதினார்.

அன்புள்ள ஜெனரலுக்கு,

நாமிருவரும் இதுவரை நேருக்கு நேர் சந்தித்தாக எனக்கு நினைவில்லை. நீங்கள் இந்த நாட்டிற்காகச் செய்திருக்கும் மதிப்பில்லாத சேவைக்காக நான் நன்றியுடன் இந்தக் கடிதத்தை எழுதுகிறேன்.

இன்னமும் ஒரு வார்த்தை சொல்ல விரும்புகிறேன். நீங்கள் முதலில் விக்ஸ்பர்க்கை நெருங்கியவுடன், நான் நினைத்தது போலவே, நகரைச் சுற்றிச் சென்று, கப்பல்களையும் தெற்கே கொண்டு வந்தீர்கள்; அது போலவே, உங்களுடைய கால்வாய் வெட்டும் வேலைகள் எல்லாம் வெற்றி பெறும் என்பதில் எனக்கு நம்பிக்கை இல்லை என்றாலும், என்னை விட உங்களுக்குச் சரியாக தெரிந்திருக்கும் என்பதால் நான் எதுவும் சொல்லவில்லை.

நீங்கள் நகருக்கு தெற்கே சென்ற பின்னர், இன்னமும் தெற்காகச் சென்று அங்கிருந்த ஜெனரல் பாங்ஸ்சின் படைகளுடன் நீங்கள்

இணையவேண்டும் என்று நினைத்தேன். ஆனால் நீங்கள் வடகிழக்காகத் திரும்பியதைத் தவறான செயல் என்று நினைத்தேன். எனவே இப்போது உங்களிடம் தனிப்பட்ட முறையில் ஒத்துக்கொள்கிறேன் – நீங்கள் செய்ததுதான் சரி, நான் எண்ணியது தவறு.

தங்கள் உண்மையுள்ள,
ஆ. லிங்கன்

தன்னுடைய தவறை நேரடியாக, எழுத்தில் ஒத்துக் கொள்ளும் எத்தனை தலைவர்களை உங்களுக்குத் தெரியும்?

24. கெட்டிஸ்பர்க் : லீயின் பயணம்

'கடவுளின் ஆசியால் இந்தத் தேசத்தில் சுதந்திரம் புதிதாகப் பிறக்கும் – மக்களுக்காக, மக்களால் தேர்ந்தெடுக்கப்பட்ட மக்களின் அரசாங்கம் பூமியில் இருந்து மறைந்துவிடாது.'

– ஆபிரகாம் லிங்கன்

கெட்டிஸ்பர்க் சண்டை நடந்த சில நாட்களில் போர்க்களத்தில் இருந்த வீரர்களின் உடல்களைப் புதைக்கும் பணி நடந்து கொண்டிருந்தது. களத்தில் சிமெட்ரி ரிட்ஜ் (Cemetery Ridge) என்ற இடத்தில் இருந்த உடல்களை அப்புறப்படுத்தும்போது, அங்கே இருந்தவர்களுக்கு ஓர் அதிர்ச்சி காத்திருந்தது. அங்கிருந்த உடல்களில் ஒரு வீராங்கனையும் அடக்கம்.

அமெரிக்க உள்நாட்டுப் போரில் 500இல் இருந்து 750 பெண்கள் வரை, ஆண்களிடையில் போரிட்டிருக்கலாம் என்று சொல்லப்படுகிறது. இவற்றில் பலரைப் பற்றியும் குறிப்புகள் இருக்கிறது.

பெரும்பாலும் போருக்குச் செல்லும் ஆண்களைத் தொடர்ந்து பெண்களும், குடும்பங்களும் செல்லும் வழக்கம் பழங்காலத்தில் இருந்ததுண்டு. இந்தப் போர் நடந்த காலங்களிலும், பெண்கள் பெரும்பாலும் வேலைக்குச் செல்வது வழக்கமாக இல்லை. எனவே அவர்களில் சிலர் தங்கள் கணவர்களையோ, சகோதரர்களையோ தொடர்ந்து படைகளுடன் பயணித்துக் கொண்டிருந்தனர்.

இன்னமும் சிலர், சாகசங்களை வேண்டி, ஆண் வேடமணிந்து படைகளில் சேர்ந்தனர். உடைகளை மாற்றுவதோ, குளிப்பதோ வழக்கமாக இல்லாத நாட்கள் அவை. எனவே, இவர்களைக்

கண்டறிவது என்பது எளிதானது இல்லை. பெரும்பாலான பெண்கள் போர்களில் காயமடைந்து, மருத்துவமனையில் சிகிச்சை பெறும் போதே கண்டறியப்பட்டார்கள். விக்ஸ்பர்க் போரின்போதும் இது போன்றே காயமடைந்த பெண் வீராங்கனையும் கண்டறியப்பட்டாள்.

போர் தலைமையும், இப்படியாகச் சேரும் பெண்களைத் தண்டிக்கவில்லை. அவர்கள் எந்தத் தண்டனையும் இன்றி, படையில் இருந்து விடுவிக்கப்பட்டார்கள். 'ராணுவ விதிகளுக்கு மாறாக' குழந்தை பெற்றுக்கொண்ட வீரரை விடுவிக்கும் உத்தரவு ஒன்றை ஒன்றியப் படை அதிகாரி ஒருவர் கொடுத்திருக்கிறார்.

இன்னமும் பல பெண்கள் உளவாளிகளாகவும் இரண்டு பக்கங் களிலும் இருந்தார்கள். உள்நாட்டுப் போர் அதுவரை பெண்களுக்கு என்று இருந்த கடமைகளைப் புரட்டிப் போட்டது. போரின்போதே முதல் முறையாக அமெரிக்க அரசாங்க வேலைகளில் பெண்கள் நியமிக்கப்பட ஆரம்பித்தார்கள். பெருமளவிலான பெண்கள் செவிலியர்களாகப் பணிபுரிந்ததையும் முன்னரே பார்த்தோம்.

இவை தவிர, உலகின் பழமையான தொழிலும் போர்க்காலத்தில் பெரும் வளர்ச்சியைக் கண்டது. படைகள் முகாமிட்டிருந்த வாஷிங்டன், விர்ஜினியா பகுதிகளில் 500-750 பாலியல் விடுதிகள் இருந்ததாகத் தெரிகிறது. 7500க்கும் மேற்பட்ட பெண்கள் பாலியல் தொழிலாளர்களாக இருந்திருக்கலாம் என்று சொல்லப்படுகிறது.

டென்னிசி மாநிலத்தின் நாஷ்வில் நகரில் மட்டுமே 1500 பெண்கள் பாலியல் தொழிலில் இருந்ததால், அங்கிருந்த ஒன்றியப் படைத் தளபதி, அவர்களைச் சட்டப்படி அங்கீகரித்து, விடுதிகள் நடத்துவதற்குக் கடைப்பிடிக்க வேண்டிய விதிகளை உத்தரவாகப் பிறப்பித்தார். வீரர்களைப் பாலியல் நோயில் இருந்து காப்பாற்றவே இந்த உத்தரவு என்று கூறப்பட்டது. இதுவே உலகில் பாலியல் தொழிலை சட்டப்பூர்வமானதாக அறிவித்துப் பிறப்பிக்கப்பட்ட முதல் உத்தரவாகும்.

●

மே 1863இல் மாநிலக் கூட்டமைப்பின் தலைநகரான ரிச்மன்டில் உயர்நிலை ஆலோசனைக்கூட்டம் ஒன்று நடைபெற்றது. மாநிலக் கூட்டமைப்பின் குடியரசுத் தலைவரான ஜெபர்சன் டேவிஸ் தலைமையில் நடைபெற்ற கூட்டத்தில், ராபர்ட் லீ உள்பட அரசின் அனைத்துத் தலைமைகளில் இருந்தவர்களும் கலந்து கொண்டார்கள். சான்செல்லர்ஸ்வில் சண்டையின் வெற்றிக்குப் பின்னரான நகர்வுகள் என்ன, மேற்கில் விக்ஸ்பர்கில் மோசமாகச் சென்று கொண்டிருக்கும்

போர் குறித்து என்ன செய்வது என்பது போன்ற கேள்விகள் எழுந்து கொண்டிருந்தன.

அப்போது மாநிலக் கூட்டமைப்பின் நிலை என்ன என்பதையும் பார்த்துவிடுவோம். போரில் பல வெற்றிகளைப் பெற்றிருந்தாலும். ஒன்றியம் போரை நிறுத்துவதாகத் தெரியவில்லை. இன்னமும் தெற்கின் துறைமுகங்கள் எல்லாம் அடைபட்டிருந்ததால், வர்த்தகம் வெகுவாகக் குறைந்துவிட்டது. உணவுப் பொருட்கள் விலை ஏறிக் கொண்டிருந்தன. போரின் அகதிகள் நகரங்களை நிரப்பிக் கொண்டிருந்தார்கள். போர் படைகளுக்கு உணவு தருவது முன்னிலைப்படுத்தப்பட்டதால், உணவைப் பதுக்குவதும், அதிக விலைக்கு விற்பதும் நடந்து கொண்டிருந்தது. உப்பு எங்கும் கிடைக்கவில்லை.

ஏப்ரல் 1863ல், ரொட்டியின் விலை ஒரு பவுண்டிற்கு (450 கிராம்) ஒரு டாலர் என்ற விலையை எட்டியபோது, நகரின் பெண்களும், ஏனைய எளியவர்களுக்குச் சாலைகளில் போராட ஆரம்பித்தார்கள். போராட்டம் தென் மாநிலங்களின் மற்ற நகரங்களுக்கும் பரவ ஆரம்பித்தது. நிலைமை ஓரளவிற்குக் கட்டுக்குள் வந்தாலும், போரை எப்படியாவது முடிவிற்குக் கொண்டு வர வேண்டியிருந்தது.

இத்தகைய அவசர நிலையிலேயே ஆலோசனை நடைபெற்றது. கூட்டத்தில் லீ தன்னுடைய திட்டத்தை விவரித்தார். இன்னொரு முறை தன்னுடைய படைகளைக் கொண்டு வடமாநிலங்களை ஆக்கிரமிக்கச் செல்வது. இந்த முறை பென்சில்வேனியா மாநிலத்திற்குப் போரை எடுத்துச் செல்வது. இதற்கு இரண்டு விளைவுகள் இருக்கும் என்று லீ எதிர்பார்த்தார். ஒன்று, தங்களது மண்ணில் போர் நடக்க ஆரம்பித்தவுடன், வடமாநிலங்களில் போருக்கு இருக்கும் ஆதரவு குறைந்துவிடும். எனவே ஒன்றிய அரசு பேச்சுவார்த்தைக்குத் தள்ளப்படும். இன்னமும் முக்கியமாக, கூட்டமைப்பின் படைகள், ஒன்றிய மண்ணில் பெரும் வெற்றியைப் பெற்றுவிட்டால், ஐரோப்பிய அரசாங்கங்கள் தங்களது அங்கீகாரங்களை வழங்குவதற்கு எந்தத் தடையும் இருக்காது. தனது திட்டம் தோல்வியடையாது என்றும் கூறினார்.

கிட்டத்தட்ட ஒருமனதாக இந்தத் திட்டத்திற்கு ஒப்புதல் கொடுக்கப் பட்டது. அடுத்த பெரும் போருக்கான முதல் அடி எடுத்து வைக்கப்பட்டது.

•

இந்த முறை படைகளுக்குத் தேவையான உணவை வடமாநிலங்களில் இருந்தே எடுத்துக் கொள்ளலாம் என்றும் ராபர்ட்

லீ முடிவு செய்திருந்தார். அவற்றுக்குப் பணம் கொடுத்துவிடுவது என்று முடிவு செய்திருந்தாலும், அப்போது மாநிலக் கூட்டமைப்பு தனக்கான பணத்தை அச்சடித்துக் கொண்டிருந்ததால், அந்தப் பணத்திற்கு வடக்கில் எந்த மதிப்பும் இல்லை.

ஜூன் 3, 1863 அன்று லீ, 75000 வீரர்களுடன் பென்சில்வேனியா நோக்கிச் செல்ல ஆரம்பித்தார். அவருடன் 9500 குதிரைப்படை வீரர்களுடன் மேஜர் ஜெனரல் 'ஜெப்' ஸ்டீவர்ட்டும் சென்று கொண்டிருந்தார்.

துப்பாக்கிகளும் பீரங்கிகளும் நிறைந்த இந்தக் காலகட்டத்தில், குதிரைப்படைகளின் முக்கியத்துவம் குறைந்து கொண்டிருந்தது. ஆனாலும் அவை முக்கியமான ஓரிடத்தை நிரப்பிக் கொண்டிருந்தன. எதிரிப் படைகளின் நடமாட்டத்தைக் கவனித்து, அதைத் தெரிவிப்பது மற்றும், எதிரிப் படைகளின் பின்னே மெதுவாக வரும் உணவு மற்றும் இதர பொருட்களின் வண்டிகளைத் தாக்குவது ஆகியவை மட்டுமே அவற்றின் பொறுப்பில் இருந்தன.

எதிரியின் பிரதேசத்திற்குள் செல்லும் அந்த நேரத்தில், ஜெப் ஸ்டீவர்ட்டின் முக்கியமான பொறுப்பு, எதிரிப் படைகளின் நிலைகளைத் தன்னுடைய தளபதியிடம் தெரிவிப்பது மட்டுமே.

•

ஒன்றியப் படைகளின் நிலையும் நல்ல முறையில் இல்லை. படை வீரர்கள் இடையே ஹூக்கர் இன்னமும் பிரபலமாக இருந்தாலும், இன்னுமொரு தோல்வி, படையைத் துவளச் செய்திருந்தது. அத்தோடு, வடமாநிலங்களில் எழுந்து கொண்டிருந்த போர் எதிர்ப்புக் குரல்களும் அவர்களுக்கு உற்சாகத்தைத் தருவதாக இல்லை.

இதே நேரத்தில், லிங்கனுடன் ஏற்பட்ட கருத்து வேறுபாட்டில் ஹூக்கர் பதவியில் இருந்து விலகுவதாகத் தெரிவிக்கவே, அதற்காகக் காத்திருந்த லிங்கன் உடனடியாக அவரை விடுவித்துவிட்டார்.

ஜூன் 28ம் தேதி புதிய தளபதியாக ஜார்ஜ் மீட் (George Meade) நியமிக்கப்பட்டார். முந்தைய சண்டைகளில் தனிப்பட்ட முறையில் மிகவும் வீரமுடையவர் என்று பெயர் வாங்கியிருந்த அவரின் தலைமைப் பண்பை நிர்ணயிக்கும் போர் இன்னமும் 3 நாட்களில் ஆரம்பமாக இருந்தது.

ஜார்ஜ் மீட் மிகவும் கோபக்காரர் என்று பெயரெடுத்தவர். ஆனால் மிகவும் திறமைசாலியும் கூட. அவசர காலத்தில் விரைவாக

முடிவெடுப்பவர். போர் ஆரம்பித்து நான்கு தளபதிகளை மாற்றிவிட்ட லிங்கன், இந்த முறையாவது வெற்றி கிடைக்குமா என்று காத்திருந்தார்.

லீயின் படைகள் வடக்கு நோக்கி நகரத் தொடங்கியவுடன், லிங்கன் ஒன்றியப் படைகளும் அவர்களைத் தொடர்ந்து அல்லது இணையாகச் செல்ல வேண்டும் என்று ஆணை இட்டிருந்தார். அப்படியே ஜார்ஜ் மீட்டின் படைகள் லீயின் படைகளுக்குக் கிழக்குப் பக்கமாகத் தொடர்ந்து கொண்டிருந்தன.

•

லீயின் வடக்கு நடவடிக்கையின் முதல் சண்டை ஜூன் 9ஆம் தேதி நடந்தது. இரண்டு குதிரைப்படைகள் மோதிக் கொண்டன. லீயின் குதிரைப் படைத் தளபதியான ஜெப் ஸ்டூவர்ட்டின் 9500 குதிரைவீரர்கள் கொண்ட படையை, ஒன்றியத்தின் ஜெனரல் ஆல்ப்ரெட் பிளசண்டனின் வீரர்கள் ப்ராண்டிவின் என்ற இடத்தில் தாக்கினார்கள். தாக்குதலை எதிர்பார்க்காத ஸ்டூவர்ட்டின் வீரர்கள் ஆச்சரிய மடைந்தாலும், தாக்குதலைச் சமாளித்துவிட்டனர்.

ஆனால், வெற்றி கிட்டவில்லை. இங்கே தென் மாநிலத்தவரின் மனநிலையைச் சற்றுப் பார்க்கவேண்டும். தங்களைப் பெரும் வீரர்களாகவும், கிராமியப் பண்பான நேர்மை உடையவர்களாகவும் அவர்கள் கருதினார்கள். வடமாநிலத்தவர்கள் பெரும் நகரங்களில் வாழ்ந்து, தங்களது 'வலிமையை' ('ஆண்மையை' என்றும் வாசிக்கலாம்.) இழந்துவிட்டார்கள் என்பதே அவர்களது எண்ணமாக இருந்தது. ஒரு தென் மாநில வீரன், பத்து வட மாநில வீரர்களுக்குச் சமம் என்பது போன்ற கருதுகோள்கள், அவர்கள் தொடர்ந்து பெற்று வந்த வெற்றிகளால் ஏற்பட்டிருந்தன.

அதிலும், வடமாநில குதிரை வீரர்கள் தங்களைத் தோற்கடிக்கவில்லை என்றாலும், தாங்களும் வெல்லவில்லை என்பதை ஸ்டூவர்ட் தனக்கு ஏற்பட்ட தனிப்பட்ட அவமானமாகப் பார்த்தார். எனவே தன்னுடைய புகழையும் தன் வீரர்களுடைய புகழையும் எப்படி மீட்டெடுப்பது என்று யோசிக்க ஆரம்பித்தார்.

ஒன்றியப் படைகளின் பின்புறத்தில் மெதுவாக வந்து கொண்டிருக்கும் பொருட்கள் ஏற்றும் வண்டிகளைத் தாக்கி, உணவுப் பொருட்களை யும், மற்றவற்றையும் எடுப்பது என்று முடிவு செய்தார். தன்னுடைய வீரர்களுடன், ஒரு லட்சம் வீரர்கள் கொண்ட ஒன்றியப் படை தன்னைத் தாண்டிச் செல்லும் வரை காத்திருந்து, அதன் பின்பக்கத்தில்

சிறு தாக்குதல்களை நடத்திக் கொண்டிருந்தார். அப்படியே கிழக்காகச் சென்று, ஒன்றியப் படைகளைத் தொந்தரவு செய்து கொண்டிருந்தார். இப்போது ஜெப் ஸ்டீவர்ட்டின் குதிரை வீரர்களுக்கும், லீயின் படைகளுக்கும் இடையே ஒன்றியப் படை இருந்தது.

முன்னரே கூறியது போல, குதிரைப்படைகள், எதிரிப் படையின் நிலைகளை அறிந்து ஒற்று கூறும் முக்கியமான வேலையைச் செய்யவேண்டும். ஸ்டீவர்ட், தன் வீரர்களுடன் கிழக்கே சென்றதும் புதிய பிரதேசத்தில் லீயை எந்த ஒற்றும் இல்லாமல், எதிரிப் படைகள் எங்கே இருக்கின்றன என்று தெரியாமல் இருக்கச் செய்ததும் தாக்கத்தை ஏற்படுத்தின. பின்னர் நடக்கப் போகும் நிகழ்வுகளுக்கு ஸ்டீவர்ட் முதல் விதையைப் போட்டுவிட்டார்.

•

பெனிசில்வேனியாவின் எல்லையில் இருக்கும் ஒரு சிறு நகரம், கெட்டிஸ்பர்க். ஜூலை 1ஆம் தேதி ஒன்றிய குதிரைப்படைகள் கெட்டிஸ்பர்க் நகரை அடைந்தன. குதிரைப்படைத் தளபதியான ஜெனரல் பூபோர்ட் (Buford) அந்த வழியாக வரப்போகும் மாநிலக் கூட்டமைப்பின் படைகளுக்காகக் காத்திருந்தார்.

கெட்டிஸ்பர்க் நகரின் தென் புறம் குன்றுகளாலும், உயரமான இடங்களாலும் நிரம்பி இருந்தது. ஜெனரல் பூபோர்ட் நிலத்தின் பரப்பைப் பார்த்தவுடன், தெற்குப் பகுதியை ஒன்றியப் படைகளிடம் வைத்திருக்க வேண்டியதன் அவசியத்தை உணர்ந்தார். கூட்டமைப்பின் படைகள் அந்தக் குன்றுகளைக் கைப்பற்றினால், அங்கிருந்து அவர்களை வெளியேற்றுவது மிகவும் கடினமாகிவிடும். எனவே தன்னுடைய குதிரை வீரர்களை அவற்றில் பரவலாக நிறுத்திவிட்டார். அன்று காலை 7.30 மணிக்கு, கூட்டமைப்பின் முதல் வீரர்கள் கெட்டிஸ்பர்க் நகரின் போர்க்களத்திற்கு வர ஆரம்பித்தார்கள்.

24. கெட்டிஸ்பர்க் : வெற்றியில் தோல்வி

'நாம் திரும்பி ஓட முடியாது. இங்கேயே இருந்தோமென்றால் சுட முடியாது. உங்கள் துப்பாக்கிகளில் கத்தியைப் பொருத்துங்கள்.'

– ஜோஷுவா சாம்பர்லைன்

ஜோஷுவா சாம்பர்லைன் மைன் (Maine) மாநிலத்தைச் சேர்ந்தவர். அவரது பாட்டனாரில் இருந்து தந்தை வரை அனைவரும் அமெரிக்க ராணுவத்தில் பல்வேறு போர்களில் கலந்து கொண்டவர்கள். ஜோஷுவாவின் தந்தை பிரேவ்ர் என்ற இடத்தில் பண்ணை ஒன்றை வாங்கி அங்கேயே தங்கிவிட்டார்.

ஜோஷுவாவையும் ராணுவப் பணியில் சேர்க்க அவரது தந்தை விருப்பப்பட்டாலும். அவரது தாயார் அவரைக் கிறித்தவப் பாதிரியாராக்க வேண்டும் என்று விரும்பினார். எனவே ஜோஷுவா, சிறிது காலம் ராணுவப்பள்ளியில் படித்தாலும், இறையியல் கல்லூரியில் தன்னுடைய படிப்பை முடித்தார். பல்வேறு மொழிகளில் வல்லமையுடன் இருந்த அவர், திருமணம் செய்து கொண்டு, பெடோய்ன் நகரில் இருந்த கல்லூரியில் இறையியல் மற்றும் மொழியியல் துறை பேராசிரியராக வேலை செய்து வந்தார்.

அமெரிக்க உள்நாட்டுப் போர் வெடித்தபோது, ஜோஷுவா போருக்கு ஆதரவாகத் தன்னுடைய வகுப்புகளில் பேசினார். மாணவர்களை ராணுவப் பணியில் சேர்வதற்கு ஊக்கப்படுத்தினார்.

‘வடமாநிலங்களில் ஆண்கள், இந்த நாட்டை அழிவில் இருந்து காப்பாற்றவும் துரோகத்தினால் நாடு அழிந்துவிடாமல் இருக்கவும், தங்களுடைய சொந்த விருப்பங்களையும், பதவிகளையும் தியாகம் செய்தால் மட்டுமே, பெரும் ரத்தமும், பொருளும் வீணாகப்போகும் இந்தப் போரை நிறுத்த முடியும்’ என்று தன்னுடைய மாநில ஆளுநருக்குக் கடிதம் எழுதினார்.

இரண்டு வருடங்கள் ஐரோப்பாவில் மொழிகளைக் கற்கப்போவதாக விடுப்பு எடுத்துக் கொண்டு, மைன் மாநிலத் துணை ராணுவப்படையில் சென்று சேர்ந்தார். அவருக்கு கர்னல் பதவி தருவதாகத் தெரிவித்தாலும், தான் ராணுவத்தில் கற்றுக்கொள்ள வேண்டியது நிறைய இருக்கிறது என்று இரண்டாம் நிலை லெப்டினென்ட்டாகச் சேர்ந்தார்.

பிரெடரிக்ஸ்பர்க் போரில் அவரது ரெஜிமென்ட் கலந்து கொண்டிருந்தாலும், அவர்கள் பெரிதாக இழப்புகளைச் சந்திக்கவில்லை. நீண்டிருந்த அமெரிக்க ஒன்றியப் படைகளின் ஒரு பகுதியாக, ஜோஷுவாவும் அவரது படைப்பிரிவும் கூடக் கெட்டிஸ்பர்க் வந்து சேர்ந்து கொண்டிருந்தது.

●

தன்னுடைய குதிரைப்படை எங்கிருக்கிறது என்று தெரியாமல் இருந்தது, லீக்குக் கவலையைக் கொடுத்தது. அதனினும் மேலாக எதிரிப் படைகள் எங்கிருக்கின்றன, என்ன விதத்தில் இருக்கின்றன என்று எந்தத் துப்பும் இல்லாமல், தான் ஒரு குருடனைப் போலப் போர்க்களத்தில் நிற்பதாக உணர்ந்தார். அவரது படைகளில் சிலரை ஒற்றறிய அனுப்பினாலும், அவருக்குத் தகவல்கள் முழுமையாகக் கிடைக்கவில்லை.

ஆனால், ஜூலை 1 அன்று, ஒன்றிய குதிரைப்படைகள், கூட்டமைப்பின் படைகளைக் கண்டவுடனேயே போர் ஆரம்பித்து விட்டது. முன்பே கூறியது போல, ஒன்றிய குதிரைப் படைத் தளபதி பூபோர்ட், களத்தில் குன்றுகளையும் மேடுகளையும் கைவசம் வைத்திருப்பதன் முக்கியத்துவத்தை உணர்ந்திருந்தார். எனவே, படைகள் வர வர, தாக்குதல்கள் இங்குமங்குமாக ஆரம்பித்தன.

‘கூட்டமைப்பின் படைகள் சண்டையைத் தேடி வந்திருந்தால், பூபோர்ட்தான் அவர்களுக்குச் சரியான எதிரி. குதிரைப்படையினர் குதிரையில் இருந்து இறங்கி, தரைப்படையும் சண்டையிடும் என்று யாரும் எதிர்பார்ப்பதில்லை... ஆனால் பூபோர்ட் சண்டையிட துடித்துக் கொண்டிருந்தார். அவரை யாரேனும் வலுக்கட்டாயமாக

அங்கிருந்து துரத்தினால் ஒழிய, அவர் அங்கிருந்து நகரப்போவ தில்லை' என்று ஒரு வரலாற்றாய்வாளர் எழுதுகிறார். அப்போது இன்னொரு ஒன்றியத் தளபதியான ரெனால்ட்சும் வந்துவிடவே, இருவரும் அந்தக் குன்றுகளை விட்டுக்கொடுப்பதில்லை என்று முடிவு செய்தனர். ரெனால்ட்ஸ்சின் வீரர்கள் குன்றில் இருக்க, பூபோர்டின் குதிரையில் இருந்து இறங்கி, கூட்டமைப்பின் படைகளைத் தாக்க ஆரம்பித்தார்கள்.

ரெனால்ட்ஸ்சின் அடுத்த நிலை தளபதி, அபினர் டபுள்டே. சண்டையின் ஆரம்பத்திலேயே ஜெனரல் ரெனால்ட்ஸ் சுட்டுக் கொல்லப்பட்டார். அதன் பின்னர், டபுள்டே தலைமையில் ஒன்றியப் படைகள் குன்றைப் பாதுகாத்தன.

ஆனாலும் அன்று மதியத்திற்குள் இன்னமும் அதிகமான கூட்டமைப்பின் படைகள் வந்து சேரவே, சண்டை மிகவும் தீவிரமாக நடந்தது. ஒன்றியப் படைகள் இன்னமும் வந்து சேரவில்லை. கூட்டமைப்பின் தளபதி ஏ.பி. ஹில் மற்றும் ஜுபல் ஏர்லி இருவரும் தங்களது படைகளுடன் வந்து சேர்ந்தார்கள். வந்தவுடனேயே, குன்றுகளையும், உயரமான இடங்களையும் பிடித்துவிட முனைப்புக் காட்டினார்கள். கடுமையான இழப்புகளுடன் சண்டை இன்னமும் ஆங்கங்கே நடந்து கொண்டிருந்தது.

ரெனால்ட்ஸ் இறந்தவுடன், அவருக்குப் பதிலாக ஜெனரல் வின்பீல்ட் ஹான்காக் வந்து சேர்ந்தார். ஒன்றியத்தின் மிகவும் திறமையான தளபதிகளில் அவரும் ஒருவர். ஒன்றியப்படைகள் பின்வாங்கிக் குன்றுகளின் உச்சியை நோக்கிச் சென்று கொண்டிருந்தன. தாங்கள் பின்வாங்கிக் கொண்டிருந்தாலும், தங்களது நிலை மிகவும் வலுவுடம் இருப்பதாகவே ஹான்காக் கருதினார். அங்கேயே போரைத் தொடர வேண்டும் என்றும், மேடுகளில் இருந்தும் குன்றுகளில் இருந்தும் பின்வாங்கக்கூடாது என்றும் உத்தரவிட்டார்.

அதே குன்றுகளைத் தங்கள் வசம் வைத்திருப்பதன் முக்கியத்துவத்தை லீயும் உணர்ந்திருந்தார். ஆனால் அவரது வலது கரமாக இருந்த 'ஸ்டோன்வால்' ஜாக்சன் இப்போது இருக்கவில்லை. அவரது தற்போதைய தளபதிகள், ஜாக்சனைப் போல முனைந்து முடிவெடுப்ப தில்லை. அத்தோடு, லீயின் உத்தரவுகளும் தெளிவில்லாமல் இருந்தது.

உதாரணமாக, எவெல்லின் படைகளை சிமெட்ரி குன்றை 'முடிந்தால்' கைப்பற்றுமாறு உத்தரவிட்டிருந்தார். எவெல்லோ குன்றைக் கைப்பற்றுவது இயலாத காரியம் என்று முடிவு செய்து

திரும்பிவிட்டார். கூட்டமைப்பின் படைகள் அதிகமாக இருந்த நிலையில், முக்கியமான குன்றைக் கைப்பற்றிருக்க வேண்டிய நேரத்தில் எடுக்கப்பட்ட இந்த முடிவு, இரண்டாம் நாள் போரில் பெரிதாக எதிரொலித்தது.

முதல் நாள் போர் பரவலாக, படைகளின் ஒரு பகுதி மட்டுமே மோதிக்கொண்டதாக இருந்தாலும், இழப்புகள் பயங்கரமாக இருந்தன. 15000 வீரர்கள் வரை இறந்தும், காயப்பட்டும் போனார்கள்.

அன்று நடு இரவிற்குள் ஒன்றியப் படைகளும், கூட்டமைப்பின் படைகளும் பெரும்பாலும் போர்க்களத்திற்கு வந்து சேர்ந்துவிட்டன.

•

மறுநாள் (ஜூலை 2) லீ தன்னுடைய தாக்குதலை ஒன்றியப் படையின் இடது புறத்தில் துவக்க முடிவு செய்திருந்தார். அவருக்குக் கிடைத்திருந்த செய்தியின்படி, ஒன்றியப் படைகள் கேள்விக்குறி போன்று வளைவாக இருந்தன. அவற்றின் இடதுபுறத்தில் தாக்கி, அப்படியே அவர்களை வளைத்துவிடுவதுதான் திட்டம். இதனால் அவர் குன்றுகளில் நல்ல இடங்களையும், ஒன்றியப்படைகள் தப்பிச் செல்ல முடியாதவாறு வளைக்கலாம் என்றும் நினைத்திருந்தார். ஆனால், அவர் கொண்டிருந்த துப்பு தவறானது. ஆனாலும் தாக்குதலைத் துவக்க முடிவு செய்திருந்தார்.

ஆனால், அன்றைய தாக்குதலுக்கான திட்டம் காலை 11 மணிக்கே அவரால் கொடுக்கப்பட்டது. அதற்குள் இடதுபுறத்தில் ஒன்றியப் படைகள் இருப்பதாக லீ நினைத்த இடத்தில் இருந்து வெகு தூரத்திற்கு நீண்டிருந்தது.

லீயின் திட்டம் முதலிலேயே தோல்விக்கான வழியாக இருந்தது. இடது புறத்தில் மட்டுமல்லாது, அவர் ஒன்றியப் படைகளின் எண்ணிக்கையும் அவர் தவறாகவே எண்ணியிருந்தார். இது அன்றைய தாக்குதல்களில் பிரதிபலித்தது.

இடது புறத்தில், லீயின் தளபதி லாங்ஸ்ட்ரீட்டின் தாக்குதல் துவங்கியது. அவர் எதிர்பார்த்ததைவிட ஒன்றியப் படைகள் இன்னமும் நீண்டு இருந்ததால், லீயின் திட்டத்தின்படி, இடது ஓரத்தை அவரால் உடனடியாக அடைய முடியவில்லை. மேலும் அவர்கள் எதிர்பார்த்ததைவிட அதிகமான வீரர்களும் அங்கே இருந்தார்கள்.

இருந்தாலும், கூட்டமைப்பின் தீவிரமான தாக்குதல் பலனை கொடுக்கத்தான் செய்தது. ஒன்றியப்படைகளின் நிலை வளைந்து

கொண்டு போனது. அங்கே இன்னமும் 20000 வீரர்களை ஜெனரல் மீட் அனுப்ப வேண்டி இருந்தது.

ஒருவழியாக இடது ஓரத்தைக் கூட்டமைப்பின் படைகள் அடைந்தன. அங்கே இரண்டாம் மற்றும் இருபதாம் மைன் ரெஜிமெண்ட், கர்னல் ஜோஷுவா சாம்பர்லைன் தலைமையில் இருந்தது.

அது ஒரு சிறு குன்று. அதன் பெயர் 'லிட்டில் ரவுண்டு டாப்'. அங்கே மைன் வீரர்கள் உயரத்தில் இருந்தார்கள். கூட்டமைப்பின் தாக்குதல் வரப்போவதை அறிந்த ஜோஷுவா அவரது வீரர்களை நோக்கி , 'உங்கள் இடது புறம் பாருங்கள். அங்கே வீரர்கள் யாரும் இல்லை. நீங்கள்தான் இடது புறத்தின் இறுதி வீரர்கள். நீங்கள் வளைவின் இறுதியில் இருக்கிறீர்கள். நீங்கள் பின்வாங்கினால், எதிரி நமது பின்புறத்தைத் தாக்கிவிட முடியும். போரின் முடிவையே அது மாற்றிவிடும்' என்று கூறினார். அது அவர்களது நிலையைத் தெளிவாகக் கூறியது.

மதியம் ஆரம்பித்த கூட்டமைப்பின் தாக்குதல், வேகமாக இருந்தாலும், மைன் வீரர்கள் குன்றின் மீதிருந்தது அவர்களுக்குச் சாதகமாக இருந்தது. ஒவ்வொரு தாக்குதலையும் அவர்கள் நிறுத்தினார்கள். ஜோஷுவா எல்லா இடங்களிலும் இருந்தார். கடுமையான தாக்குதலில் படுகாயம் அடைந்தார். ஆனாலும் அவர் போர்க்களத்தில் இருந்து நகரவில்லை. அவரது வீரர்களின் துப்பாக்கி ரவைகள் குறைந்து கொண்டு வருவதைக் கண்ட அவர், துப்பாக்கியில் கத்திகளை (bayonet) பொருத்திக் கொண்டு, நேரடித் தாக்குதலில் இறங்குமாறு தன்னுடைய வீரர்களுக்கு உத்தரவிட்டார்.

குன்றின் மீதிருந்து கைகளில் துப்பாக்கியில் பொருத்தப்பட்ட கத்திகளோடு வேகமாக ஓடிவரும் ஒன்றிய வீரர்களைக் கண்டு, முதலில் அதிர்ச்சியும், உடனே பீதியும் அடைந்த கூட்டமைப்பின் வீரர்கள் பின்வாங்கினார்கள். ஒன்றியப் படைகளின் இடது ஓரம் தாக்குதலை வென்றுவிட்டது.

ஜோஷுவாவின் வீரம் அன்றைய போரின் திசையை உறுதியாக ஒன்றிய வெற்றியை நோக்கித் திருப்பியது. மற்ற இடங்களிலும் நடந்த தாக்குதல்கள் ஒன்றிய வீரர்களால் வெற்றிகரமாகச் சமாளிக்கப் பட்டது. இரவு 10.30 மணி வரை நீடித்த தாக்குதல்கள், எந்த முடிவும் இன்றி முடிவிற்கு வந்தது.

அன்றைய நடு இரவில், ஜெனரல் மீட், தன்னுடைய தளபதிகளுடன் ஆலோசனை நடத்தினார். அனைவரும் அன்றைய நிகழ்வுகளால்

மிகுந்த நம்பிக்கையுடன் இருந்தார்கள். மறுநாள் முடிவாக வெற்றியை எட்டுவது என்று முடிவு செய்தார்கள்.

இரண்டாம் நாளின் மதிய நேரத்தில் லீயின் குதிரைப்படை தளபதி ஜெப் ஸ்டீவர்ட் வந்து சேர்ந்தார். அன்று அவரது படைகள் சண்டையில் ஈடுபடவில்லை. ஆனால் ஸ்டீவர்ட், லீயின் கோபத்தைச் சந்திக்க வேண்டியிருந்தது. தான் பதவியில் இருந்து விலகுவதாகத் தெரிவித்தார். ஆனால் லீ மறுத்துவிட்டார்.

•

லீயின் மூன்றாம் நாள் திட்டமும், இரண்டாம் நாளை ஒத்தே இருந்தது. ஆனால் இப்போது அவருக்கு ஒன்றியப்படைகளின் நிலைகள் இன்னமும் தெளிவாகத் தெரிந்திருந்தது. எனவே மீண்டும் ஒரு முறை 15000 வீரர்களுடன் இடது புறத்தில் தாக்குதலைத் துவக்குமாறு கூறினார்.

ஆனால் இந்த முறை அவரது தளபதி லாங்ஸ்ட்ரீட், திட்டத்தை விமர்சித்தார். பதினைந்தாயிரம் வீரர்கள் இருந்தாலும் இடது புறம் உள்ள குன்றுகளைப் பிடிக்க முடியாது என்று தெரிவித்தார். கோபமடைந்த லீ, எதையும் கேட்க விரும்பாமல், அங்கிருந்து சென்றுவிட்டார். எனவே, லீயின் திட்டப்படியே அன்றைய தினம் துவங்கியது.

பீரங்கிகளின் தாக்குதலுடன் துவங்கிய அன்றைய தினத்தின் ஒரே முக்கியமான சண்டை, லாங்ஸ்ட்ரீட்டின் ஜெனரல் பிக்கட்டின் தாக்குதல் மட்டுமே. லாங்ஸ்ட்ரீட் விரும்பவில்லை என்றாலும், இந்தத் தாக்குதல் ஒன்றியப்படைகளின் இடது புறத்தில் துவங்கியது. எந்தப் பாதுகாப்பும் இல்லாமல், குன்றின் மீது தாக்க வரும் வீரர்களைக் கண்டு முதலில் ஒன்றிய படைகள் ஆச்சர்ய மடைந்தாலும், பதில் தாக்குதல் மிகவும் தீவிரமாகவே இருந்தது. அன்று தாக்குதலில் ஈடுபடக் கூட்டமைப்பின் 12000 வீரர்களில், 9500 வீரர்கள் இறந்து அல்லது காயமடைந்தார்கள்.

மூன்றாம் நாளின் இறுதியில் லீ, ஜெனரல் மீட்டின் பதில் தாக்குதலை எதிர்பார்த்து, தன்னுடைய படைகளை நிறுத்தினார். ஆனால், தன்னுடைய சாதகமான நிலையில் இருந்து மீட் நகர விரும்பவில்லை. இரவில் மழையும் ஆரம்பித்துவிட, இரண்டு படைகளும் அவர்களது இடத்திலேயே இருந்தார்கள். ஜூலை 4ஆம் தேதியும் மழை தொடர்ந்தது. விக்ஸ்பர்க்கில் ஒன்றியம் பெற்ற வெற்றி செய்தியும் அவர்களுக்கு வந்து சேர்ந்தது.

அன்று மாலையே லீ விர்ஜினியாவை நோக்கிப் பின்வாங்க ஆரம்பித்தார்.

•

லீயின் படைகளைத் தொடர்ந்து சென்று அழிக்கும்படி லிங்கன் செய்தி அனுப்பினார். ஆனால் பெரும் இழப்பைச் சந்தித்திருந்த ஜெனரல் மீட், மீண்டும் தன்னுடைய படைகளை அணிவகுக்க விரும்ப வில்லை. இது பின்னர் வெகுவாக விமர்சிக்கப்பட்டது.

விக்ஸ்பர்க், கெட்டிஸ்பர்க் போர்களில் பெற்ற வெற்றிகள் உற்சாகத்தைக் கொடுத்தாலும், போர் இப்போதைக்கு முடிவதாகத் தெரியவில்லை. ஆனால் இனி கூட்டமைப்பின் படைகள் போரில் வெல்வதற்கு வாய்ப்பில்லை என்பது மட்டும் தெளிவாகத் தெரிந்தது.

25. இருவேறு போர்கள்

> ‘உள்நாட்டுப் போர் வெறும் நிலத்திற்காகவும், அதிகாரத்திற்காகவும் நடக்கும் போரில்லை. அது நாகரிகத்திற்கும் காட்டுமிராண்டித் தனத்திற்குமான போர்.’
>
> - பிரெடெரிக் டக்ளஸ்

போர் ஆரம்பித்த முதல் இரண்டு வருடங்கள், பிரெடெரிக் டக்ளஸ், லிங்கனை அவ்வளவாக ஆதரிக்கவில்லை. அமெரிக்க ராணுவத்தில் கறுப்பினத்தவரைச் சேர்க்க அவர் அனுமதிக்காததே இதற்குக் காரணம். 1792இல் இயற்றப்பட்ட சட்டம் ஒன்று இதற்குத் தடையாக இருந்தது.

லிங்கனும் முதலில் தென் மாநிலங்களுடன் பேசுவதற்குத் தயாராக இருந்ததால், எல்லாக் கதவுகளையும் மூடிவிட விரும்பவில்லை. அடிமைமுறையை ஒழிப்பதற்கான போர் என்று அனைவருக்கும் தெரிந்திருந்தாலும், அதை வெளிப்படையாக யாரும் ஒத்துக்கொள்ள விரும்பவில்லை என்பதே உண்மை. ஆனால் முதல் இரண்டு ஆண்டுகளின் மரண எண்ணிக்கை, சமரசம் என்பதற்கு வாய்ப்பில்லை என்பதைத் தெளிவாகக் காட்டிவிட்டது.

1863இல் லிங்கன் அறிவித்த விடுதலைப் பிரகடனம், கறுப்பர்கள் அமெரிக்க ராணுவத்தில் சேர்ந்து சேவை செய்யலாம் என்று தெளிவாக வரையறுத்திருந்தது. தெற்கு கரோலினா, டென்னிசி, மாசாச்சூசெட்ஸ் மாநிலங்களில் முதல் கறுப்புப் படைகள் வேகமாக உருவாகின.

பிரகடனத்திற்குப் பின்னான முதல் கறுப்பர்களின் படைப்பிரிவு மாசச்சூசெட்ஸ் மாநிலத்தில் உருவானது. 54வது மாசாச்சூசெட்ஸ்

கறுப்பர்கள் ரெஜிமென்ட் மார்ச், 1863இல் உருவாக்கப்பட்டது. ரெஜிமென்டிற்கு வீரர்களைச் சேர்க்க பிரெடெரிக் டக்ளஸ் வெகுவாக உதவி புரிந்து கொண்டிருந்தார். அவரது இரண்டு மகன்களும் முதலில் சேர்ந்தார்கள்.

54வது மாசாச்சூசெட்சில் சேர்வதற்காகக் கறுப்பர்கள் எல்லா இடங்களில் இருந்தும் வந்தார்கள். தெற்கு கரோலினா, டென்னிசி என எல்லா மாநிலங்களில் இருந்தும் வீரர்கள் சேர்ந்தார்கள். மிகவும் அதிகமானவர்கள் சேர்வதற்கு வரவே, ரெஜிமென்டில் சேர்வதற்கான நிபந்தனைகள் மிகவும் கடுமையாக்கப்பட்டன.

ஒன்றியத்தின் அனகோண்டா திட்டம் பற்றி முன்பே பார்த்தோம். அமெரிக்கக் கப்பற்படை தென் மாநில துறைமுகங்கள் அனைத்திலும் நடந்து வந்த வர்த்தகத்தைத் தடை செய்திருந்தது. அதை நடைமுறைப்படுத்த அட்லாண்டிக் சமுத்திரத்தின் பல இடங்களிலும் தன்னுடைய கப்பல்களை நிறுத்தியிருந்தது. அப்படியே கரை ஓரங்களில் இருந்த சில இடங்களைக் கைப்பற்றியிருந்தது. அப்படியான ஓரிடம் தெற்கு கரோலினாவில் இருந்த போர்ட் ராயல் என்னும் சிறிய துறைமுகம்.

பாஸ்டனில் இருந்து கிளம்பிய 54வது ரெஜிமென்ட் அங்கேதான் முதலில் வந்திறங்கியது. தென் மாநிலங்களில் இருந்த ஒன்றிய ஆதரவாளர்கள் அங்கே இருந்தார்கள். அவர்கள் மிகவும் விமரிசையாக முதல் கறுப்பர்கள் ரெஜிமென்டை வரவேற்றார்கள்.

சில சிறு சண்டைகளில் ஈடுபட்டிருந்தாலும், 54வது மாசாச்சூசெட்ஸ் ரெஜிமென்ட் அங்கே நடந்த வாக்னர் கோட்டை சண்டையிலேயே புகழை எய்தியது.

இங்கே இன்னொன்றையும் பதிவு செய்யவேண்டும். தென் மாநிலக் கூட்டமைப்பின் படைகள், முதலிலேயே வெள்ளை வீரர்களுக்குப் பொருந்தும் விதிகள், கறுப்பு வீரர்களுக்குப் பொருந்தாது என்று அறிவித்திருந்தனர். அதாவது, வெள்ளை வீரர்கள் காயம்பட்டாலோ, பிடிபட்டாலோ, அவர்கள் போர்க் கைதியாகக் கருதப்படுவார்கள். கறுப்பு வீரர்கள் தப்பிச் சென்ற அடிமைகளாகக் கருதப்பட்டு, மீண்டும் விற்கப்படுவார்கள்.

அது போலவே, போரில் சரணடைபவர்களும் கைதிகளாகக் கருதப்படுவார்கள். ஆனால் கறுப்பு வீரர்கள் சரணடைந்தாலும், பெரும்பாலும் சுட்டுக் கொல்லப்படுவார்கள். கறுப்பு வீரர்கள் ஒன்றியப் படைகளில் சேர்வதைத் தடுக்கவே கூட்டமைப்புப் படைகள் இந்த விதிகளைப் பரவலாக அனைவருக்கும் தெரியும்

வகையில் அறிவித்திருந்தன. எனவே ஒன்றியப் படையில் இருந்த கறுப்பு வீரர்கள், போர்க்களத்தில் மற்ற வீரர்களை விட அதிகமான ஆபத்தை எதிர்பார்த்திருந்தார்கள்.

வாக்னர் கோட்டை தெற்கு கரோலினாவில் சார்லஸ்டன் துறைமுகத்திற்கு அருகே இருக்கிறது. இதனைக் கைப்பற்றி விட்டால், துறைமுகத்தைக் கட்டுப்படுத்துவது எளிது என்பதால், இதன் மீது தாக்குதல் நடத்தத் திட்டமிடப்பட்டது. முதல் தாக்குதலில் பெரிதாக இரண்டு பக்கங்களுக்கும் சேதமில்லை. ஜூலை 1863இல் இரண்டாவது தாக்குதல் 54வது ரெஜிமென்டினால் நடத்தப்பட்டது.

கோட்டையைச் சுற்றி சதுப்பு நிலங்கள் இருந்தன. கோட்டையை நோக்கிச் செல்லும் பாதை மிகவும் குறுகலாக இருந்தது. தாக்குதல் மூன்று திசைகளில் இருந்து நடத்தப்பட்டது. 54வது ரெஜிமென்ட் மேற்கு திசையில் இருந்து நடத்தப்பட்டது. மிகவும் தீவிரமாக நடந்த சண்டையில், கோட்டையின் உயரமான இடங்களில் இருந்து தாக்கிய கூட்டமைப்பின் கை ஓங்கியிருந்தது. பெரும் சேதத்துடன் ஒன்றியப் படைகள் பின்வாங்கின.

54வது ரெஜிமென்டின் 600 வீரர்களில், 285 வீரர்கள் உயிரிழந்தார்கள். இன்னமும் பலர் காயமடைந்திருந்தார்கள். தங்களது ரெஜிமென்டின் தேசியக் கொடியை வைத்திருந்தவர் கீழே விழுந்தபோது, கொடி தரையில் விழாமல் பிடித்து வைத்திருந்த சார்ஜெண்ட் வில்லியம் ஹார்வி, வீரத்திற்கான அமெரிக்க அரசின் உயரிய விருதைப் பெற்றார்.

54வது ரெஜிமென்டின் வீரம் மிகுந்த செயல்கள், பொதுவாக ராணுவத்தில் மரியாதையும், இன்னமும் பல கறுப்பர்கள் படைப் பிரிவுகளை உருவாக்குவதற்கான உத்வேகத்தையும் கொடுத்தது எனலாம்.

ஆகஸ்ட் 1863ல் பிரெடெரிக் டக்ளஸ் முதல் முறையாக லிங்கனை வெள்ளை மாளிகையில் சந்தித்தார். சந்திப்பைப் பற்றி அவரே எழுதுகிறார்.

‘என்னைப் பற்றிய மிதமான மதிப்பீட்டுடன் நான் உள்ளே நுழைந்தேன். அங்கே என்னுடன் பேசவும், அறிவுரை சொல்லவும், இந்த நாட்டின் தலைமகன் இருந்தார். அவரிடம் எந்த அனாவசியமான ஆடம்பரமோ, விதிகளோ இல்லை என்பது எனக்கு மகிழ்ச்சியாக இருந்தது.’

ஆபிரகாம் லிங்கனைத் தவிர வேறெந்த பெரும் தலைவரின் முன்னும் நான் இவ்வளவு எளிதாக, சாதாரணமாக உணர்ந்ததில்லை. நான்

உள்ளே நுழைந்தபோது, அவர் ஒரு சாதாரண நாற்காலியில் அமர்ந்திருந்தார். அவரது கால்கள் தரை வரை நீண்டிருந்தன. நிறைய ஆவணங்களையும் சுற்றிலும் அவரது காரியதரிசிகளையும் பார்க்கமுடிந்தது.

அறையும் அதில் இருந்தவர்கள் அனைவரும் (குடியரசுத் தலைவர் உட்பட) மிகுந்த வேலைப்பளுவிலும் களைத்தும் இருப்பது அவர்களது முகத்தில் தெரிந்தது. திரு. லிங்கனின் புருவத்தில் நீண்ட கவலை ரேகைகள் ஏற்கெனவே ஆழமாக இருந்தது. அவரது உறுதியான, தீவிரமான முகம் என்னுடைய பெயரைக் கேட்டவுடன் பளிச்சென்று ஒளிர்ந்தது.

நான் அவர் அருகே சென்று, அறிமுகப்படுத்திக் கொண்டவுடன், அவர் எழுந்து, கைகளை நீட்டி என்னை வரவேற்றார். எந்தவிதத் தயக்கமும், சந்தேகமும் இல்லாமல், நான் விரும்பவும், நம்பவும், மரியாதை கொடுக்கவும் கூடிய ஒரு நேர்மையான மனிதரின் முன் நிற்பதாக உணர்ந்தேன். நான் யார், என்ன செய்கிறேன் என்று சொல்ல ஆரம்பித்தவுடன், அவர், 'நீங்கள் யார் என்று எனக்குத் தெரியும், திரு. டக்ளஸ்; சீவர்ட் என்னிடம் உங்களைப் பற்றித் தெரிவித்திருக்கிறார். உட்காருங்கள். உங்களைச் சந்தித்ததில் மிக்க மகிழ்ச்சி' என்றார்.

டக்ளஸ் அந்தச் சந்திப்பில், கறுப்பு வீரர்களின் குறைகளை எடுத்துக் கூறினார். அவர்களுக்கு வெள்ளை வீரர்களுக்கு இணையான சம்பளம் இல்லை என்பதுதான் முதன்மையான குறை. அவர்களை வெள்ளை வீரர்களுடன் சரிசமமாக நடத்தவேண்டும் என்று வேண்டுகோள் விடுத்தார்.

டக்ளஸ் இன்னமும் பல கறுப்பு வீரர்களை ஒன்றியப் படையில் சேர்ப்பதற்குத் தன்னால் முடிந்த அளவிற்கு உதவி செய்தார். அவரும் லிங்கனும் மேலும் இரு முறை சந்தித்தனர். இருவரும் மற்றவரின் மீது மிகுந்த மரியாதை வைத்திருந்தார்கள்.

இந்த இடத்தில் இருந்து கறுப்பு வீரர்கள் படைகளில் பங்கேற்பது என்பது சாதாரணமாக இருந்தது. உள்நாட்டுப் போர் முடிவதற்குள், படைகளில் 1,76,000 கறுப்பு வீரர்கள் பணியாற்றியிருந்தார்கள். இவர்களுடைய பங்கு போரின் இறுதி முடிவில் இன்றியமையாததாக இருந்தது.

•

அனகோண்டா திட்டம் பற்றி முன்பே பார்த்தோம். ஆனால் அந்தத் திட்டம் வெற்றி அடைய அமெரிக்கக் கப்பற்படையின் பலமே

மூலதனம். தென் மாநிலங்களின் 4000 மைல் நீளமுள்ள கடற்கரைகளில் இருந்து வர்த்தகத்தைத் தடுக்க, அமெரிக்கக் கப்பற்படையிடம் 1861இல் 41 கப்பல்கள் மட்டுமே இருந்தன. எனவே ஆரம்ப நாட்களில் வர்த்தகத் தடை என்பது வெறும் காகிதத்தில் மட்டுமே இருந்தது.

ஆனால் வடமாநிலங்களில் கப்பல் கட்டும் தொழில் பெரிய அளவில் நடந்து வந்தது. இந்த இடங்கள் முழுவதும் இப்போது போர்த் தேவைக்காக மாற்றப்பட்டன. விரைவாகக் கப்பல் கட்டும் வேலை ஆரம்பித்தது. அது போலவே, தென் மாநிலங்களில் இருந்த கப்பல் கட்டும் தளங்களைத் தாக்கி ஒன்றிய கப்பற்படை கைப்பற்றியது.

இந்த நேரத்தில், தென் மாநிலங்களில் கப்பற்படை என்ற ஒன்றே இல்லை என்பதையும் தெரிவிக்க வேண்டும். பிரிவினையின்போது வெறும் 250 மாலுமிகள் மட்டுமே தெற்கிற்காகப் பதவியைத் துறந்திருந்தார்கள். எனவே கப்பற்படை தாக்குதல்களைச் சமாளிக்கும் நிலையில் கூட்டமைப்பு இல்லை.

நாட்கள் செல்லச் செல்ல, நிலைமை மாறியது. ஆனாலும் ஒன்றியத்தின் வலுவான கப்பற்படைகளைக் கூட்டமைப்பினால் வெல்ல முடியவில்லை. போரின் ஆரம்பத்தில், வர்த்தகத்திற்கு உதவ, தனியார் கப்பல் ஓட்டுபவர்களுக்குக் கூட்டமைப்பின் குடியரசுத் தலைவர் அறைகூவல் விடுத்தார். சர்வதேசப் பரப்பில் வரும் வணிகக் கப்பல்களில் இருந்து பொருட்களைக் கரைக்குக் கொண்டு வந்து சேர்ப்பதே இவர்களது வேலை. ஒன்றியப் போர்கப்பல்களின் பார்வையில் படாமல் இதைச் செய்யவேண்டும். ஒருவிதத்தில், இதில் கூட்டமைப்பு பெரும் வெற்றிப் பெற்றது என்றுதான் சொல்ல வேண்டும். போர்க்காலங்களில் சில மில்லியன் என்ஃபீல்ட் துப்பாக்கிகள், அவற்றுக்கான ரவைகள், கைத்துப்பாக்கிகள், எரிமருந்து, ராணுவத் தளவாடங்கள் எனப் பலவும் இவர்களால் கொண்டு வரப்பட்டன. இது போரை நீட்டிக்கவும் தென் மாநிலங்களுக்குத் தேவையானவற்றை ஓரளவிற்குக் கொண்டு வரவும் உதவியது.

ஆனாலும் தென் மாநிலங்களின் முக்கிய ஏற்றுமதியான பருத்தி கிட்டத்தட்ட முழுவதுமாக முடங்கியது. அது மட்டுமல்லாது உணவைப் பதப்படுத்தத் தேவையான உப்பு போன்றவற்றின் இறக்குமதியும் முழுமையாகப் பாதிக்கப்பட்டது. இவை காலப்போக்கில் பெரும் பாதிப்பை ஏற்படுத்தின.

ஆனால் கூட்டமைப்பின் கப்பற்படை சிறியதாக இருந்தாலும், தொழில்நுட்பத்தில் வடக்கை வெல்ல முற்பட்டது. முதலாவது

இரும்பு கப்பல்கள். உள்நாட்டுப் போருக்கு முன் இருந்த கப்பல்கள் அனைத்தும் மரக்கப்பல்கள். பிரித்தானிய கப்பற்படை ஓரிரு இரும்பு கப்பல்கள் கட்டியிருந்தாலும், பெரும்பாலும் மரக்கப்பல்கள் மட்டுமே படைகளில் இருந்தன. அதை எல்லாம் உள்நாட்டுப் போர் மாற்றியது.

ஆனால் இந்தக் காலகட்டத்து இரும்பு கப்பல்கள் முழுவதும் இரும்பினால் கட்டப்பட்டவை அல்ல. இவை மரக்கப்பல்களின் மீது இரும்பு கவசங்கள் அடிக்கப்பட்ட கப்பல்கள். இரும்பின் எடையினால் இவை பெரும்பாலும் நீரின் கீழே மூழ்கி இருந்தன. மேற்புறத்தில் பீரங்கி பொருத்தப்பட்ட இந்தக் கப்பல்கள் பார்ப்பதற்குப் பயங்கரமாகவும், அப்போதைய கரையோரக் கோட்டைகளின் பீரங்கி குண்டுகளைத் தாங்கக்கூடியதாகவும் இருந்தன.

இவற்றில் கூட்டமைப்புக் கப்பல் படையினர் இன்னுமொரு புதுமை செய்தனர். மேலே பொருத்தப்பட்ட பீரங்கியைச் சுழலுமாறு செய்திருந்தனர். இது அதுவரை இருந்த வரிசையாகச் சென்று கப்பல்களில் தாக்கும் முறையை உடனடியாகக் காலாவதியாக்கியது.

அத்துடன், உலகின் முதல் நீர்மூழ்கிக் கப்பல் தாக்குதலும் அமெரிக்க உள்நாட்டுப் போரின் போதே நிகழ்த்தப்பட்டது. கூட்டமைப்பின் படைகள் இரண்டு நீர்மூழ்கிக் கப்பல்களைக் கட்டின. இரண்டாவது கட்டப்பட்ட சிஎஸ்எஸ் ஹன்லி (Hunley) என்றழைக்கப்பட்ட கப்பலில் 8 மாலுமிகள் பயணம் செய்யலாம். மின்சாரம் இல்லாத அந்த நேரத்தில், மெழுகுவர்த்திகள் துணையுடன் நீருக்கடியில், நெருக்கடியாகப் பயணம் செய்வதற்குப் பெரும் துணிவு இருந்திருக்க வேண்டும். அவர்கள் தங்களது முதல் தாக்குதலை நடத்தியவுடன், நீரில் மூழ்கிவிட்டனர். அவர்கள் தாக்கிய ஒன்றியப் போர்க்கப்பலும் மூழ்கிவிட்டது.

ஆனால் இவை எல்லாம் ஓரளவிற்கு மேல், பெரிதாக எந்தப் பாதிப்பையும் கடல் பரப்பில் ஏற்படுத்தவில்லை. போரின் முடிவு வரை அமெரிக்காவின் கடல் பரப்பையும், நதிகளின் பரப்பையும் ஒன்றியக் கப்பற்படை தன்னுடைய கட்டுப்பாட்டிலேயே வைத்திருந்தது. போரின் முடிவில், அமெரிக்கக் கப்பற்படையில் 670க்கும் அதிகமான கப்பல்கள் இருந்தன. இது பிரித்தானியக் கப்பற்படையைவிட அதிகமாகும்.

26. கெட்டிஸ்பர்க்குக்குப் பின்

'நாம் இங்கே என்ன சொல்கிறோம் என்பதை உலகம் கவனிக்கவோ, நினைவில் நிறுத்திக் கொள்ளவோ போவதில்லை. ஆனால் இங்கே இவர்கள் என்ன செய்தார்கள் என்பதை ஒருபோதும் மறக்கப்போவதில்லை.'

- ஆபிரகாம் லிங்கன்.

எலிசா பார்ன்ஹாம் (Eliza Farnham) ஓர் அமெரிக்கப் பெண்ணியவாதி, எழுத்தாளர், முன்னோடி. சிறை சீர்திருத்தம், ஏழைகள் முன்னேற்றம் என்று பல சமூகச் சீர்கேடுகளைக் களைய நேரடியாகப் போராடியவர். பல காலம் கலிபோர்னியா மாநிலத்தில் வாழ்ந்து வந்த அவர், சில நாட்களுக்கு முன்தான் நியூ யார்க் நகரில் குடியேறியிருந்தார்.

அங்கிருந்து பிலடெல்பியாவில் ஒரு நிகழ்ச்சிக்குச் சிறப்பு விருந்தினராக, உரையாற்ற 1863 ஜூலை மாதம் வந்திருந்தார். அங்கேயே, கெட்டிஸ்பர்க் நகரில் நடந்த சண்டை பற்றியும், அதற்குப் பின்னான நாட்களில் செவிலிகளின் தேவை பற்றியும் கேள்விப் பட்டார். உடனே, தானும் செவிலியாகப் பணி செய்ய, கெட்டிஸ்பர்க் சென்றார். அங்கே அவர் கண்ட காட்சியை, கலிபோர்னியாவில் இருந்த தன்னுடைய தோழிக்குக் கடிதமாக எழுதினார். அந்தக் கடிதத்தின் சில பகுதிகள்.

ஜூலை 7, மாலை.

இன்றைய தினம் எப்படிக் கழிந்தது என்று சொல்கிறேன். என்னால் தாங்க முடிந்தால், இதுவேதான் அடுத்த மூன்று வாரங்களுக்கோ,

ஒரு மாதத்திற்கோ என்னுடைய தினமாக இருக்கும். போன சனிக்கிழமை நான் பிலடெல்பியாவில் இருந்தபோது, போர் நடக்கும் செய்தி கிடைத்தவுடன், இங்கே வந்து என்னால் முடிந்த உதவியைச் செய்வது என்று முடிவு செய்துவிட்டேன்.

சாதாரணத் துணி ஒன்றை வாங்கி, தோழி ஒருத்தியின் உதவியுடன் எனக்கு உடை ஒன்றும் தைத்துக் கொண்டேன். என்னுடைய நிகழ்ச்சி முடிந்த அன்று இரவே கிளம்பி, அங்கிருந்து பால்டிமோர் வந்துவிட்டேன். அங்கே அதிகாரிகளுடன் போராடி, அனுமதி பெற்று, நேற்று மாலை ஆறு மணிக்கு வந்து சேர்ந்தேன். இன்று ஆறு மணிக்குக் காலை உணவைச் சாப்பிட்டுவிட்டு, அருகே மருத்துவமனையாகச் செயல்பட்டுக் கொண்டு இருக்கும் லூத்தரன் தேவாலயத்திற்கு வந்தேன். அங்கே இரண்டரை மணி நேரம் வேலை செய்தேன்.

என்ன கொடுமையான நிலை! இந்த நகரம் முழுவதும் ஒரு பெரிய மருத்துவமனையாக இருக்கிறது. அனைத்துக் கட்டடங்களிலும் நோயாளிகள் இருக்கிறார்கள். ஒன்பது மணிக்கு, போர்க்களத்திற்கு அருகில் இருக்கும் கள மருத்துவமனைகளுக்கு ஒரு வண்டியில் சென்றோம். அங்கே நான் கண்ட காட்சிகளை வார்த்தைகளால் வர்ணிக்க முடியாது...

அங்கே மரங்களுக்குக் கீழே இருபுறமும் வெள்ளைத் துணிகளால் செய்யப்பட்ட முகாம்கள் அமைதியாக இருந்தன. ஆனால், கடவுளே! முகாம்களின் உள்ளே இருந்த காட்சியை எப்படிச் சொல்வது! மைல் கணக்கில் நீண்டிருக்கும் முகாம்களில், தரையில், மரத்தடியில் எனக் காயமடைந்த போர்வீரர்கள் படுத்திருக்கிறார்கள். இரண்டு நாட்கள் போருக்குப் பின் இறந்தவர்கள், இறந்து கொண்டிருப்பவர்கள், காயம்பட்டவர்கள் என உன்னால் கற்பனை செய்யக்கூடிய அனைத்து நிலைகளிலும் இருந்தார்கள்...

காலை 10 மணியில் இருந்து மாலை 4.30 மணிவரை இடைவெளியில்லாமல், அவர்களுக்கு ரொட்டியை வெட்டி, வெண்ணெய் தடவிக் கொடுத்துக் கொண்டிருந்தேன்...

அங்கேயே கூட்டமைப்பின் வீரர்கள் சிலரையும் பார்த்தேன். பரிதாபமான, கைவிடப்பட்ட நிலையில் இருந்தார்கள்! உன்னுடைய வீட்டைப் போல (1.25 ஏக்கர்) நான்கு மடங்கு இடங்களில் அவர்களை நிரப்பலாம்!

கெட்டிஸ்பர்க் மருத்துவ முகாம். செவிலியர்கள் மற்றும்

மருத்துவக் குழுவினர் - 10000 வீரர்கள் இறந்துபோயினர். 40,000 வீரர்களுக்கு மேற்பட்டவர்கள் காயமடைந்தனர். கெட்டிஸ்பர்க் போரின் பிந்தைய காலம் நரகமாக இருந்தது. கெட்டிஸ்பர்க் நகரமும், அதன் அருகில் இருந்த ஐந்து மைல்களுக்கு மேலான போர்க்களமும் பிணங்களாலும் காயமடைந்தவர்களாலும் நிரம்பி இருந்தது. அவசரமாகப் புதைக்கப்பட்டவர்களைப் பன்றிகளும் நாய்களும் தோண்டி எடுத்துக் குதறிக் கொண்டிருந்தன. எங்கும் ஓலங்கள்! மனிதர்களின் துயரத்தால் அந்த நகரம் மூழ்கிக் கொண்டிருந்தது.

தங்களுக்கு உதவி வேண்டும் என்று அவர்கள் அமெரிக்க அரசாங்கம், ராணுவம் என அனைவருக்கும் வேண்டுகோள் விடுத்தார்கள். மெதுவாக நகரும் அரச யந்திரம், சாவகாசமாக 10,000 சவப்பெட்டிகளையும், அவற்றைப் புதைப்பதற்கு அருகிலேயே 13 ஏக்கர் நிலத்தையும் ஒதுக்கியது. எனவே, இறந்தவர்களை மீண்டும் புதைக்கும் வேலை துவங்கியது.

அந்தக் கல்லறை தோட்டத்தை நாட்டுக்கு அர்ப்பணிக்க லிங்கனுக்கும் அழைப்பு அனுப்பப்பட்டது. நவம்பர் 1863இல் மிகவும் சுருக்கமாக அவர் ஆற்றிய உரை, அவரது பேச்சு வன்மைக்கு எடுத்துக்காட்டாக இருக்கிறது. எத்தகைய புனிதமான நேரத்தை, மிகுந்த மரியாதையுடன் அணுகி, தாங்கள் அங்கே எதற்காகக் கூடியிருக்கிறோம், என்ன செய்ய வேண்டும் என்பதைச் சிறிது நேரத்திலேயே விளக்கியதனாலேயே அந்த உரை கொண்டாடப்படுகிறது.

•

கெட்டிஸ்பர்க்கிற்குப் பிறகான நாட்களில் ஜெனரல் ஜார்ஜ் மீட்டின் படைகள் சற்று மெதுவாகக் கிளம்பி ராபர்ட் லீயின் படைகளைத் தொடர ஆரம்பித்தன. லீயின் படைகளை முற்றிலுமாக அழிக்கும் வாய்ப்புக் கைநழுவி போய்விட்டதாக லிங்கன் வெகுவாகக் கோபம் கொண்டார். தொடர்ச்சியாக அவர் ஜார்ஜ் மீட்டை உடனடியாக லீயைத் தொடர்ந்து செல்லுமாறு அழுத்தம் கொடுத்து வந்தார். ஜார்ஜ் மீட் தான் பதவியில் இருந்து விலகுவதாகத் தெரிவித்தார். லிங்கன் அதை அப்போது ஏற்றுக்கொள்ளவில்லை என்றாலும், மீட்டிற்குக் கடுமையாக ஒரு கடிதத்தை எழுதினார்.

'எனதருமை ஜெனரல், லீ தப்பிச் சென்றதில் இருக்கும் துரதிர்ஷ்டத்தை நீங்கள் உணரவில்லை. அவர் உங்களது கைப்பிடியில் இருந்தார். உங்கள் வெற்றிகளின் தொடர்ச்சியாக நீங்கள் அவரையும் பிடித்திருந்தால், போர் முடிவிற்கு

வந்திருக்கும். ஆனால், இப்போது தேவையில்லாமல் போர் முடிவில்லாமல் தொடர்கிறது.'

ஆனால் லிங்கன் இந்தக் கடிதத்தை மீட்டிற்கு அனுப்பவில்லை. லிங்கனின் வழக்கங்களில் இது ஒன்று. அவர் கோபமாக இருக்கும்போது எழுதும் எதையும் உடனே அனுப்பிவிட மாட்டார். அவரது கோபத்தைத் தணித்துக் கொள்ளும் தந்திரம் அது.

ஆனால் வடமாநில மக்கள் அப்படியாகத் தணித்துக் கொள்ள விரும்பவில்லை. இரண்டு பெரும் வெற்றிகளுக்குப் பின்னரும் போர் முடிவுக்கு வரப்போவதில்லை என்பது மிகவும் கசப்பான மருந்தாக இருந்தது. அப்போது இயற்றப்பட்டிருந்த கட்டாய ராணுவப்பணி சட்டம் அவர்களின் எதிர்ப்பின் வடிகாலாக இருந்தது.

கட்டாய ராணுவப்பணிக்கு அவர்கள் தயாராக இருந்தார்கள். மேலும் ஒவ்வொரு மாநில எண்ணிக்கையையும் முதலில், தானாக முன்வருபவர் களைக் கொண்டு நிரப்பி, அதில் மீதமிருக்கும் எண்ணிக்கைக்கே கட்டாய ராணுவப்பணி சட்டம் கொண்டு நிரப்பப்படும் என்பதால், இந்த எண்ணிக்கை மிகவும் குறைவாகவே இருந்தது.

ஆனால் கட்டய ராணுவப்பணி செய்ய விருப்பமில்லை என்றால், 300÷ பணம் கொடுத்து விடலாம். அன்றைய மதிப்பில் 300÷ என்பது ஒரு சாதாரண தொழிலாளியின் ஓராண்டுச் சம்பளம். பணமிருப்பவர்கள் ராணுவ சேவையில் இருந்து தப்பித்துக் கொள்ளலாம் என்பது மிகவும் கசப்பான செய்தியாக இருந்தது. இதுவே பெரும் கலவரமாக நியூ யார்க் நகரில் வெடிக்கக் காரணமாக அமைந்தது.

100 நபர்களுக்கு மேல் கொல்லப்பட்ட இந்தக் கலவரம், மிக விரைவாக இனக்கலவரமாக மாறிவிட்டது. நியூ யார்க் நகரில் இருந்து மற்ற நகரங்களுக்கும் வேகமாகப் பரவியது. ஒரு வார காலத்தில் துணை ராணுவப்படையின் துணையோடு, காவல்துறை நிலைமையைக் கட்டுக்குள் கொண்டு வந்தது.

ஒருவிதத்தில் இந்தக் கலவரம் லிங்கனின் மீதான அதிருப்தியின் வெளிப்பாடு என்றும் கொள்ளலாம். லிங்கனும் அதை உணர்ந்தே இருந்தார். அதனாலேயே அவரது கோபம் வாய்ப்பைத் தவற விட்ட ஜார்ஜ் மீடின் மீதிருந்தது.

•

ஆனால், லிங்கனின் விருப்பமான தளபதி ஒருவரும் இருந்தார். இதே நேரத்தில் அவரைப் பற்றி இப்படியாக எழுதுகிறார்.

'நமது தளபதிகளிலேயே எனக்குத் தெரிந்த மிகவும் அசாதாரணமான நபர், ஜெனரல் கிராண்ட். அவர் என்னிடம் இதுவரை எதையும் நேரடியாகக் கேட்டதில்லை. எனவே அது ஏன் என்றும், அவரது வெற்றிக்கு உதவ நான் ஏதாவது செய்ய வேண்டுமா என்றும் கேட்டுக் கடிதம் எழுதினேன். ஜெனரல் கிராண்ட் பதிலுக்கு, தன்னுடன் இருப்பதை வைத்து என்ன செய்ய முடியுமோ, அதைச் சரியாகச் செய்து வருவதாகவும், இப்போது இருப்பதை விட அதிக வீரர்களும், ஆயுதங்களும் இருந்தால் இதை விட இன்னமும் அதிகமாகச் செய்ய முடியும் என்றும் கூறினார். ஆனால் நான் என்னால் முடிந்ததை எல்லாம் செய்து வருவதாக நம்புவதாகவும், இன்னமும் செய்ய முடியுமானால் நானே செய்துவிடுவேன் என்று நம்புவதாகவும் தெரிவித்தார்.'

மேற்குப் படைகளை எல்லாம் 'மிஸ்ஸிஸிப்பிப் பிரிவு' என்று ஒன்றாகச் சேர்த்து அதற்குத் தலைமைத் தளபதியாகக் கிராண்ட்டை நியமித்து ஆணையிட்டார். விக்ஸ்பர்க் வெற்றியுடன், மிஸ்ஸிஸிப்பி நதி, ஒன்றியத்தின் கட்டுப்பாட்டில் வந்துவிட்டதால், அடுத்து மிஸ்ஸிஸிப்பி நதிக்குக் கிழக்கில் இருக்கும் தென் மாநிலங்களுக்குள் தாக்குதலைத் துவக்கவேண்டும் என்றும், அதற்கு முதல் படியாக, டென்னிசி மாநிலத்தின் கிழக்கில், ஜார்ஜியா மாநிலத்தின் உள்ளே தாக்குதலைத் தொடுக்க வேண்டும் என்றும் தெரிவித்திருந்தார்.

கிராண்டின் டென்னிசி படைகளின் தளபதி வில்லியம் ரோஸ்கிராண்ஸ் தொடுத்த அந்தத் தாக்குதல் கிட்டத்தட்ட முழுமையாகத் தோல்வியில் முடிந்தது. சிக்கமெகா என்ற இடத்தில் செப்டெம்பர் 1863இல், இரண்டு நாட்கள் நடந்த அந்தப் போர் ஒன்றியப் படைகளுக்குப் பெரும் தோல்வியை மட்டுமல்லாது, பெருத்த சேதத்தையும் ஏற்படுத்தியது. அந்தப் போரில் நடந்த ஒரே நல்ல விஷயம், ஒன்றியப் படைகளின் தளபதிகளின் ஒருவரான ஜார்ஜ் தாமஸின் வீரம் மட்டுமே. தன்னுடைய நிலையை விட்டுக்கொடுக்காமல் போரிட்ட அவரும் அவரது வீரர்களும், அன்றைய போரில் கடைசி வரை நம்பிக்கை இழக்காமல் போரிட்டார்கள்.

அவராலேயே பெரும்பாலான படை அழிவில் இருந்து காப்பாற்றப் பட்டது. மறுநாளும் படைகளைச் சேர்த்து பதிலடி கொடுக்கும்படி ஜார்ஜ் தாமஸ் தெரிவித்தாலும், வில்லியம் ரோஸ்கிராண்ஸ், பல ஒன்றிய தளபதிகளைப் போலத் திரும்பிவிடத் தயாராகியிருந்தார். எனவே ஒன்றிய படைகள் பின்வாங்கின. பின்வாங்கிய படைகள், அருகில் இருந்த டென்னிசி மாநிலத்தின் சட்டநூகா நகருக்குள் சென்றுவிட்டன.

கூட்டமைப்பின் படைகளும் நல்ல நிலையில் இல்லை. அவர்களின் மேற்குப் பகுதி தளபதியான ப்ராக்ஸ்டன் ப்ராக், சிறிதும் தன்முனைப்பு இல்லாதவர். அன்றைய சண்டையில் ஒன்றியப்படைகளை முழுவதுமாகக் கைப்பற்ற பல வாய்ப்புகள் இருந்தும் அவற்றை அவர் தொடரவில்லை. ஒன்றியப் படைகள் சட்டநூகா நோக்கிச் செல்லும் போதும், அவர் பின்தொடராமல், தனது படைகளுடன் ஓய்வெடுத்துக் கொண்டிருந்தார்.

சட்டநூகா நகரமும் தென் மாநில நகரங்களில் மிகவும் முக்கியமானது. இரும்பும் கரியும் அதிகமாகக் கிடைக்கும் இடம் என்பதால், தென் மாநிலத் தொழிற்சாலைகளுக்குப் பெரும்பாலான எரிபொருளும், மூலப்பொருள்களைச் சட்டநூகா நகர ரயில்களிலேயே சென்று கொண்டிருந்தது. எனவே கூட்டமைப்பின் படைகள் சட்டநூகா நகரை திரும்பக் கைப்பற்ற சுற்றி வளைத்து முற்றுகையிட்டன.

வில்லியம் ரோஸ்கிராண்ஸ் தோல்வியில் மிகவும் பாதிக்கப்பட்டு, தானாக முடிவெடுக்கும் சக்தியை இழந்திருந்தார். லிங்கனின் வார்த்தைகளில் 'தலையில் அடிபட்ட வாத்தைப்' போலக் குழம்பி இருந்தார். முற்றுகையில் இருந்த ஒன்றியப் படையிடம் ஆறு நாட்களுக்கான உணவு மட்டுமே கையிருப்பில் இருந்தது. எனவே அனைவருக்கும் மூன்று நாட்களுக்கு ஒரு முறை நான்கு துண்டு ரொட்டியும், 100 கிராம் கறியும் மட்டுமே கொடுக்கப்பட்டது.

மிஸ்ஸிஸிப்பிப் பிரிவின் தலைமை தளபதியாக நியமிக்கப்பட்டிருந்த ஜெனரல் கிராண்ட் உடனே சட்டநூகா நகரை நோக்கி விரைந்தார். வில்லியம் ரோஸ்கிராண்ஸ் நகரைச் சரணடையப் போவதாகச் செய்தி கிடைக்கவே, உடனடியாக ஜார்ஜ் தாமஸிற்கு 'நான் வந்து கொண்டிருக்கிறேன். நகரைச் சரணடைய செய்யவேண்டாம்' என்று செய்தி அனுப்பினார். ஜார்ஜ் தாமஸ் பதிலுக்கு 'முழுவதுமாகப் பட்டினி கிடக்கும்வரை நகரை விட்டுத்தர மாட்டேன்' என்று பதில் அனுப்பினார். கிராண்ட் தனியாக நகரின் பின்புறம் இருந்த மலைப்பாதையின் வழியே குதிரையில் பயணம் செய்து, நகருக்குள் வந்து சேர்ந்தார்.

கிராண்ட் மலைப்பாதைகளின் வழியே உணவுப் பொருட்களைக் கொண்டு வருவதற்கான வேலையைத் தயார் செய்தார். வில்லியம் ஷெர்மனும் தன்னுடைய படைகளுடன் உதவுவதற்கு வந்து கொண்டிருந்தார். இரண்டு வாரங்கள் போருக்கான ஆயத்தங்கள் அனைத்தையும் செய்தவுடன், நவம்பர் 18ஆம் தேதி கிராண்ட் தாக்குதலைத் துவக்க முடிவு செய்தார். ஷெர்மனின் படைகளும்

நகருக்கு அருகில் வந்திருந்தன. ஜார்ஜ் தாமஸ், ஷெர்மன், ஜோசப் ஹூக்கர் என மூன்று திறமையான தளபதிகளுடன், கிராண்டின் தலைமையில் தாக்குதலைத் துவக்கின.

நவம்பர் 23 முதல் 27 வரை நடந்த தொடர் சண்டைகளில், ஒன்றியப் படைகள் மிகவும் தீவிரத்துடன் போராடி, ப்ராகின் படைகளைத் தோற்கடித்தன. ஷெர்மன், ஜார்ஜ் தாமஸ் மற்றும் ஹூக்கர் தங்கள் படைகளை மிகவும் நன்றாக வழிநடத்தி, பெரும் வெற்றி பெற்றனர். கூட்டமைப்புகளின் மேற்குப் படைகளில் ஒன்று முழுவதுமாக அழிக்கப்பட்டது. டென்னிசி மாநிலம் முழுவதுமாக ஒன்றியத்தின் கட்டுப்பாட்டில் வந்துவிட்டது.

கிழக்கில் சில சிறு சண்டைகள் நிகழ்ந்தாலும், பொதுவாகப் போர்ச் சூழல் ஒரு விதமான அழுத்தமான அமைதியாகவே இருந்தது. 1863-64இன் குளிர் காலம் கிழக்கிலும், மேற்கிலும் வரப்போகும் இன்னொரு வருடத்து சண்டைகளை எதிர்பார்த்தே கழிந்தது.

27. வாஷிங்டனில் கிராண்ட்

'இப்போது எனக்கிருப்பதெல்லாம் ஒரு எண்ணம்தான். நமக்கு ஓர் அரசாங்கம் இருக்கிறது. சட்டங்களும், கொடியும் இருக்கிறது. அவற்றைக் காக்கவேண்டும். நாட்டில் இரண்டு விதமான மக்கள் மட்டுமே இப்போது இருக்கிறார்கள் - துரோகிகள் மற்றும் தேசத்தின் மீது அன்பு கொண்டவர்கள். நான் இரண்டாவது வகை மக்களுடன் இருக்கவே விரும்புகிறேன். அவர்களே வலிமையானவர்கள்.'

- ஜெனரல் கிராண்ட்

__1864__ஆம் வருடம், மார்ச் மாதம் ஒரு சாதாரண நாள். வாஷிங்டன் நகரில் இருக்கும் புகழ் வாய்ந்த வில்லார்ட் ஹோட்டல். எப்போதும் போல வாஷிங்டனிற்கு வந்து கொண்டிருக்கும் அல்லது அங்கிருந்து கிளம்பிச் சென்று கொண்டிருக்கும் ராணுவ வீரர்கள், பொது மக்கள், வாஷிங்டன் நகரப் பிரமுகர்கள் என நிரம்பி வழிந்து கொண்டிருந்தது.

அப்போது ஒரு ராணுவ அதிகாரியும், அவரது 14 வயது மகனும் அன்று தங்குவதற்கு அங்கே இடம் இருக்கிறதா என்று கேட்டு வந்திருந்தார்கள். விடுதியில் முன்பதிவு செய்யும் மேலாளர் மிகவும் அழுக்கான ராணுவ உடையில் நின்று கொண்டிருக்கும் நபரைப் பார்த்தார். 'அப்போதோ அல்லது அதற்குச் சற்று முன்போ மிகவும் அதிகமாகக் குடித்துவிட்ட' மனிதனைப் போல இருந்த அந்த நபர் மீது பெரிதாக எந்த மரியாதையும் ஏற்படவில்லை.

தலையை உயர்த்தாமலேயே, மேல் மாடியில் ஒரு சிறிய அறை மட்டுமே இருப்பதாகத் தெரிவித்தார். வந்திருந்த நபர் தனக்கு அது போதும் என்று தெரிவித்தார். எனவே பதிவு புத்தகத்தில் அவரது விவரங்களை எழுதச் சொல்லி கொடுத்தார். வந்திருந்தவர்,

தன்னுடைய விவரங்களை எழுதினார். 'யு.எஸ். கிராண்ட், அவரது மகன், கலினா, இலினொய் மாநிலம்.'

அப்போதுதான் அதைப் பார்த்த மேலாளரின் முகம் அப்படியே மாறிவிட்டது. தனக்கு முன்னே அழுக்கு உடையுடன், குடிகாரரைப் போல நின்று கொண்டிருப்பவர், போர்க்களத்தில் அதுவரை ஒன்றியத்திற்கு வெற்றியை மற்றுமே பெற்றுத் தந்து கொண்டிருக்கும் ஜெனரல் கிராண்ட் என்பதை உணர்ந்தவுடன், வில்லார்ட் ஹோட்டலே அல்லோலகல்லோலப்பட்டது.

விடுதியின் நிர்வாக மேலாளர் முதல் அனைவரும் அவரை வரவேற்க வந்தனர். முதல் மாடியில் இருந்த முக்கியப் பிரமுகர்கள் தங்கும் பெரிய அறை கிராண்டிற்கு ஒதுக்கப்பட்டது. விடுதி மேலாளரே, கிராண்டின் பைகளைக் கொண்டு வந்து அறையில் வைத்தார். கிராண்ட் வாஷிங்டன் நகருக்கு வந்து சேர்ந்துவிட்டார்.

•

சட்டநூகா முற்றுகையில் கிராண்ட் பெற்ற அசாத்திய வெற்றி, அவரது புகழை நாடு முழுவதும் வெகுவாகப் பரப்பியிருந்தது. எனவே கிராண்டிற்குத் தேவையானவற்றைச் செய்து போரை முடிவிற்குக் கொண்டு வரவேண்டும் என்ற குரல் நாடெங்கும் எழுந்தது.

கிராண்ட் தலைமையேற்ற அனைத்துச் சண்டைகளிலும் அதுவரை வெற்றிப் பெற்றிருந்தார். நாட்டில் இருக்கும் பத்திரிகைகள் அனைத்தும் கிராண்டின் புகழைப் பாடிக் கொண்டிருந்தன. அப்போது காங்கிரஸ் பிரதிநிதியாக இருந்த, இலினொய் மாநிலத்தைச் சேர்ந்த எலிஹூ வாஷ்பார்ன், 1863ஆம் வருடம் டிசம்பர் 9ஆம் தேதி, அமெரிக்கக் காங்கிரசில் மீண்டும் லெப்டினென்ட் ஜெனரல் என்ற பதவியைக் கொண்டு வரவேண்டும் என்று ஒரு மசோதா கொண்டு வந்தார். லெப்டினென்ட் ஜெனரல் என்பது அமெரிக்க ராணுவத்தின் மிக உயர்ந்த, மூன்று நட்சத்திர ஜெனரல் அந்தஸ்து கொண்ட பதவி. அதற்கு மேலே முப்படை தளபதி என்ற பதவி மட்டுமே இருந்தது.

அமெரிக்காவின் முதல் குடியரசுத் தலைவரும், அமெரிக்கப் புரட்சியின்போது பிரித்தானியப் படைகளுக்கு எதிராக அமெரிக்கப் படைகளை நடத்தி வெற்றி பெற்றவருமான ஜார்ஜ் வாஷிங்டன் மட்டுமே அதுவரை லெப்டினென்ட் ஜெனரலாகவும், முப்படைத் தளபதியாகவும் பதவி வகித்தவர். அவரது மறைவிற்குப் பின்னர், மரியாதை நிமித்தமாக இரண்டு பதவிகளும் ராணுவத்தில் இருந்து விலக்கிக் கொள்ளப் பட்டிருந்தன.

இப்போது அந்த லெப்டினென்ட் ஜெனரல் பதவியையே மீண்டும் கொண்டு வரவேண்டும் என்று வாஷ்பார்ன் மசோதா கொண்டு வந்திருந்தார். அது யாரை மனதில் வைத்துக் கொண்டு வரப்பட்ட மசோதா என்று அனைவருக்கும் தெரிந்தே இருந்தது. போர் முடிந்த பின்னர் இந்தக் கவுரவத்தைக் கொடுக்கலாம் என்று சிலர் தெரிவித்ததிற்கு, வாஷ்பார்ன் முற்றிலும் மறுத்துவிட்டார்.

தனக்குக் கிடைக்கவிருக்கும் கவுரவத்தை நிராகரிக்கவில்லை என்றாலும், கிராண்ட், 'எந்தப் பதவி உயர்வையோ, கவுரவத்தையோ தான் எதிர்பார்க்கவுமில்லை' என்று தெளிவாகவே வாஷ்பார்னிற்கு எழுதினார். அவருடைய கவலையெல்லாம், பதவி உயர்வு கிடைத்தால், தான் கிழக்கிற்குச் செல்ல வேண்டி வந்துவிடுமோ என்று மட்டுமே யோசித்தார். தனக்குப் பதிலாக ஷெர்மனை அங்கே அனுப்பலாம் என்றும் எண்ணிக் கொண்டிருந்தார்.

கிராண்டிற்குப் புதிய பதவி உயர்வு கொடுக்கப்படுவது பற்றிய வதந்திகள், வாஷிங்டனில் தினம் ஒன்றாகப் பரவிக் கொண்டிருந்தது. உண்மையில் கிராண்ட் அடுத்த குடியரசுத் தலைவர் பதவியையே குறி வைத்திருக்கிறார் என்று பரவலாகப் பேசப்பட்டது. 1864இல் வரப்போகும் தேர்தலில், லிங்கனிற்கு எதிராக ஒரு ராணுவத் தளபதியே நிறுத்தப்பட வேண்டும் என்று ஜனநாயகக் கட்சியினர் பேசிக் கொண்டிருந்தனர். இல்லை, கிராண்ட் மக்களின் வேட்பாளராக நிறுத்தப்படப் போகிறார் என்றும் பேச்சு அடிபட்டது.

முதலில் இருந்தே லிங்கனுக்கு எதிராக இருந்த ஊடகங்கள், தினமும் இதைப் பற்றியே பேசின. கிராண்ட்டின் அரசியல் குடியரசுக் கட்சியின் கொள்கைகளுடன் ஒத்திருந்தாலும், அவர் தன்னுடைய கொள்கைகளை வெளிப்படையாகத் தெரிவிக்கவில்லை. ஒரு ராணுவத் தளபதியாக வெளிப்படையாக அரசியல் கருத்துகளைச் சொல்வது ஜனநாயக நாட்டில் சரியான முறையல்ல என்பதை அவர் உணர்ந்திருந்தார்.

உண்மையில் அவர் அந்த நேரத்தில் போரில் வெற்றியை மட்டுமே நினைவில் வைத்திருந்தார். தன்னுடைய தந்தைக்கு எழுதிய கடிதத்தில், 'நான் விரும்புவதெல்லாம் போரில் வெற்றி அடைவது மட்டும்தான். கூட்டமைப்பின் படைகளை வென்று, மீண்டும் ஒன்றியத்தை ஒன்றாகச் சேர்ப்பது மட்டுமே. அதுவரை என்னைத் தொந்தரவு செய்யாமல் இருக்க மட்டுமே நான் கேட்கிறேன்' என்று எழுதினார்.

பதவி உயர்வை இறுதியாகப் போர் அமைச்சரான எட்வர்ட் ஸ்டாண்டனும், லிங்கனும் ஒப்புக்கொள்ள வேண்டும்.

கிராண்ட்டைக் குடியரசுத் தலைவர் தேர்தலில் நிறுத்தும் பேச்சுக்களை எல்லாம் தெரிந்திருந்த லிங்கன், முதலில் கிராண்டின் அரசியல் ஆசைகளை அறிந்து கொள்ள விரும்பினார். ஸ்டாண்டனும் அப்படியே நேரடியாக விசாரித்து, கிராண்ட் லிங்கனின் ஆதரவாளர் என்பதை லிங்கனிடம் உறுதியாகத் தெரிவித்து விட்டார்.

1864 பிப்ரவரி 29ஆம் தேதி மசோதா நிறைவேறியது. வாஷிங்டனிற்கு நேரடியாக வந்து, பதவி உயர்வை லிங்கனின் கைகளில் இருந்து நேரடியாகப் பெற்றுக் கொள்ளும்படி கிராண்ட் கேட்டுக் கொள்ளப்பட்டார்.

அப்போது தானிருந்த நாஷ்வில் நகரில் இருந்து, தன்னுடைய இரண்டு உதவியாளர்கள் மற்றும் தன்னுடைய 14 வயது மகனுடன், ஏழு நாட்கள் ரயில் பயணம் செய்து வாஷிங்டன் நகரை வந்தடைந்தார். அவரை வரவேற்க வேண்டிய அதிகாரிகள் வராமல் போகவே, தன்னுடைய அதிகாரிகளைப் போர்த்துறை அலுவலகத்திற்கு அனுப்பிவிட்டு, தன்னுடைய மகனுடன் தங்குவதற்கு இடம் தேடி, வில்லார்ட் ஹோட்டலுக்கு வந்து சேர்ந்தார்.

•

தன்னுடைய பிரபல்யம், கிராண்டிற்கு மிகவும் ஆச்சர்யத்தைத் தந்தது. அன்று மாலை உணவருந்த கீழே வந்த அவரை அனைவரும் எழுந்து அவரை வரவேற்றனர். அவரைப் பார்ப்பதற்குக் கூட்டம் சேர்ந்தது. முதலில் இவை எல்லாம் அவருக்கு வேடிக்கையாக இருந்தாலும், சீக்கிரமே அவர் இதை வெறுக்க ஆரம்பித்துவிட்டார். இது மட்டுமல்லாமல், வாஷிங்டனில் இருந்த அரசியல்வாதிகள் அனைவரும் அவரைப் பார்க்க வந்து கொண்டிருந்தார்கள்.

மார்ச் 8, 1864. ஒவ்வொரு செவ்வாய்க்கிழமையும் லிங்கன் வெள்ளை மாளிகையில் ஒரு சிறு விருந்து நடத்துவது வழக்கம். அன்று பொதுமக்களில் இருந்து, அரசியல்வாதிகள் வரை அனைவரும் லிங்கனை நேரில் சந்திக்கலாம். கிராண்ட் அப்படியான ஒரு மாலையில் வெள்ளை மாளிகையில் நுழைந்தார்.

கிராண்ட் நுழைந்தவுடன், கூட்டம் விலகி வழிவிட்டது. நேராக லிங்கனை நோக்கிச் சென்றார். 'ஆ, இதோ நமது ஜெனரல் கிராண்ட்! உங்களைச் சந்தித்ததில் மகிழ்ச்சி!' என்று லிங்கன் வரவேற்றார். இருவரும் கைகுலுக்கிக் கொண்டார்கள். ஆறடி, நான்கங்குல உயரமுள்ள லிங்கனும், ஐந்தடி, எட்டங்குல உயரமுள்ள கிராண்ட்டும் அருகருகே நின்றது அனைவருக்கும் சிறிது வேடிக்கையாக இருந்தது.

திருமதி. லிங்கனிடம் அறிமுகப்படுத்திய பின்னர், அருகே இருந்த அறையில் சென்று மற்றவர்களைச் சந்தித்தார். அங்கே நடந்த தள்ளுமுள்ளுவில் இருந்து கிராண்ட்டைக் காப்பாற்ற, அங்கிருந்த உட்காரும் மெத்தையின் மீது நிற்க வைக்கப்பட்டார்.

மறுநாள் நடந்த சிறு நிகழ்ச்சியில், லிங்கன், கிராண்ட்டை லெப்டினென்ட் ஜெனரலாகப் பதவி உயர்த்தும் ஆணையைக் கொடுத்தார். அத்துடன் அனைத்து அமெரிக்க ஒன்றிய ராணுவத்திற்கும் அவரைத் தலைமை தளபதியாகவும் பதவி உயர்த்தி நியமித்தார்.

சில நாட்களுக்குப் பின்னர், லிங்கனிடன் அவரது காரியதரிசி கிராண்ட்டைப் பற்றிய அவரது கருத்தை கேட்டார். 'நான் பார்த்த முதல் உண்மையான தளபதி அவர்தான்' என்ற லிங்கன், அதுவரை அவர் நியமித்த தளபதிகள் அனைவரும் அவர்களது திட்டத்தைத் தெரிவித்து, லிங்கனின் ஒப்புதலை வாங்குவார்கள். அந்தத் திட்டம் சரியாக நிறைவேறவில்லை என்றால், லிங்கனே பொறுப்பேற்க வேண்டும் என்றும் எதிர்பார்த்தார்கள்.

ஆனால், கிராண்ட், 'இதுவரை அவரது திட்டங்களை என்னிடம் தெரிவிக்கவில்லை. அவை என்னவென்று எனக்குத் தெரியாது. தெரிந்து கொள்ளவும் விரும்பவில்லை. என்னுடைய துணையில்லாமல், தானாகச் செயல்படும் மனிதனை இறுதியாகக் கண்டுபிடித்து விட்டேன்' என்றார்.

•

நியமன உத்தரவு பெற்ற மறுநாளே உடனடியாகக் களத்திற்குச் சென்று, போடோமக் படையையும், அதன் தளபதி ஜார்ஜ் மீட்டையும் சந்தித்தார். மீட் தன்னுடைய பதவியில் இருந்து விலகுவதாகத் தெரிவித்தார். ஆனால், கிராண்ட் அதை மறுத்துவிட்டார். மீண்டும் நாஷ்வில் சென்று தன்னுடைய வேலைகளை முடித்துவிட்டு, தன் குடும்பத்துடன் வாஷிங்டன் வந்து சேர்ந்தார்.

அங்கு மீண்டும் லிங்கனைச் சந்தித்தார். அன்றிரவு திருமதி. லிங்கன் விருந்து ஒன்றை ஏற்பாடு செய்திருப்பதாகவும், அதில் கிராண்ட் கட்டாயம் கலந்து கொள்ள வேண்டும் என்றும் கேட்டுக் கொண்டிருந்தார். போர்க்களத்திற்குச் செல்வதற்குத் துடிப்புடன் இருந்த கிராண்ட் மறுத்துவிட்டார். வாஷிங்டனின் அரசியல் நிகழ்வுகளில் இருந்து தள்ளி இருக்கவே விரும்பினார். மறுநாள் காலை போர்க்களத்திற்குச் செல்ல ரயில் நிலையத்திற்குச்

சென்றபோது, கிராண்ட்டிடம் பத்திரிகையாளர் ஒருவர், திரும்பவும் அவர் வாஷிங்டன் நகருக்கு எப்போது வருவார் என்று கேட்டார். ‘இங்கேயா? வரப்போவதில்லை’ என்று பதில் சொல்லிவிட்டு ரயில் ஏறிவிட்டார்.

அங்கே தன்னுடைய தலைமையிடத்தைப் படையின் முகாம்களுடன் நிறுவி கொண்டார். லீயுடனான அடுத்தகட்ட போருக்கான ஆயத்தங்களை, ஜெனரல் ஜார்ஜ் மீட்டுடன் வகுக்க ஆரம்பித்தார்.

28. பீட்டர்ஸ்பர்க் முற்றுகை

'நதியின் நடுவே குதிரைகளை மாற்றாதீர்கள்.'

- ஆபிரகாம் லிங்கன், 1864 தேர்தல் முழக்கம்.

'பத்திரிகைகள் இல்லாத அரசாங்கமா அல்லது அரசாங்கம் இல்லாத பத்திரிக்கைகளா என்ற கேள்வி எழுந்தால், நான் இரண்டாவதையே தேர்ந்தெடுப்பேன்' என்று அமெரிக்க விடுதலைப் பிரகடனத்தை எழுதிய தாமஸ் ஜெபர்சன் குறிப்பிட்டார். அமெரிக்க அரசியலமைப்புச் சட்டத்தின் முதலாவது திருத்தம், அமெரிக்கக் குடிமக்களுக்கும், பத்திரிகைகளுக்கும் கட்டுப்பாடில்லாத சுதந்திரத்தை வழங்குகிறது.

இந்தச் சுதந்திரமும், முன்பே கூறியது போல வெள்ளையர்களிடையே இருந்த அதிகமான எழுத்தறிவும் கொடுத்த உந்துதலில் நம் கதை நடக்கும் காலகட்டத்தில் (1860) கிட்டத்தட்ட 3000 தினசரி, மாதாந்திர, வாரப் பத்திரிகைகள் வெளிவந்து கொண்டிருந்தன. இவை அமெரிக்காவின் இண்டு, இடுக்குகளில் எல்லாம் படிக்கப்பட்டு, அன்றைய மக்களின் எண்ணங்களைத் தீர்மானிப்பதில் முக்கியக் காரணியாக விளங்கின.

இங்கே இந்த எண்ணிக்கையைச் சிறிது விளங்கிக் கொள்ளலாம். அமெரிக்காவில் பெரும்பாலான மக்கள் தங்களது செய்திகளைத் தங்களது நகரச் செய்தி பத்திரிகைகளில் இருந்தே தெரிந்து கொண்டிருந்தனர். இந்தப் பத்திரிகைகள், மிகவும் குறிப்பாக அந்த நகரம் அல்லது மாவட்டத்தை (county) மட்டுமே குறிவைத்துப் பதிப்பிக்கப்படுவன. இவை நியூ யார்க் ட்ரிபியூன் போன்ற பத்திரிகைகளின் கட்டுரைகளை மறுபதிப்பு செய்யும். ஆனால்

பெரும்பாலும் அந்தப் பகுதி செய்திகளுக்கு மட்டுமே முக்கியத்துவம் கொடுக்கப்படும்.

எனவே பத்திரிகை ஆசிரியர்களும் நிருபர்களும் மிகப்பெரிய தாக்கத்தை ஏற்படுத்திக் கொண்டிருந்தனர். நமது போர் நடக்கும் காலத்தில் 'நியூ யார்க் ட்ரிபியூன்', 'சிகாகோ ட்ரிபியூன்', 'ஹார்ப்பர்ஸ் வீக்லி' போன்ற பத்திரிகைகள் பெருமளவில் வாசிக்கப்பட்டுக் கொண்டிருந்தன. அவை பதிப்பிக்கும் கட்டுரைகள் பல மாவட்ட, நகரப் பத்திரிகைகளில் மறுபதிப்பாகிக் கொண்டிருந்தன. நாடு முழுவதும் தபால் நிலையங்களும், தந்தி வசதிகளும் உருவாகி இருந்தது, பத்திரிகைத் துறையில் மிகப்பெரிய வளர்ச்சியைக் கொண்டு வந்திருந்தது.

ஆனால், 1864இல் குடியரசுத் தலைவர் தேர்தலை எதிர்நோக்கி இருந்த லிங்கனுக்கு இவை எதுவுமே உவப்பான செய்தியாக இல்லை. நாட்டில் இருந்த பல பத்திரிகைகள் அவரை எதிர்த்துக் கொண்டிருந்தன. குடியரசுக் கட்சியை ஆதரிக்கும் பத்திரிகைகளேகூட லிங்கனால் அந்தத் தேர்தலில் வெற்றி பெற முடியாது என்றும், வேறொரு வேட்பாளரைக் கண்டறிவது அவசியம் என்றும் மறைமுகமாக எழுதிக் கொண்டிருந்தன. இவை எல்லாம் தன்னுடைய தேர்தல் வாய்ப்பை எந்த அளவிற்குப் பாதிக்கும் என்பதை லிங்கன் உணர்ந்திருந்தார்.

நியூ யார்க் ட்ரிபியூன் பத்திரிகையின் தலைமை ஆசிரியரான ஹோரஸ் க்ரீலி (Horace Greeley) ஒரு தீவிர குடியரசுக் கட்சி ஆதரவாளர். 1860 தேர்தலில், லிங்கன் அடிமை முறை ஒழிப்பில் தீவிரமாக இருக்கவில்லை என்பதால் குடியரசுக் கட்சி வேட்பாளராக வில்லியம் ஸ்டீவர்ட்டை ஆதரித்தவர். ஆனால் லிங்கன் வெற்றி பெற்றவுடன், அவரை ஆதரித்து வந்தார். ஆனால் அவர் எதிர்பார்த்த வேகத்தில் லிங்கன் விடுதலைப் பிரகடனத்தை வெளியிடவில்லை, போரில் போதுமான வேகம் காட்டவில்லை என்று பல காரணங்களுக்காக 1863ஆம் வருடத்திற்குள் லிங்கன் மீதான பற்று மெதுவாக விலகிக் கொண்டுவிட்டது. இன்னமும் குடியரசுக் கட்சி ஆதரவாளர் என்றாலும், 1864ஆம் வருடத் தேர்தலில் வேறொரு வேட்பாளர் நின்றால் நல்லது என்று எழுத ஆரம்பித்துவிட்டார்.

கிழக்கில் போர் எதிர்பார்த்த வெற்றிகளைத் தரவில்லை என்பது லிங்கனிற்கு வருத்தம் என்றால், வடமாநிலங்கள் அனைத்திலும் அது பெரும் ஏமாற்றத்தைக் கொடுத்திருந்தது. அந்த ஏமாற்றத்திற்கான காரணம் லிங்கன் என்று சொல்லப்பட்டது. குடியரசுக் கட்சி ஆதரவாளர்களே லிங்கனைப் பற்றிய தங்களது எண்ணத்தை மாற்றிக்

கொண்டிருந்ததால், நிலைமை மோசமாகவே இருந்தது. ஆனாலும் லிங்கனிற்கு மாற்றாக இன்னொரு தலைவர் அப்போது இல்லை. கிராண்ட் தனக்கு அரசியல் ஆசை இல்லை என்று சொல்லிய பின்னர், குடியரசுக் கட்சியில் லிங்கனிற்கு எதிர்ப்பு இருக்கவில்லை.

லிங்கனும் டேவிஸும் அடிமைமுறை ஒழிப்பா, பிரிவினையா என்று சண்டையிடுகிறார்கள். மக்லேல்லன் எப்படியாவது ஒன்றியத்தை காப்பாற்ற வேண்டும் என்கிறார். கேலிச்சித்திரம், 1864.

ஆனால் இந்த முறை அவருக்கு எதிராக நிறுத்தப்படப் போகும் சனநாயகக் கட்சி வேட்பாளர் யார் என்பதைப் பொறுத்தே அவரது வெற்றி வாய்ப்பு இருந்தது.

அமெரிக்கா முழுவதும் நிரம்பியிருந்த பத்திரிகைகளில் நித்தமும் அன்றைய போர்க்கள இழப்புகள் என்ன, அவர்கள் மாவட்டம்/நகரில் இருந்து சென்றவர்கள் நிலை என்ன, இறந்து போனவர்களின் பெயர்கள் போன்ற செய்திகளே நிரம்பியிருந்தன. பெரும்பான்மை யாக இல்லை என்றாலும், பல இடங்களிலும் போருக்கு எதிரான மனநிலை பரவலாக இருந்தது. நான்காவது வருடமாக நடந்து கொண்டிருந்த போர் அனைவரையும் களைப்படைய வைத்திருந்தது.

இன்னொரு முறை லிங்கனை வேட்பாளராக நிறுத்த வேண்டுமா என்ற கேள்வி, குடியரசுக் கட்சியை இரண்டாகப் பிளந்திருந்தது. ஒருவழியாக அனைவரும் சமரசமாக லிங்கனைத் தேர்ந்தெடுத் திருந்தாலும், ஏற்பட்டிருந்த பிளவு, லிங்கனைத் தோற்கடிப்பது சாத்தியமே என்ற எண்ணத்தை ஏற்படுத்தியிருந்தது.

ஜனநாயகக் கட்சியும், 'மானமிகு அமைதி' என்ற முழக்கத்துடன், தங்கள் வேட்பாளர் தேர்ந்தெடுக்கப்பட்டால், தென் மாநிலங்களுடன் கவுரவமாகச் சமரசம் செய்து கொள்வோம் என்று கூறியது. அடிமைகளின் நிலை என்னவாகும் என்பதைப் பேசாமல் கவனமாகத் தவிர்த்துவிட்டது. அவர்களின் வேட்பாளராக, நாம் முன்பே பார்த்திருக்கும் ஜெனரல் ஜார்ஜ் மக்லேல்லன் நிறுத்தப்பட்டார்.

தேர்தலுக்கு முன், ஒன்றியப் படைகள் கூட்டமைப்பின் படைகளை ஒரு முறையாவது வெற்றி பெற்று, இறுதி வெற்றிக்கான நம்பிக்கையைக் கொடுத்தால் மட்டுமே தான் வெற்றி பெற முடியும் என்று லிங்கனிற்குத் தெரிந்திருந்தது. எனவேதான், அடுத்து கிராண்ட் என்ன செய்யப்போகிறார் என்பதை மிகுந்த ஆர்வத்துடன் பார்த்துக் கொண்டிருந்தார்.

•

மற்ற தலைமை தளபதிகளைப் போல வாஷிங்டனில் இருந்து படைகளை நடத்த விரும்பாமல், தன்னுடைய முகாமையும் ஜெனரல் ஜார்ஜ் மீட்டின் முகாமுடன் இணைத்துக் கொண்டார். ஜெனரல் லீயின் மீதான தாக்குதலுக்கான திட்டம் தயாரானது.

மாநிலக் கூட்டமைப்பின் போர்த் திறனை அழித்தால் மட்டுமே மீண்டும் ஓர் உள்நாட்டுப் போர் வராமல் இருக்கும் என்பது கிராண்டின் எண்ணம். அதற்கு லீயின் படையைத் தோற்கடித்தால் மட்டும் போதாது, கூட்டமைப்புப் போர் நடத்த உதவும் காரணிகளையும் அழிக்க வேண்டும் என்ற முடிவிற்குக் கிராண்ட் வந்திருந்தார். இதற்காக மும்முனை திட்டம் ஒன்றை வடிவமைத்தார்.

கிராண்ட் மேற்கிலிருந்து திரும்பியவுடன், மேற்கில் இருக்கும் படைகளுக்குத் தலைமை தாங்க அவரது நம்பிக்கையான வில்லியம் ஷெர்மனை நியமித்திருந்தார். மேற்கில் அவர் நிகழ்த்திய போர் பற்றி அடுத்த அத்தியாயத்தில் பார்ப்போம்.

இரண்டாவதாக, தன்னுடைய குதிரைப்படையைத் தலைமை தாங்கும் மேஜர் ஜெனரல் ஹண்டர், விர்ஜினியாவின் ஷெனான்டோவா பள்ளத்தாக்கைத் தாக்கும்படி ஆணையிட்டார். தென் மாநிலங்களுக்கு உணவு விளைவிக்கும் முக்கியமான பகுதிகளில் ஷெனான்டோவா பள்ளத்தாக்கும் ஒன்று. லீயின் படைகளுக்கும் அங்கிருந்தே உணவு வந்து கொண்டிருந்தது. எனவே, அதைத் தடுப்பதுதான் ஜெனரல் ஹண்டரின் பணி.

மூன்றாவதாக, லீயின் படைகளைத் தோற்கடிப்பது. ஆனால் அது அவ்வளவு சுலபம் அல்ல. முன்பே கூறியது போல, கிழக்கில் கிராண்டின் தளபதிகள் அனைவரும் அரசியல் பின்புலத்தினால் தங்களது பதவிகளைப் பெற்றவர்கள். பர்ன்சைடு, ஜோசப் ஹூக்கர் என நாம் முன்பே சந்தித்திருக்கும் பலரும் இன்னமும் தளபதிகளாகக் கிராண்டின் தலைமையில் இருந்தார்கள். கெட்டிஸ்பர்க் வெற்றியும் இப்போது பழைய கதையாகி இருந்தது. கிராண்டின் திட்டங்கள், மூன்று வருடங்களாக லீயின் படைகளிடம் தோல்வியை மட்டுமே பெரும்பாலாகச் சந்தித்திருந்த போட்டோமாக் படையின் மனநிலையையும் மாற்ற வேண்டி இருந்தது.

லீயின் படைகளுக்கு எதிரான கிராண்டின் திட்டம் மிகவும் எளிமையானது. தொடர்ந்து லீயைப் போர்க்களத்திற்கு இழுத்து வருவது. தனக்குச் சாதகமான இடத்தில் வைத்து லீயைத் தோற்கடிப்பது. ஆனால் எந்தக் காரணம் கொண்டும் லீயின் படைகளைத் தொடர்வதை நிறுத்துவதில்லை. இவ்வளவுதான் திட்டம்.

திட்டங்கள் எல்லாம் தீட்டிய பின்னர், மே மாதம் படைகள் மெதுவாக நகர ஆரம்பித்தன.

•

லீயின் தளபதிகளுக்குள் முதன்மையாக இருந்தவர் ஜெனரல் ஜேம்ஸ் லாங்ஸ்ட்ரீட். வெஸ்ட் பாயிண்ட் ராணுவ பயிற்சி பள்ளியில் ஜெனரல் யுலிஸிஸ் கிரண்ட்டின் வகுப்பு தோழர். இருவரும் மிகவும் அணுக்கமான தோழமையைக் கொண்டிருந்தார்கள். கிராண்ட், தன்னுடைய நீண்ட நாள் காதலியான ஜூலியாவைத் திருமணம் செய்தபோது, மாப்பிள்ளை தோழனாக கிராண்டின் அருகில் நின்றிருந்தவர் லாங்ஸ்ட்ரீட். போர், அவர்கள் இருவரையும் எதிரணியில் நிறுத்தியிருந்தது.

1864 மே மாதம், ஜெனரல் கிராண்ட் தங்களது படைகளுக்கு எதிராகத் தலைமை தாங்கி வருகிறார் என்று கேள்விப்பட்டவுடன், நேராக ஜெனரல் லீயிடம் சென்று 'ஜெனரல், எனக்குக் கிராண்ட்டை நன்றாகத் தெரியும். இனி போர் முடியும் வரை, ஒவ்வொரு நாளும், ஒவ்வொரு மணி நேரமும் அவர் நம்மைப் போர்க்களத்திலேயே வைத்திருப்பார்' என்றார். ஜெனரல் கிராண்ட் அதைத்தான் திட்டமாக வகுத்திருந்தார்.

*1864*ஆம் வருடம் மே *4*ஆம் தேதி, ஜெனரல் கிராண்ட் தன்னுடைய படைகளுடன் ரபிடன் நதியைக் கடந்து விர்ஜினியாவிற்குள் நுழைந்தார். விரைவாகத் தன்னுடைய படைகளை ரிச்மண்ட் நகருக்கும், லீக்கும் நடுவில் நிறுத்தி, லீயைப் போர்க்களத்திற்கு இழுத்து வருவது அவரது திட்டம். ஆனால் லீ அவரை முந்திக் கொண்டார். நதியைக் கடந்து வருவதற்குள், மே *5*ஆம் தேதி தன்னுடைய தாக்குதலை ஆரம்பித்தார். 'வில்டர்நெஸ்' என்றழைக்கப்படும் அடர்த்தியான காட்டுப்பகுதியில் நடந்த தாக்குதலில் இரண்டு தரப்பிற்கும் பெருத்த சேதம் ஏற்பட்டது. ஆனால் அதுவரை கிழக்கில் நடந்தது போல, இந்த முறை படைகள் பின்வாங்கவில்லை. மாறாக, லீயின் படைகளை மெதுவாகச் சுற்றிக்கொள்ள ஒன்றாகச் சேர ஆரம்பித்தன.

ஆனால் லீ தன்னுடைய தொடர் தாக்குதலை நிறுத்துவதாக இல்லை. அவருக்கு இருந்த ஒரே வாய்ப்பு, கிராண்டிற்குப் பெரிதாகச் சேதம் ஏற்படுத்தி, அவரைத் திரும்பச் செல்ல வைப்பதுதான். இறுதி வெற்றி என்பது சாத்தியமில்லை என்ற முடிவிற்கு அவர் வந்திருந்தார். அதை ஒன்றிய அரசும் அனுமதிக்காது என்பதும் அவருக்குத் தெரிந்தே இருந்தது. முடிந்தவரை போராடிப் பார்த்துவிடுவது என்ற மனநிலையிலேயே கூட்டமைப்பின் படைகள் செயல்பட்டன.

அடுத்த இரண்டு வாரங்கள் தொடர்ச்சியாக ஸ்பாட்சில்வனியா என்ற இடத்தில் நடத்த சண்டைகளில், ஒன்றியப் படைகள் தொடர்ச்சியாகப் பின்னடைவுகளைச் சந்தித்தாலும், கிராண்ட், படைகளை மெதுவாகத் தென் கிழக்காக, இடது புறமாக நகர்த்திக் கொண்டே இருந்தார்.

இந்த நேரத்தில் ஒன்றியப் படைகளுக்குக் கிடைத்த ஒரே நல்ல செய்தி அவர்களின் குதிரைப் படைகள், கூட்டமைப்பின் குதிரைப்படையைத் தோற்கடித்தது மட்டுமன்றி, கூட்டமைப்பு குதிரைப்படைகளின் தலைமைத் தளபதியான ஜெப் ஸ்டீவர்ட்டையும் கொன்றதுதான்.

கிராண்டின் தாக்குதல்களும், லீயின் பதில் தாக்குதல்களும் தொடர்ந்து கொண்டிருந்தன. ஆனாலும் லீயால் கிராண்டின் படைகள் அங்குலம், அங்குலமாக முன்னேறுவதைத் தடுக்க இயலவில்லை. ஆனால் தன்னுடைய பெரும் படையும், தொழிற்சாலைகளின் வளமும் தோல்வியடைய முடியாது என்பது கிராண்ட்டின் நம்பிக்கையாக இருந்தது.

கோல்டு ஹார்பர் என்ற இடத்தில் மே 31ஆம் தேதி தொடங்கிய சண்டை, அவரது இந்த நம்பிக்கையைச் சோதித்துப் பார்த்தது. லீயை எப்படியாவது வெளியே கொண்டு வரவேண்டும் என்ற எண்ணத்தில், கிராண்ட் நேரடியாக அவரைத் தாக்கத் துவங்கினார். 13 நாட்கள் தொடர்ந்தும், இடைவெளி விட்டும் நடந்த சண்டையில் பெரும் சேதம் ஏற்பட்டது. கிராண்ட் தன்னுடைய சுயசரிதையில், தான் போரிட்ட சண்டைகளில் இதையே தான் மிகவும் வருந்தும் தாக்குதல் என்கிறார். பதிமூன்று நாட்களுக்குப் பின்னர், கிராண்ட் தன்னுடைய படைகளை மீண்டும் இடது புறமாக நகர்த்தி, ஜேம்ஸ் நதியை நோக்கிச் செல்ல ஆரம்பித்தார்.

ஐந்து வாரங்கள் நடந்த சண்டைகளில், இரண்டு பக்கங்களிலும் சேர்த்து 85,000 வீரர்கள், இறந்தோ, காயம்பட்டோ களத்தில் வீழ்ந்தார்கள். வடமாநிலப் பத்திரிகைகள், கிராண்ட்டை 'கசாப்பு கடைக்காரர்' என்று வர்ணித்தன.

ரிச்மண்ட் நகருக்கு தெற்காக ஜேம்ஸ் நதியைக் கடந்த கிராண்ட், ரிச்மண்ட் நகரை நோக்கிச் செல்லாமல், அதற்குச் சற்று தெற்கே இருந்த பீட்டர்ஸ்பர்க் நகரை நோக்கிச் செல்ல ஆரம்பித்தார். ரிச்மண்ட் நகருக்கு தென் மாநிலங்களில் இருந்து செல்லும் முக்கியமான ரயில் தடம் இருக்கும் இடம். அதைக் கைப்பற்றுவதன் மூலம், லீயின் படைகளையும், ரிச்மண்ட்டையும் வளைப்பது அவரது திட்டம். ஆனால் லீ விரைவாக நகர்ந்து, பீட்டர்ஸ்பர்க் நகருக்கு வந்துவிட்டார். இப்போது கிராண்டிற்கு நகரை முற்றுகை இடுவதைத் தவிர வேறு

வழியில்லை. இது அவருக்கு உவப்பானதாக இல்லாமல் இருந்தாலும், லீயை அங்கே விட்டுவிட்டு எங்கும் செல்ல அவருக்கு மனமில்லை.

ஜெனரல் ஜார்ஜ் மீட் தன்னுடைய படைகளுடன் பீட்டர்ஸ்பர்க்கை நெருங்கியபோது, அங்கே சிறிய படை மட்டுமே இருந்தது. ஆனால் மீடின் தளபதிகள் செய்த தாமதத்தில், லீ தன்னுடைய படைகளை அங்கே குவித்துவிட்டார். ஆத்திரமடைந்த மீட் மிகவும் வேகமாகத் தாக்குதலைத் துவக்கினார். நான்கு நாட்கள் நடந்த தாக்குதலில், பெருத்த சேதத்துடன் ஒன்றியப் படைகள் பின்வாங்கின. முற்றுகை துவங்கியது. இதை முற்றுகை என்று முழுவதுமாகச் சொல்ல முடியாது. இரண்டு படைகளும், பதுங்குக் குழிகளை வெட்டி அதனுள் பதுங்கி விட்டன.

ஒன்றியப் படைகள் பீட்டர்ஸ்பர்க் நகருக்கு தெற்கே இருந்த ரயில் பாதைகளைத் துண்டிக்க அவ்வப்போது சிறு சண்டைகள் செய்து கொண்டிருந்தன. ஆனால் எந்த முடிவும் எட்டப்படவில்லை. ஆனால் கிராண்ட் தன்னுடைய படைகளை மெதுவாக ரயில் பாதைகளை நோக்கி நகர்த்திக் கொண்டே இருந்தார். அடுத்த இரண்டு மாதங்கள் (ஜூலை - ஆகஸ்ட்), ரயில் பாதைகளை உடைப்பதும், அதைக் கூட்டமைப்பு சரி செய்வதுமாகக் கழிந்தது.

ஷெனான்டோவா பள்ளத்தாக்கிற்குச் சென்ற ஜெனரல் ஹண்டர் தொடர் தோல்விகளைச் சந்தித்துக் கொண்டிருந்தார். பொறுமை இழந்த கிராண்ட், ஆகஸ்ட் மாத இறுதியில் அவருக்குப் பதிலாகக் குதிரைப் படைகளின் தளபதியாக ஜெனரல் பிலிப் ஷெரிடனை நியமித்தார்.

தேர்தலை எதிர்நோக்கி இருந்த லிங்கனிற்கு இந்தச் செய்திகள் மகிழ்ச்சியைத் தரவில்லை. ஆனால் அவருக்குக் கிராண்டின் மீதிருந்த நம்பிக்கை சிறிதும் மாறவில்லை. அதுவரை கிராண்ட் பின்வாங்காமல் இருந்தது அவருக்கு மிகுந்த நம்பிக்கையைக் கொடுத்தது. எனவே, தான் அங்கிருந்து நகரப் போவதில்லை என்று கிராண்ட் அவருக்கு அனுப்பியிருந்த கடிதத்திற்குப் பதில் எழுதிய அவர், 'நீங்கள் இருக்கும் இடத்தில் இருந்து நகரப்போவதில்லை என்று அனுப்பியிருந்த கடிதம் கிடைத்தது. நானும் அதையே விரும்புகிறேன். புல்டாக்கை போல உங்கள் பிடியை தளரவிடாதீர்கள்' என்றே பதில் எழுதினார். ஆனால் வெற்றியைத் தவிர வேறெந்த செய்தியும் அவரை அரசியல் வாழ்வின் தோல்வியை நோக்கியே நகர்த்தியது.

29. அட்லாண்டா

'நமது எதிரிகள் போரையே தீர்வாகத் தேர்ந்தெடுத்திருக்கிறார்கள். அவர்கள் விருப்பத்தை நாம் நிறைவேற்றுவோம்.'

- வில்லியம் ஷெர்மன்

கிராண்ட் பதவி உயர்வு பெற்று கிழக்கே சென்றவுடன், மேற்கு பகுதியில் இருக்கும் ஒன்றியப் படைகள் அனைத்திற்கும் தலைமைத் தளபதியாக வில்லியம் ஷெர்மன் நியமிக்கப்பட்டார்.

1864இல் ஏப்ரல் மாதம் ஜெனரல் கிராண்ட், அனைத்து ஒன்றியப் படைகளும் முன்னேற வேண்டும் என்று உத்தரவிட்டார். ஷெர்மனின் முதல் இலக்காக அட்லாண்டா இருந்தது.

தென் மாநிலக் கூட்டமைப்பு மாநிலங்களின் இரண்டாவது முக்கியமான நகரம் அட்லாண்டா. மிஸ்ஸிஸிப்பி நதிக்கு கிழக்கே இருந்த தென் மாநிலங்களின் பெரும் தொழிற்சாலைகளும், ரயில் பாதைகளும் இருந்த நகரம். தென் மாநிலங்களில் விளைவிக்கப்படும் பொருட்களுக்குப் பெரும் சந்தையாகவும் அந்த நகரம் இருந்தது.

சட்டநூகாவைக் கைப்பற்றியவுடன், ஜார்ஜியா மாநிலத்திற்கும், அட்லாண்டா நகரத்திற்குமான பாதை திறந்துவிட்டது. இப்போது ஷெர்மனிற்கும், அட்லாண்டாவிற்கும் நடுவே ஜோசப் ஜான்ஸ்டனின் படைகள் மட்டுமே இருந்தன.

நெப்போலியனின் போர் யுக்திகளில் ஒன்று எதிரியின் பிரதேசத்திற்குள் மின்னல் வேகத்தில் நுழைந்து, அங்கே இருக்கும் ஒரு முக்கியமான நகரைக் கைப்பற்றி, அதைத் தங்களுடைய மையமாகக் கொண்டு தாக்குதலை எதிரியின் நாடெங்கும் நடத்துவது.

இது எதிரிகளை விரைவில் நிலைகுலையச் செய்வதுடன் வெற்றியையும் எளிதாக்கும்.

ஷெர்மனின் அட்லாண்டா நடவடிக்கையும் அப்படியானதே. 1864, மே 6ஆம் தேதி அவரது படைகள் டென்னிசியில் இருந்து ஜார்ஜியாவிற்குள் நுழைந்தன. அடுத்த 2 மாதங்கள் சண்டை ஒரே மாதிரியாகச் சென்று கொண்டிருந்தது. ஜோசப் ஜான்ஸ்டன் நேராக ஷெர்மனின் படைகளைச் சந்திக்க விரும்பவில்லை. சிறு சிறு சண்டைகள் நடந்து கொண்டிருந்தாலும், ஜான்ஸ்டன் பின்வாங்கிக் கொண்டே சென்றார். ஜூலை மாத இறுதியில் ஷெர்மனின் படைகள் அட்லாண்டா நகரின் அருகே வந்துவிட்டன.

ஆனால் ஜான்ஸ்டனின் பின்வாங்கும் தந்திரம் கூட்டமைப்பின் தலைமையில் பெரும் அதிருப்தியை ஏற்படுத்தியது. அவர்கள் உடனடியாக ஷெர்மனுடன் சண்டையிட்டுப் பின்வாங்க வைக்கவேண்டும் என்று விரும்பினார்கள். எனவே ஜான்ஸ்டனின் பதவி பறிக்கப்பட்டு ஜெனரல் ஹூட் தளபதியாக்கப்பட்டார். ஹூட், ஜான்ஸ்டனிற்கு நேரெதிரானவர்.

ஷெர்மன் தன்னுடைய படைகளை மூன்றாகப் பிரித்து, அட்லாண்டா நகரின் வடக்கிலும், கிழக்கிலுமாக முற்றுகை இட்டிருந்தார். ஆனால் ஹூட் மீண்டும், மீண்டும் தாக்குதலைத் தொடர்ந்து கொண்டிருந்தார். இந்தப் போரின் ஆரம்பத்தில் ஷெர்மனின் படையில் 1,00,000 வீரர்களும், கூட்டமைப்பின் படையில் 80,000 வீரர்களும் இருந்தார்கள். ஆனால், ஹூடின் தாக்குதல்கள் கவனமின்றி, மூர்க்கமாக இருந்ததால், சேதங்கள் வேகமாக அதிகரித்தன. குறிப்பாக, வேறு படைகள் இல்லாத கூட்டமைப்பின் நிலை வேகமாக மோசமடைந்தது.

ஹூட்டின் படைகளுக்குத் தெற்கிலிருந்து உணவும் பொருட்களும் வருகின்றன என்று அறிந்த ஷெர்மன், தன்னுடைய படையில் ஒரு பகுதியைத் தெற்குக்கு அனுப்பி, அங்கிருந்த ரயில் பாதைகளை உடைத்தெறிந்தார். வேறு வழியில்லாமல், ஹூட் அட்லாண்டா நகரில் இருந்து தனது படையுடன் வெளியேறினார். செப்டெம்பர் 2ஆம் தேதி, அட்லாண்டா ஒன்றியப் படைகளின் கட்டுப்பாட்டிற்குள் வந்தது.

•

உள்நாட்டுப் போர் நடக்கும் காலங்களில் தேர்தல் நடப்பது அபூர்வம். தேர்தலைத் தள்ளி வைக்கும்படியாக லிங்கனிற்கும் யோசனை கூறப்பட்டது. ஆனால் தேர்தலைத் தள்ளி வைப்பது, கூட்டமைப்பு

வெற்றி பெற்றதாகவே பார்க்கப்படும் என்று லிங்கன் மறுத்துவிட்டார்.

அட்லாண்டா நகரில் கிடைத்த வெற்றி, ஜனநாயகக் கட்சியின் தேர்தல் வியூகத்தை முழுவதுமாக உடைத்துவிட்டது. அமைதியோ சமரசமோ இனி தேவையில்லை. ஒன்றியத்தின் வெற்றி எப்போது என்பது மட்டுமே கேள்வி என்பதால், லிங்கனின் தேர்தல் வாய்ப்புகள் மிகவும் பிரகாசமாக மாறியது.

நவம்பர் 8, 1864 அன்று நடந்த தேர்தலில் லிங்கன் எதிர்பார்த்தது போலவே வெற்றி பெற்றார். ஆனால் 55% வாக்குகளைப் பெற்ற அவர், நாட்டில் இன்னமும் நிலவும் போருக்கு எதிரான மனநிலையையும் உணர்ந்து கொண்டார். போரை விரைவில் முடிவிற்குக் கொண்டு வரவேண்டியதன் அவசியத்தை உணர்ந்தார்.

•

போரின் இறுதி நாட்களில் தெற்கு கரோலினாவின் சார்லஸ்டன் நகரில் இருந்த ரயில் நிலையத்தில் குவிந்து கிடந்த கடிதங்களில் சிலவற்றை ஒன்றிய ராணுவத்தைச் சேர்ந்த வீரர் சாமுவேல் வைல்ட்மேன் தன்னுடன் எடுத்துச் சென்று விட்டார். போருக்குப் பிந்தைய காலத்தில் மறந்தும் விட்டார்.

அவர் மறைந்த பின்னர், அவரது பொருட்களின் இடையே கிடைத்த அந்தக் கடிதம், அட்லாண்டா நகரைச் சேர்ந்த எலிசபெத் பெர்கெர்சன், கூட்டமைப்பின் படையில் வீரராகப் பணிபுரிந்த அவரது சகோதரனுக்கு எழுதியது. சாமுவேல் வைல்ட்மேனின் மகள் அதைப் பேர்கெர்சன் குடும்பத்தினரிடம் சேர்த்துவிட்டார்.

அந்தக் கடிதத்தில் வில்லியம் ஷெர்மனின் அட்லாண்டா நடவடிக்கையின் நிலை குறித்தும், தங்கள் குடும்பத்தின் நிலை குறித்தும் எலிசபெத் அவரது சகோதரனுக்கு எழுதுகிறார்.

'அட்லாண்டா, ஜார்ஜியா.

டிசம்பர் 2, 1864.

ஆங்கஸ் எம். பேர்கெர்சன்.

அன்புள்ள ஆங், உனக்குக் கடிதம் எழுதுவது மிகவும் விநோதமாகவே எனக்குத் தெரிகிறது. நான் உனக்குக் கடிதம் எழுதி வெகு காலமாகிவிட்டது. நான் எழுதுவதைக் கண்டு, உனக்குப் பதவி உயர்வு கிட்டிய உத்தரவு வீட்டிற்கு வந்துவிட்டதோ என்றுகூட நீ எண்ணலாம். ஆனால் வீட்டில் இருந்து கிடைக்கும்

எந்தக் கடிதத்தையும் நீ மேலானதாக எண்ணுவாய் என்று எனக்குத் தெரியும். நீண்ட நாட்களாகக் கடிதம் எழுதவில்லை என்பதால், ஒரு நீண்ட கடிதத்தை வாசிக்கத் தயாராகிக் கொள். நாங்கள் திரும்பவும் ஒன்றியத்துடன் இணைந்த நாளில் இருந்து துவங்குகிறேன். இல்லை, இல்லை அதற்கு முந்தைய இரவில் இருந்து துவங்குகிறேன்....

முந்தைய நாளிரவில், நமது வீட்டின் அருகே முகாமிட்டிருந்த கென்டக்கி வீரர்கள், தாங்கள் கிளம்புவதாகவும், எந்த நேரமும் 'நீலச் சட்டைகள்' வந்துவிடலாம் என்றும் தெரிவித்தனர். மறுநாள் காலை, டேனி (இன்னொரு சகோதரன்) தன்னுடைய நொண்டி குதிரையில் ஏறிக் கொண்டு , பெக்குடன் சென்றான். ஆனால் சிறிது நேரத்திலேயே வேகமாகத் திரும்பினான். அவனைத் தொடர்ந்து இரண்டு, மூன்று யாங்கீ (yankee) வீரர்கள் வந்தார்கள். அவர்கள் வருவதற்குள் டேனி பின்பக்கமாக ஓடிவிட்டான்.

அப்பா கடையில் இருந்தார். அவரிடம் விசாரித்தார்கள். அவரும் அவன் ஓடிவிட்டதாகத் தெரிவித்தார். சிறிது நேரத்தில் இன்னமும் இருபது, முப்பது வீரர்கள் வந்துவிட்டார்கள். அவர்கள் அனைவரும் தேடினார்கள். அம்மா அவர்களிடம் குதிரையை ஒன்றும் செய்ய வேண்டாம் என்று கெஞ்சினார். அவர்களும் நம்முடைய வயதான குதிரையை மட்டும் ஓட்டிக் கொண்டு போனார்கள்.

மறுநாள் காலை எழுந்தவுடன் யாங்கீகள் வந்து கொண்டிருக்கிறார்கள் என்பதைத்தான் கேட்டேன். உடனே நானும் டில்லும் (இன்னொரு சகோதரி) எழுந்து உடை மாற்றிக் கொண்டிருக்கும் போதே, கதவைத் திறந்து கொண்டு ஒரு நீலச் சட்டை வீரன் வந்துவிட்டான். எங்களைப் பார்த்து வெட்கமடைந்தானோ என்னவோ, அப்படியே வெளியே சென்றுவிட்டான். வீட்டை அன்று முழுவதும் வீரர்கள் சோதனை இட்டுக் கொண்டே இருந்தார்கள். துப்பாக்கி இருக்கிறதா என்று பார்க்கிறார்களாம். எதுவும் கிடைக்கவில்லை என்பதால் அவர்கள் எங்களைத் தொந்தரவு செய்யவில்லை.

அப்பாவிடம் புகையிலை கேட்டார்கள். கிடைத்தால் எடுத்துக் கொள்ளுங்கள் என்று சொல்லிவிட்டார். இது வெள்ளிக்கிழமை நடந்தது. அடுத்த இரண்டு நாட்களும் பல வீரர்கள் கடந்து சென்றாலும், யாரும் நமது வீட்டிற்குள் வரவில்லை.

ஞாயிற்றுக் கிழமை, வீட்டிற்கு வந்த ஒரு யாங்கீ அதிகாரி, பெரிய படை ஒன்று வருவதாகவும், வீட்டில் இருக்கும் கோழிகளை

எல்லாம் பத்திரப்படுத்திக் கொள்ளவேண்டும் என்றும் கூறினார். ஆனால் அன்றே வீட்டில் இருந்த கோழிகளை எல்லாம் அவர்கள் எடுத்துக் கொண்டார்கள்.

அப்போது சமையலறையில் இரவு உணவு சமைத்துக் கொண்டிருந்தோம். நாங்கள் சமைத்துக் கொண்டிருந்த உணவு, பாத்திரங்கள் என அனைத்தையும் எடுத்துச் சென்றுவிட்டார்கள். நாங்கள் சண்டையிட்டு ஒன்றிரண்டு பாத்திரங்களை எடுத்து வைத்தோம்...

வியாழக்கிழமை அவர்கள் ஜின்னின் வீடு, லாயம், கடை, சமையலறை, தோட்டம், வேலி என அனைத்தையும் உடைத்து, பிரித்து எடுத்துச் சென்றுவிட்டார்கள். நம் வீட்டில் முதலில் வந்தவர்களைத் தவிர, வேறு யாரும் தொந்தரவு செய்யவில்லை... ஆனால் நமது வீட்டு வேலியை அவர்களது முகாமிற்காக முழுவதுமாக எடுத்துச் சென்றுவிட்டார்கள். ஒரே வாரத்தில் அங்கே வேலி இருந்ததற்கான அடையாளமே இல்லை. உன் கையகலத்திற்கு ஒரு மரக்கட்டையைக் கூட நீ பார்த்திருக்க முடியாது.

அவர்கள் அங்கே சிறிய மர அரண் ஒன்றை எழுப்பிக் கொண்டிருந்தார்கள். அதற்கு வெளியே நமது வீடு இருந்ததால், நம் வீடு தப்பித்தது. ஆனாலும் தினமும் நிறைய அதிகாரிகளும் வீரர்களும் வந்து போய்க் கொண்டிருந்தார்கள்.

68வது ஓஹியோ ரெஜிமென்டைச் சேர்ந்த கேப்டன் வில்லியம்ஸ் என்னை விரும்புவதாகக் கூடத் தெரிவித்தான். நீ எப்போதாவது ஷெர்மனின் படைகளைப் போர்க்களத்தில் சந்தித்தால், அந்த மடையனைக் கண்டுபிடித்து, அவனது சட்டையைப் பிடித்துத் தூக்கி உலுக்கவேண்டும். இதை நான் செய்யச் சொன்னேன் என்று அவனிடம் சொல்ல வேண்டும். மற்றபடி அவர்கள் அப்பாவையோ, டேனியையோ தொந்தரவு செய்யவில்லை...

அடுத்த சனிக்கிழமை இரவு, நகரில் நெருப்பு பற்றி எரிவதைப் பார்த்தேன். அடுத்த மூன்று நாட்கள் நெருப்பு எரிந்து கொண்டிருந்தது. நானும் டில்லும் முற்றத்தில் நின்று பார்த்துக் கொண்டிருந்தோம்...

அட்லாண்டா முழுவதுமாக அழிந்துவிட்டது. நான் இன்னமும் அங்கே செல்லவில்லை. ஆனால் கேள்விப்படுவது எல்லாம் பயங்கரமாக இருக்கிறது. நகர மன்றத்தைத் தவிர எல்லாம்

அழிந்துவிட்டது. நமது குடும்ப நண்பர் டான் அங்குச் சென்றிருந்தார். வீடுகள் இருந்ததற்கான தடயமே எங்கும் இல்லை என்கிறார்...

நம் இடத்திலும் நமது வீட்டையும், சமையலறையும் தவிர வேறெதுவும் இல்லை. ஒரு பன்றி, நான்கு கோழிகள், ரெண்டு கிழட்டுக் குதிரைகள், பத்து நாய்கள் மட்டுமே இருக்கின்றன. டெர்ரியின் வீடு இருந்த இடம் விளக்குமாற்றினால் கூட்டிவிட்டது போல இருக்கிறது. ஆடம் பூலின் வீட்டில் ஒரு மரக்கட்டை கூட இல்லை. ஆன் மங்கும், ராப், கிரகாம், லில்லி என அனைவரின் வீடுகளும் மண்ணோடு மண்ணாகிவிட்டன. ஏன், நமது தேவாலயத்தைக் கூட விட்டுவைக்கவில்லை. டெர்ரியின் வீடு, ஆலை என எல்லாம் அழிந்துவிட்டது. அனைவரும் இப்போது அகதிகளாகச் சுற்றிக் கொண்டிருக்கிறார்கள்...

ஆங், இத்துடன் நான் முடித்துக் கொள்கிறேன். லென் உயிரோடு இருக்கிறானா இல்லையா என்பது தெரிந்தால், எனக்கு எழுது. இல்லையென்றாலும், கடிதம் கிடைத்தவுடன் பதில் எழுது.

லிசி.'

கிட்டத்தட்ட பதினைந்து பக்கங்களுக்குச் செல்லும் இந்தக் கடிதம், போரின் பாதிப்பைச் சொல்லிக்கொண்டே போகிறது.

ஷெர்மனின் அட்லாண்டா வெற்றி, போரை நிச்சயமாக ஒன்றியத்தின் வெற்றியை நோக்கித் திருப்பியது. அந்த இடத்தில் இருந்து, எதாவது அதிசயம் நடந்து கூட்டமைப்புப் படைகள் வென்றுவிடாதா என்று எண்ணியவர்கள்கூட, தங்கள் எண்ணத்தை மாற்றிக் கொண்டார்கள்.

ஷெர்மனின் படைகள் ஆக்கிரமித்திருந்த இரண்டு மாதங்களில், அட்லாண்டா நகரின் பொதுமக்கள் அனைவரும் நகரிலிருந்து வெளியேற்றப்பட்டனர். மூன்று நாட்கள் நகரம் எரிந்தது. ரயில் நிலையம், ஆயுதக் கிடங்கு என்று முக்கியமான இடங்கள் அனைத்தும் தீக்கிரையாக்கப்பட்டன. அன்றைய மதிப்பில் பல நூறாயிரம் டாலர்கள் மதிப்புள்ள சொத்துகள் அழிக்கப்பட்டதாக ஷெர்மனே எழுதுகிறார்.

அட்லாண்டா நகரின் மேயர், நகரை இந்த விதமாக அழிப்பதை எதிர்த்து ஜெனரல் ஷெர்மனிற்குக் கடிதம் எழுதினார். அதற்கு ஷெர்மன் எழுதிய கடிதம் அவரது நடவடிக்கைகளுக்கான காரணத்தை விளக்குகிறது.

‘மிஸ்ஸிஸிப்பிப் பிரிவு படைகளின் தலைமை.

போர்க்களம். அட்லாண்டா, செப்டெம்பர் 12, 1864.

ஜேம்ஸ் சி. கால்ஹவுன் மற்றும் அட்லாண்டா நகர மன்ற உறுப்பினர்கள்.

என்னுடைய உத்தரவுகளைத் திரும்பப் பெற்றுக்கொள்ள வேண்டி 11ஆம் தேதி நீங்கள் எழுதிய கடிதம் கிடைத்தது. என்னுடைய உத்தரவினால் அனைவருக்கும் ஏற்படக்கூடிய சிரமங்களைப் பற்றி எழுதியிருக்கிறீர்கள். நீங்கள் எழுதியிருப்பதில் இருக்கும் உண்மையை அறிந்திருந்தாலும், நான் என் உத்தரவுகளைத் திரும்பப் பெற போவதில்லை...

போர் கொடூரமானது. அதை எந்த விதத்திலும் உங்களால் செம்மைப்படுத்த முடியாது. இந்த நாட்டிற்குப் போரைக் கொண்டு வந்தவர்களே மக்களின் சாபங்களையும் பெற்றுக் கொள்ளவேண்டும். இந்தப் போரை நான் ஆரம்பிக்கவில்லை. அமைதியைக் கொண்டு வர எந்தத் தியாகத்தையும் செய்ய நான் தயாராக இருக்கிறேன்...

இயற்கை சீற்றத்திற்கு எதிராக எப்படி உங்களால் கடிதம் எழுத முடியாதோ அப்படியே போரின் கொடுமைகளுக்கு எதிராகவும் எழுதமுடியாது. அட்லாண்டாவின் மக்களுக்கு அமைதி வேண்டுமென்றால், அவர்கள் இந்தப் போரைத் தவறு என்று முதலில் ஒத்துக் கொள்ள வேண்டும். உங்கள் குதிரைகளோ, நிலமோ, வீடோ எங்களுக்குத் தேவையில்லை. அமெரிக்கக் குடியரசின் சட்டங்களை மதித்து நடக்கவேண்டும் என்று மட்டுமே கேட்கிறேன்...

அமைதி திரும்பும்போது, நானும் உங்களுடன் சேர்ந்து சிரிக்கத் தயாராக இருக்கிறேன். உங்களுக்கு எந்தப் பக்கமிருந்தும் வரும் ஆபத்துகளில் இருந்து உங்களைக் காக்கவும் தயாராக இருக்கிறேன். ஆனால் இப்போது நீங்கள், வயதானவர்கள், பெண்கள், குழந்தைகளுடன் போர் முடியும் வரை அட்லாண்டாவை விட்டு வெளியேறிதான் ஆகவேண்டும்.

உங்கள்

மேஜர் ஜெனரல் டபிள்யூ. டி. ஷெர்மன்.’

30. தெற்கின் ஓலம்

'ஜார்ஜியாவை ஓலமிடச் செய்வேன்!'

- வில்லியம் ஷெர்மன்.

பிரெஞ்சு புரட்சியின் பொழுது, மக்கள் புரட்சியில் மன்னராட்சி முடிவிற்கு வந்தது. அதைப் பொறுக்காத பிற ஐரோப்பிய நாடுகள் ஒன்றாகச் சேர்ந்து பிரெஞ்சு நாட்டின் மீது படையெடுத்தன. தங்களுடைய புதிய குடியரசு மீது நடக்கப் போகும் தாக்குதலைத் தடுக்க, புதிய பிரெஞ்சு அரசு தங்களுடைய நாட்டின் முழு வளங்களையும் போருக்கு என்று கையகப்படுத்தியது. 1793இல் ராணுவ சேவையைக் கட்டாயமாக்கி முதல் முறையாக 10 லட்சம் வீரர்களைக் கொண்ட படையை உருவாக்கியது. 'முழுப் போர்' (Total war) என்ற பதம் உருவானது.

ஷெர்மன் அதைத்தான் ஜார்ஜியாவிற்குக் கொண்டு வந்தார். போர் என்பது எங்கோ போர்க்களத்தில் இரண்டு படைகள் போட்டுக் கொள்வது என்பதில் இருந்து, நாடு முழுவதும் கொண்டு செல்லப்பட்டது. பொது மக்களின் மீது போர் தொடுப்பது, பொருளாதார ரீதியாகவோ, வேறு விதத்திலோ நியாயமா என்ற கேள்வி எழும். ஆனால் ஷெர்மன் பொதுமக்களின் சொத்துக்களையோ, பொதுமக்களையோ தாக்குவதையோ, அழிப்பதையோ தடுத்திருந்தார். ஆனால் 60-70 ஆயிரம் வீரர்கள் ஒன்றாகச் செல்லும்போது, இதை முற்றிலுமாகத் தடுக்க முடியுமா?

லிங்கனின் தேர்தல் வெற்றி செய்தி கிடைத்தவுடனே ஷெர்மன் தனது அடுத்தத் திட்டத்தை உருவாக்கிவிட்டார். அட்லாண்டாவில் இருந்து

ஜார்ஜியாவில் மறுகோடியில் 500 கிலோ மீட்டர் தொலைவில் அட்லாண்டிக் நதிக்கரையில் இருக்கும் சவான்னா நகரை அடைவது. ஆனால் உணவு மற்றும் மற்ற தேவைகளுக்குச் செல்லும் வழியில் எடுத்துக் கொள்வது. அப்படியே அனைத்து ராணுவத் தொழிற்சாலைகள், ராணுவத்திற்கு உதவும் தொழில்கள் முதலியவற்றை முற்றிலுமாக அழித்துவிடுவது போன்றவை இந்த அணிவகுப்பின் முக்கிய நோக்கங்கள்.

அந்த நேரத்தில் இது போன்றதொரு நீண்ட படைகளின் அணிவகுப்பை எந்த ராணுவமும் நடத்தியதில்லை. அதுவும் உணவுப் பொருட்களைக் கொண்டு செல்லாமல் சென்றதில்லை. அனைவருக்கும் மாஸ்கோவில் இருந்து எந்த உணவு பொருட்களும் இல்லாமல் திரும்பிய நெப்போலியன் மட்டுமே நினைவில் இருந்தார். ஆனால் ஷெர்மன் '10 லட்சம் மக்கள் வசிக்கும் மாநிலத்தில் எனது படைகளுக்கு உணவு கிடைக்கும்' என்றார்.

லிங்கனும் கிராண்ட்டும் இந்தத் திட்டத்தை முதலில் எதிர்க்கத்தான் செய்தார்கள். ஆனால் கிராண்ட் ஷெர்மனை முழுவதுமாக நம்பினார். கிராண்டிற்கும் ஷெர்மனிற்குமான உறவு மிகவும் தனித்துவமானது. அவர்கள் இருவரும் மிகவும் நெருக்கமான நண்பர்கள். ஷெர்மன் அவரது சுயசரிதையில் எழுதுகிறார். 'நான் மன அழுத்தத்தில் இருந்தபொழுது கிராண்ட் எனக்குத் துணையாக இருந்தார். கிராண்ட் குடிப்பழக்கத்தால் அவதியுற்றபோது, நான் அவருக்குத் துணைக்கு நின்றேன். இப்போது நாங்கள் இருவரும் எப்போதும் ஒருவருக்கு ஒருவர் துணையாக நிற்கிறோம்.'

அவர்களது நட்பு ஒருவருக்கு மற்றவர் மீதான மரியாதையின் அடிப்படையில் ஏற்பட்டது மட்டுமல்ல, இருவரும் தங்களது நிறை, குறைகளைப் புரிந்து கொண்டிருந்ததாலும் ஏற்பட்டது. எனவே கிராண்ட் தன்னுடைய சம்மதத்தை ஷெர்மனின் மீதான நட்பின் அடிப்படையில் வழங்கிவிட்டார். நவம்பர் 15, 1864 அன்று ஷெர்மனின் படைகள் சவான்னாவை நோக்கி நகர ஆரம்பித்தன.

ஆனால் இன்னமும் அட்லாண்டாவில் இருந்து பின்வாங்கிய ஜெனரல் ஹூட்டின் படைகள் ஷெர்மனிற்கு அருகிலேயே இருந்தன. ஷெர்மனின் அடுத்த இலக்கு என்ன என்று தெரியாத நிலையில், ஜெனரல் ஹூட், ஷெர்மனை ஜார்ஜியாவில் இருந்து வெளியே இழுக்கத் திட்டம் ஒன்றைத் தீட்டினார். தன்னுடைய படைகளில் 12,000 வீரர்களை ஜெனரல் ஜோசப் ஜான்ஸ்டன் தலைமையில் ஜார்ஜியாவில் விட்டுவிட்டு, ஏனைய வீரர்களுடன் டென்னிசியை நோக்கிச் சென்றார். தான் டென்னிசியைத் தாக்குவதைத் தடுக்க

ஷெர்மன் தன்னைப் பின்தொடர்ந்து வருவார் என்பது அவரது எண்ணம்.

ஆனால் ஷெர்மனிற்கு இப்போது ஹூட் ஒரு தொந்தரவு மட்டுமே. 'ஜெனரல் ஹூட் ஓஹியோவிற்குச் செல்வதாக இருந்தால், நானே அவருக்கு உணவை அனுப்பத் தயாராக இருக்கிறேன்' என்பதே ஷெர்மனின் பதில். தன்னுடைய திட்டம் எதிர்ப்பில்லாமல் நிறைவேறும் என்பதே அவரது எண்ணம். ஆனாலும், தன்னுடைய படையில் ஒரு பகுதியைப் பிரித்து ஜெனரல் ஜார்ஜ் தாமஸ் தலைமையில் ஹூட்டைத் தொடர அனுப்பினார்.

இப்போது ஷெர்மனின் வழியில் எதிர்ப்பதற்கு ஜான்ஸ்டனின் சிறிய படையைத் தவிர எதுவும் இல்லை. நவம்பர் 15ஆம் தேதி ஷெர்மன் தன்னுடைய படைகளுடன் சவான்னாவை நோக்கிக் கிளம்பினார்.

தன்னுடைய இலக்கு எது என்பதை மறைக்க, தன்னுடைய படைகளை 60 மைல் அகலத்திற்கு இரண்டு பகுதிகளாகப் பிரித்து அணிவகுக்கச் செய்தார். அவர் ஜார்ஜியா மாநிலத் தலைநகரான அகஸ்டாவிற்குச் செல்கிறாரா அல்லது சவான்னாவை நோக்கிச் செல்கிறாரா என்பதை இறுதிவரை வெற்றிகரமாக மறைத்து வைத்திருந்தார். உண்மையில், அது வெளியில் தெரிந்திருந்தாலும் அவரை எதிர்ப்பதற்கு எந்தப் படைகளும் இல்லை.

நான்கு வருடங்களாக நடந்து கொண்டிருக்கும் போர் இதுவரை இந்த மாநிலங்களைத் தொடவில்லை. எனவே போரின் உண்மையான கோரமுகத்தை அவர்கள் கண்டதில்லை. அமெரிக்கப் புரட்சியைப் போலத் தோற்காமல் இருந்தாலே தாங்கள் வெற்றி பெற்று விடுவோம் என்பதே அவர்களது எண்ணமாக இருந்தது.

ஷெர்மன் இந்த நம்பிக்கையைத் தகர்ப்பதையே இலக்காக வைத்திருந்தார். எனவே அவரது படைகள் செல்லும் வழியில் இருக்கும் சாலைகள், ரயில் பாதைகள், பலவிதமான தொழிற்சாலைகள், பருத்தி தோட்டங்கள், வயல்கள் என எதையும் விட்டுவைக்காமல் அழித்தார்கள்.

அனைத்து வீடுகளில் இருந்தும் உணவைக் கேட்டோ வற்புறுத்தியோ எடுத்துக் கொண்டார்கள். ஆடு, மாடு என அனைத்துக் கால்நடைகளும், கோழி போன்ற பறவைகளும் படைகளின் உணவிற்காக எடுத்துக் கொள்ளப்பட்டது. பல இடங்களில் சமையல் பாத்திரங்கள், வீட்டில் இருக்கும் விலை உயர்ந்த பொருட்கள் என அனைத்தும் எடுத்துக் கொள்ளப்பட்டன.

தனிப்பட்ட பொருட்களை எடுத்துக்கொள்ளக் கூடாது என்னும் ஷெர்மனின் உத்தரவு படைகளைக் கட்டுப்படுத்தவில்லை. பொதுமக்களைத் துன்புறுத்துபவர்கள் அவர்களது அதிகாரிகளால் கண்டுபிடிக்கப்பட்டால், சுட்டுக் கொல்லப்பட்டார்கள். ஆனாலும் படைகள் முழுமையான கட்டுப்பாட்டின்கீழ் வரவில்லை.

இந்தப் பகுதிகளில் இருந்த அடிமைகள் தங்களைத் தாங்களே விடுவித்துக் கொண்டு, படைகளின் பின்னே செல்ல ஆரம்பித்தார்கள். ஆனால் இது ஷெர்மனிற்குப் புதுவிதமான பிரச்சினைகளைக் கொண்டு வந்தது. அவர்களுக்கு யார் உணவு தருவது? எனவே பின்னால் வரும் அடிமைகளைப் படைகள் தடுக்க முயன்றார்கள்.

ஷெர்மனை எதிர்ப்பதற்கு எந்தப் படையும் இல்லை என்றாலும், சிறு குழுவாகக் கூட்டமைப்பின் வீரர்கள் மறைந்திருந்து தாக்குதல்களை நிகழ்த்திக் கொண்டிருந்தார்கள். அப்படியாக ஓரிடத்தில் பல கண்ணிவெடிகளை அவர்கள் புதைத்து வைத்திருந்தார்கள். அவற்றில் சில வெடித்து ஒன்றிய படைகளில் சிலர் காயமடைந்தார்கள். கோபமடைந்த ஷெர்மன், தன்னிடம் இருந்த கூட்டமைப்பு வீரர்களை முதலில் செல்ல செய்தார்.

ஷெர்மனின் கடலை நோக்கிய அணிவகுப்பு நிகழ ஆரம்பித்த சில நாட்களிலேயே தென் மாநிலங்கள் அனைத்திலும் பயங்கரத்தைக் கொண்டு வந்தது. தங்களது மாநிலம் முழுவதுமாகத் தாக்கப் படுவதைக் கேள்விப்பட்ட லீயின் படைகளில் இருந்த ஜார்ஜியா வீரர்கள் தங்கள் மாநிலத்திற்குத் திரும்ப ஆரம்பித்தார்கள்.

●

நாம் முன்பே பார்த்திருக்கும் தெற்கு கரோலினாவைச் சேர்ந்த நாட்குறிப்பு எழுதும் மேரி செஸ்ட்நட்டின் பதிவில் இருந்து 1864ஆம் ஆண்டிலிருந்து சில நாள்களைப் பார்த்தால் ஷெர்மன் எத்தகைய பயத்தைத் தென் மாநிலங்களில் ஏற்படுத்தினார் என்பது புரியும்.

> **நவம்பர் 6.** அட்லாண்டாவில் ஜெனரல் ஹூட்டைத் தொடர ஜார்ஜ் தாமசை அனுப்புகிறார். ஹூட்டிடம் முப்பதினாயிரம், தாமஸிடம் நாற்பதினாயிரம் வீரர்கள் இருக்கிறார்கள். ஆனால் தாமஸ் இன்னமும் எவ்வளவு வீரர்கள் வேண்டுமோ அவ்வளவு பெற்றுக் கொள்ளலாம். மணியை அடித்தால், அவருக்குத் தேவையான வீரர்கள் கிடைப்பார்கள். கிராண்ட் அவருக்குத் தேவையானதைப்பெற்றுக் கொள்ளலாம். அவர்களுக்கு முழு உலகமும் இருக்கிறது, நாங்கள் சிறையில் இருக்கிறோம். கடலில் இருக்கிறோம். எங்கள் படகில் துளை விழுந்திருக்கிறது.

நவம்பர் 17. ஷெர்மன் அட்லாண்டாவைக் கைப்பற்றியிருந்தாலும், அவர் அங்கே இருக்கப் போவதில்லை. சொர்க்கமோ நரகமோ எங்களுக்கு நெருப்பும் வாளும்தான்.

நவம்பர் 25. ஷெர்மன் அகஸ்டாவின் கதவுகளைத் தட்டிக் கொண்டிருக்கிறார்.

நவம்பர் 28. எங்கள் ஆண்கள் எல்லோரும் இறந்துவிட்டார்கள். எங்களிடம் பணமும் இல்லை. யாங்கீகளுக்கு நாங்கள் சண்டையிட கற்றுக் கொடுத்தது போலிருக்கிறது. எங்களது வீரர்கள் எல்லாம் மண்ணில் புதையுண்டார்கள். இன்னொரு தலைமுறை வளர்ந்து வரும் வரை நாங்கள் காத்திருக்க வேண்டும். மனதில் கவலையுடன், எங்கள் வீடுகள் எரிந்து கொண்டோ அல்லது எரியப்போவதைப் பார்த்துக் கொண்டோ நாங்கள் நின்று கொண்டிருக்கிறோம்.

டிசம்பர் 5. ஹூட் ஷெர்மனின் பின்னே செல்ல மாட்டார். அவரது பின்னே ஜார்ஜ் தாமஸ் நாற்பதினாயிரம் வீரர்களுடன் துரத்துகிறார். தாமஸிற்கும் ஷெர்மனிற்கும் நடுவே ஹூட் நசுக்கப்படப் போகிறார். அதனால் எங்கே என்று தெரியாமல் அவர் சென்று கொண்டிருக்கிறார். எதுவும் ஆறுதல் தரும் செய்தியாக இல்லை.

டிசம்பர் 14. மக்கலிஸ்ட்டர் கோட்டை விழுந்துவிட்டது! சென்று வா, சவான்னா!

டிசம்பர் 19. எங்களைச் சுற்றி தண்ணீர் சூழ்ந்துள்ளது. நாங்கள் வெள்ளத்தின்போது வீட்டுக்குள் இருக்கிறோம். ஆனால் இதைப் பற்றியெல்லாம் நாங்கள் எண்ணுவதில்லை. நாங்கள் எதையும் யோசிக்காமல் உண்கிறோம், நடனமாடுகிறோம், குடிக்கிறோம். சிரிக்கிறோம்.

மேரி செஸ்ட்நட் ஒரு தென் மாநிலப் பெண்மணி என்பதையும் அவரது கணவர் கூட்டமைப்புப் படைகளின் தளபதிகளில் ஒருவர் என்பதையும் நினைவில் வைத்துக் கொள்வோம். எனவே மற்ற தென் மாநிலத்தவரைவிடச் சற்று அதிகமான வசதியுடனே அவர் இருந்தார். அவரது விசுவாசமும் தென் மாநில படைகளுக்கே இருந்தது.

அவரது தோட்ட மாளிகை வாழ்வைச் சாத்தியமாக்கும் அடிமைகளைப் பற்றிய அவரது எண்ணங்கள் மோசம் என்பதில் இருந்து கிட்டத்தட்ட அருவருப்பு என்று சொல்லும் அளவிலேயே இருக்கிறது. அவர் கறுப்பர்களை 'creatures' என்றே எழுதுகிறார்.

எனவே இந்த நாட்குறிப்பு தென் மாநில வெள்ளையர்களது பார்வையில் இருந்தே எழுதப்படுகிறது என்பதை நினைவுறுத்திக் கொள்ள வேண்டும்.

•

டிசம்பர் 12ஆம் தேதி போல ஷெர்மனின் படைகள் சவான்னாவைச் சுற்றி வளைத்தன. முற்றுகை துவங்கியது. கடல் வழியாகவும் ஒன்றிய கப்பற்படை முற்றுகையிட்டிருந்தது.

டிசம்பர் 17ஆம் தேதி ஷெர்மன் நகரைச் சரணடையும்படி அங்கிருந்து சிறு கூட்டமைப்பின் படைக்குக் கெடு விதித்தார். ஆனால் அவர்கள் சரணடைவதற்குப் பதில் அங்கிருந்து தப்பித்துச் சென்றுவிட்டார்கள்.

இதே நேரத்தில் ஜெனரல் ஜார்ஜ் தாமஸ், டென்னிசி மாநிலத்தின் நாஷ்வில் நகரின் அருகே வைத்து நிர்மூலமாக்கிவிட்டார். 30,000 வீரர்கள் இருந்த ஜெனரல் ஹூடின் கூட்டமைப்பின் படைகளில், சண்டைக்குப் பின்னர் 15,000 வீரர்களுக்கும் குறைவாகவே இருந்தார்கள்.

டிசம்பர் 21ஆம் தேதி சவான்னா நகரின் மேயரும், மற்ற சில பிரமுகர்களும் தங்களது நகரைச் சரணடைய வைப்பதாகவும், பொதுமக்களின் சொத்துகளுக்குச் சேதம் விளைவிக்கக்கூடாது என்றும் தெரிவித்தனர். ஷெர்மன் ஒப்புக்கொள்ளவே அன்றே நகரம் சரணடைந்தது. ஷெர்மன் கடலை அடைந்துவிட்டார்.

டிசம்பர் 22ஆம் தேதி லிங்கனுக்குச் செய்தி அனுப்பினார் ஷெர்மன்.

> ‘கிறிஸ்துமஸ் பரிசாக நான் உங்களுக்குச் சவான்னா நகரைத் தருகிறேன். நூற்றைம்பது பீரங்கிகள், நிறைய வெடிமருந்து, இருபத்தைந்தாயிரம் பேல்கள் பருத்தி முதலியவையும் பரிசாகத் தருகிறேன்.’

லிங்கன் பதிலுக்கு,

> ‘உங்களது பரிசுக்கு நன்றி. நீங்கள் முதலில் அட்லாண்டிக் சமுத்திரத்தை நோக்கிச் செல்வதாகத் தெரிந்தவுடன், எனக்குக் கவலையாக இருந்தது. ஆனாலும் நான் தலையிடவில்லை. இப்போது நாம் வெற்றி அடைந்துவிட்டதால், எல்லாப் புகழும் உங்களுக்கே. ஜெனரல் தாமஸின் வெற்றியையும் சேர்த்துப் பார்த்தால், இது மிகப் பெரிய வெற்றியாகும்... அடுத்து என்ன என்பதை நீங்களும் ஜெனரல் கிராண்ட்டும் முடிவு செய்யுங்கள்.

உங்களது படையின் வீரர்களுக்கும், அதிகாரிகளுக்கும் என்னுடைய நன்றியைத் தெரிவியுங்கள்.'

என்று எழுதினார்.

வில்லியம் ஷெர்மனின் படைகள் 500 கிமீ சென்று சவான்னாவைக் கைப்பற்றியது கூட்டமைப்பின் முழுப் போர் முயற்சியையும் முறியடித்தது. இதில் இன்னமும் ஒரு 100 மில்லியன் டாலர்கள் (அன்றைய மதிப்பில்) சேதம் ஏற்பட்டது என்று ஷெர்மன் எழுதுகிறார்.

சவான்னாவில் இருந்து ஒன்றியப் போர்க்கப்பல்களில் ஏறி, விர்ஜினியாவிற்கு வந்து லீயின் படைகளைத் தோற்கடிக்கும் முயற்சியில் உதவும்படி ஜெனரல் கிராண்ட் கேட்டுக் கொண்டார்.

ஷெர்மனும் தன்னுடைய படைகளுடன் ஜெனரல் கிராண்டின் படைகளை நோக்கிச் செல்லவே முடிவு செய்திருந்தார். ஆனால் நிலவழியாக. ஒன்றியத்தில் இருந்து பிரிவினையைத் துவக்கிய முதல் மாநிலத்தின் வழியே சென்று அவர்களுக்கும் ஒரு பாடம் கற்பிக்க முடிவு செய்திருந்தார். அவரது அடுத்த இலக்கு, தெற்கு கரோலினா.

31. வெற்றி

'யார் மீதும் வெறுப்பு இல்லாமல், அனைவர் மீதும் அன்புடனும்... நாம் எடுத்துக் கொண்ட வேலையை முடிப்பதற்கு உழைப்போம்...நமது தேசத்தின் காயங்களை ஆற்றுவோம்... நியாயமான, எப்போதும் நிலைக்கும் அமைதியைப் பெறுவதற்குத் தேவையான எல்லாவற்றையும் நாம் செய்வோம்.'

- ஆபிரகாம் லிங்கன்

மார்ச் 4, 1965. சனிக்கிழமை. வாஷிங்டன் நகரம். இரண்டு நாட்களாக மழை பெய்து கொண்டிருந்ததால், வாஷிங்டன் நகரின் சாலைகள் எல்லாம் சேறும் சகதியுமாக இருந்தன. ஆனாலும் அன்று ஆயிரக்கணக்கான மக்கள் நகருக்குள் வந்து கொண்டிருந்தார்கள். நகரின் அனைத்து விடுதிகளும் வீடுகளும் நிரம்பி இருந்தன. நல்ல வேளையாக, அன்றைய தினம் மழை நின்றிருந்தது.

அன்று வெள்ளை மாளிகையில் இருந்து அமெரிக்க நாடாளுமன்றமான 'கேபிடல்' கட்டடம் வரை ஊர்வலம் ஒன்று சென்று கொண்டிருந்தது. இரண்டு பக்கமும் மக்கள் நிரம்பி இருந்தார்கள். பெருமளவில் அருகில் இருந்த போர்ப் படைகளின் வீரர்கள் இருந்தார்கள்.

அதிலும் அன்று அங்கே நிரம்பியிருந்த கூட்டத்தில் நிறைய கறுப்பர்கள் இருந்தார்கள். விடுதலை அடைந்த அடிமைகள், புதிதாக அமெரிக்கப் படைகளில் சேர்ந்திருந்த வீரர்கள் என்று கூட்டம் எல்லாவிதமான மக்களையும் உள்ளடக்கி இருந்தது. அனைவரின் முகத்திலும் மகிழ்ச்சி வழிந்தோடியது. அந்தக் கூட்டத்தில் அன்று பிரெடெரிக் டக்லுசும் இருந்தார். குடியரசுத் தலைவரின் வண்டியின் அருகிலேயே சென்று கொண்டிருந்தார்.

ஆனால் அவர்கள் எதிர்பார்த்தது போல வண்டியில் லிங்கன் இல்லை. லிங்கனின் மனைவி மேரி மட்டுமே இருந்தார். லிங்கன் அன்று காலையே 'கேபிடல்' சென்றுவிட்டார்.

செனட் அவையில் புதிய செனட்டர்கள் பதவியேற்றுக் கொண்டிருந்தார்கள். அவர்கள் பதவியேற்ற பின்னர் லிங்கனின் பதவியேற்பு நிகழ்வு நடக்க இருந்தது. அவரது புதிய துணைக் குடியரசுத் தலைவர், ஆண்ட்ரு ஜான்சன், முழுவதுமாகக் குடித்துவிட்டுச் செனட் அவையில் உளறிக் கொண்டிருப்பதை வருத்தத்துடன் பார்த்துக் கொண்டிருந்தார். ஒருவழியாக அவரும் பதவியேற்று முடித்தவுடன், அனைவரும் வெளியே சென்றனர்.

அன்றைய நிகழ்வைப் பார்க்க வந்திருந்த வடமாநிலப் பத்திரிகைகளின் நிருபர்கள், நான்கு வருடங்களுக்கு முந்தைய நிகழ்விற்கும் அன்றைய நிகழ்விற்குமான வித்தியாசங்களைக் கவனித்தனர். நான்கு வருடங்களுக்கு முன்பு, போர் ஆரம்பித்திருந்தது. வாஷிங்டனின் அருகிலேயே கூட்டமைப்பின் படைகள் இருந்தன. அனைவரும் புதிய குடியரசுத் தலைவர் என்ன பேசப் போகிறார் என்ற எதிர்பார்ப்பில் இருந்தார்கள்.

இப்போதோ, வெற்றி கைக்கெட்டும் தூரத்தில் இருந்தது. நகரம் விழாக்கோலம் பூண்டிருந்தது. மக்கள் அனைவரும் மிகுந்த மகிழ்ச்சியுடன் அன்றைய தினத்தைக் கழித்துக் கொண்டிருந்தார்கள். லிங்கனின் பதவியேற்பிற்குப் பின்னர் அவர் என்ன சொல்லப் போகிறார் என்பதை மிகுந்த ஆவலுடன் எதிர்பார்த்துக் கொண்டிருந்தனர்.

அப்போதைய உச்ச நீதிமன்றத் தலைமை நீதிபதி சால்மன் சேஸ், லிங்கனின் பதவியேற்புப் பிரமாணத்தைச் செய்து வைத்தார். பதவி ஏற்பு நிகழ்ச்சி ஆரம்பித்தவுடன் மேகங்கள் இடையிலிருந்து சூரியன் வெளியே வந்தது. கூட்டத்தில் இருந்து பெரும் சத்தம் எழுந்தது. லிங்கன் மக்களை நோக்கிப் பேச ஆரம்பித்தார்.

அன்றைய தினம் அனைவரும் லிங்கன் போரில் வெற்றியைத் தெரிவிப்பார் என்று நினைத்தனர். ஆனால் அவரது ஆறு நிமிட பேச்சில் வெற்றியைப் பற்றி எந்தச் செய்தியும் இல்லை. அவர் அன்று போருக்குப் பின்னரான வாழ்வைப் பற்றி பேசினார். விடுதலை அடைந்த அடிமைகளையும் கறுப்பர்களையும் நாட்டின் குடிமக்களாக அங்கீகரிப்பது பற்றிக் கூறினார். நீண்ட போரினால் அவதியுற்றிற்கும் நாட்டை ஆற்றுப்படுத்துவது போல அமைதியாக பேசினார்.

போரின் காரணம் என்ன, அதன் விளைவுகள் என்னவாக இருக்கும் என்று சொல்லிவிட்டு, வரப் போகும் காலம் எப்படியாக இருக்கவேண்டும் என்பதையும் கூறினார். போர் உருவாக்கியிருக்கும் காயங்களை வெறுப்பாக மாற்றிவிடாமல், அனைவரையும் அரவணைத்துச் செல்ல வேண்டும் என்ற அவரது வார்த்தைகள் இன்றுவரை அர்த்தமுள்ளவையாக இருக்கின்றன.

ஆனால் அவரது வார்த்தைகளை அன்று கேட்டுக் கொண்டிருந்தவர்களில் ஒருவன் வெறுப்பே உருவானவனாக நின்று கொண்டிருந்தான். வாஷிங்டனில் இருந்த பல அரங்கங்களில் நடக்கும் நாடகங்களில் சிறு வேடங்களில் நடித்துக் கொண்டிருந்தவன். அவனது பெயர் ஜான் வில்க்ஸ் பூத்.

•

இப்போது நாம் மூன்று மாதங்களுக்கு முன் செல்வோம். ஜனவரி, 1865இல் ஷெர்மனின் படைகள் சவான்னாவில் இருந்து கிளம்பின. முன்போலவே, ஷெர்மன் தன்னுடைய படைகளைப் பல பகுதிகளாகப் பிரித்து அகன்ற பரப்பில் தெற்கு கரோலினாவை நோக்கி அனுப்பி வைத்தார்.

கூட்டமைப்பின் மேற்கு படைகளில் மீதமிருந்த வீரர்களை ஜோசப் ஜான்ஸ்டன் திரட்டிக் கொண்டிருந்தார். ஜெனரல் ஹூட் தன்னுடைய படைகளை நிர்மூலமாக்கிய பின்னர், அவர் பதவியில் இருந்து விலக்கப்பட்டு, மீண்டும் ஜோசப் ஜான்ஸ்டன் தலைமையேற்றிருந்தார். சவான்னாவில் இருந்து தப்பியோடிய படைகளும் இப்போது தெற்கு கரோலினாவின் சார்லஸ்டன் நகருக்குச் சென்றிருந்தது.

கூட்டமைப்பின் படைகள் இப்போது சிதறிக் கொண்டிருந்தன. தங்களது மாநிலங்களில் ஒன்றியப் படைகள் நுழைந்த செய்தி, அவர்களைத் திரும்பவும் வீட்டிற்குச் செல்லத் தூண்டிக் கொண்டிருந்தது. ஜார்ஜியா, தெற்கு கரோலினா மட்டுமில்லாது, மேற்கே அலபாமா, டெக்சாஸ், மிஸ்ஸிஸிப்பி என அனைத்து மாநிலங்களிலும் ஒன்றியப் படைகள் முன்னேறிக் கொண்டிருந்தன.

ஷெர்மன் சார்லஸ்டன் நகருக்கு வருகிறாரா, கிரீன்வில் செல்கிறாரா அல்லது அவரது இலக்கு கொலம்பியா நகரா என்று அனைவரையும் மீண்டும் குழப்பத்திலேயே வைத்திருந்தார். எனவே மாநிலம் முழுவதும் மக்கள் தங்களது வீடுகளையும் நிலங்களையும் அப்படியே விட்டுவிட்டு அங்கிருந்து ஓடிக் கொண்டிருந்தனர்.

தெற்கு கரோலினாவின் கூட்டமைப்புப் படைகளின் தளபதி நமக்கு முன்பே தெரிந்த பி.ஜி.டி. போரெகார்ட். அவரிடம் இருந்த சிறிய

படையை அவர் சார்லஸ்டன், கொலம்பியா, அகஸ்டா என்று பிரித்து இருந்தார்.

ஷெர்மன் படைகள் பிப்ரவரி 17ஆம் தேதி அன்று தெற்கு கரோலினாவின் தலைநகரான கொலம்பியாவிற்கு வந்து சேர்ந்தன. கூட்டமைப்பின் படைகள் சண்டையிடாமல் பின்வாங்கின. ஆனால் பின்வாங்கும்போது கிடங்கில் இருந்த பருத்தி மூட்டைகளுக்கு நெருப்பு வைத்துவிட்டனர். கொலம்பியா நகரம் முழுவதும் பரவிய நெருப்பால் நகரில் மூன்றில் இரண்டு பங்கு முற்றிலுமாக அழிந்து போனது. இன்னமும் அங்கே நெருப்பு வைத்ததும், பரவக் காரணமாக இருந்ததும் யார் என்ற விவாதம் முடியவில்லை.

அங்கிருந்து வடக்கு கரோலினாவை நோக்கி அவரது படைகள் சென்றன. அங்கு மீதமிருந்த கூட்டமைப்பின் படைகளுடன் பென்டோன்வில் மற்றும் கோல்ட்ஸ்போரோ என்ற இரண்டு இடங்களில் சண்டை நடந்தது. ஜான்ஸ்டனின் படைகள் சிதறி ஓடவே, ஷெர்மன் அவர்களைத் தொடர்ந்து கொண்டிருந்தார். மார்ச் மாத இறுதியில், இன்னமும் ஜான்ஸ்டனை பிடிக்கவில்லை என்றாலும், ஷெர்மன், தன்னுடைய படைகளுடன் 700 கிமீ கடந்து விர்ஜினியாவின் எல்லைக்கு வந்துவிட்டார்.

•

இப்போது நாம் 1864ஆம் வருடம் பீட்டர்ஸ்பர்க் நகரின் வெளியே பதுங்குக் குழிகளில் விட்டுவிட்டு வந்த ஜெனரல் மீட் மற்றும் ஜெனரல் லீயின் படைகளுக்குத் திரும்புவோம்.

கிழக்கில் குளிர்காலமும் மழைக்காலமும் மிகவும் கடுமையாக இருக்கும் என்பதால் பொதுவாக நவம்பர் முதல் மார்ச் வரை போர் நடப்பதில்லை. 1864ஆம் வருடத்திலும் நவம்பர் முதல் 1865 மார்ச் மாதம் வரை பெரிதாக எந்த நடவடிக்கையும் அங்கே இல்லை.

ஆனால் கூட்டமைப்பின் படைகளின் நிலை மோசமாகிக் கொண்டிருந்தது. உணவு கிடைப்பது மிகவும் அரிதாக இருந்தது. குளிரில் சரியான உடையில்லாமல், சகதியாக இருந்த பதுங்குக் குழிகளில் அவர்கள் மிகவும் சிரமத்திற்கு இடையிலேயே அங்கே இருந்தார்கள்.

ஷெனான்டோவா பள்ளத்தாக்கில் ஜெனரல் பிலிப் ஷெரிடன் தன்னுடைய குதிரைப்படைகளுடன் அங்கிருந்த கூட்டமைப்பின் படைகளை வென்று, துரத்திவிட்டார். ஷெனான்டோவா பள்ளத்தாக்கில் இருந்தே தென் மாநிலங்களுக்கு உணவு சென்று

கொண்டிருந்தது. குறிப்பாக, ஜெனரல் லீயின் படைகளுக்கும் உணவு அங்கிருந்தே சென்று கொண்டிருந்தது.

ரயில் பாதைகளுடன் பள்ளத்தாக்கும் இப்போது ஒன்றியப் படைகளின் கட்டுப்பாட்டில் வந்தவுடன், விர்ஜினியா மாநிலத்தில் உணவுத் தட்டுப்பாடு மிகவும் அதிகரித்தது.

மார்ச் 4ஆம் தேதி நடந்த ஆலோசனைக் கூட்டத்தில், ஜெனரல் லீ முற்றுகையை உடைப்பது ஒன்றே போரை நீட்டிக்க ஒரே வழி என்ற முடிவிற்கு வந்துவிட்டார். அதன் முதற்கட்டமாக ஒன்றியத்தின் கைகளில் இருந்த ஸ்டேட்மன் கோட்டையைக் கைப்பற்றுவதற்காகத் தாக்குதல் நடத்த உத்தரவிட்டார். ஆனால் சிறிது தாமதத்திற்குப் பின்னர், மார்ச் 25ஆம் தேதி, கூட்டமைப்புப் படைகள் எதிர்பாராத நேரத்தில் ஸ்டேட்மன் கோட்டையைத் தாக்கிக் கைப்பற்றினார்கள். ஆனால் ஒன்றியப் படைகளின் பதில் தாக்குதலில் பெருத்த சேதத்துடன் கூட்டமைப்பின் படைகள் பின்வாங்கின.

மார்ச் 20ஆம் தேதி ஜெனரல் கிராண்ட், இரண்டாவது முறையாகக் குடியரசுத் தலைவராகப் பதவியேற்றுள்ள லிங்கனைப் போர்முனைக்கு வரும்படி அழைப்புவிடுத்தார். ஜேம்ஸ் நதியில் இருக்கும் சிட்டி பாயிண்ட் என்ற இடத்தில் சந்திக்கலாம் என்றும் கூறியிருந்தார்.

லிங்கனும் அதற்கு ஒத்துக்கொண்டு, ரிவேர் குயின் என்ற கப்பலில் மார்ச் 24ஆம் தேதி அங்கே வந்திருந்தார். ஜெனரல் கிராண்ட் மற்றும் பிற அதிகாரிகளுடன் சந்திப்பது அவரது நோக்கம். அது மட்டுமல்லாது இந்த முறை மனைவி மேரி, மகன் டாட் முதலியோரையும் அழைத்து வந்திருந்தார். எனவே இது அவருக்கு ஒருவிதத்தில் ஓய்வு என்றும் கூடக் கூறலாம்.

வடக்கு கரோலினாவிற்கு வந்துவிட்ட ஜெனரல் ஷெர்மனும், கிராண்ட்டைச் சந்திக்க மார்ச் 27ஆம் தேதி மாலை அங்கே வந்து சேர்ந்தார். அவர்கள் சந்தித்த ஒரு மணி நேரத்தில், ஜெனரல் கிராண்ட், லிங்கன் அங்கே வந்திருப்பதைக் கூறி, இருவரும் அவரைச் சென்று பார்க்க வேண்டும் என்று கூறினார். அன்றிரவே அவர்கள் இருவரும், கப்பற்படை தளபதி அட்மிரல் போர்ட்டருடன் லிங்கனைச் சென்று பார்த்தார்கள்.

லிங்கனை ஷெர்மன் அப்போதுதான் முதல் முறையாகச் சந்திக்கிறார். மீண்டும் லீ அங்கிருந்து தப்பித்துவிட்டால், போர் இன்னமும் சில மாதங்கள் நீண்டு விடும் என்று தன்னுடைய கவலையை லிங்கன் தெரிவித்தார். ஆனால் போரை விரைவில் முடிவுக்குக் கொண்டு

வந்துவிடுவதாக ஜெனரல் கிராண்ட்டும், ஷெர்மனும் உறுதி கொடுத்தனர். அடுத்த இரண்டு நாட்களில் பல முறை அவர்கள் சந்தித்தாலும், போரைப் பற்றி அதிகமாகப் பேசவில்லை. ஷெர்மனின் படைகள் தென் மாநிலங்களின் வழியே வந்தது பற்றி லிங்கன் கேட்டுத் தெரிந்து கொண்டார்.

மார்ச் 28ஆம் தேதி ஜெனரல் பிலிப் ஷெரிடனும் விர்ஜினியாவிற்கு வந்து சேர்ந்தார். அவரையும் தாக்குதலில் இணைந்து கொள்ளும்படி கிராண்ட் உத்தரவிட்டார்.

அடுத்த 4 நாட்களில் ஜெனரல் லீ பல இடங்களில் தாக்குதலைத் துவக்கினார். முற்றுகையை உடைத்துப் படைகளை வெளியே கொண்டுவருவதுதான் அவரது நோக்கம். ஆனால் அவரது படைகள் நீண்ட தூரத்திற்கு மெலிதாகப் பரவியிருந்ததால், தாக்குதலை நடத்துவது சிரமமாக இருந்தது. மேலும் ஷெரிடனும் தாக்குதலில் கலந்து கொள்ளவே, ஒன்றியப் படைகள் எல்லாத் தாக்குதல்களையும் தீவிரமாக எதிர்கொண்டன.

ஏப்ரல் 2ஆம் தேதி லீயின் படைகள் ஒன்றாகத் தாக்குதலை முன்னெடுத்தன. மிகவும் தீவிரமாக நடந்த அன்றைய சண்டையின் இறுதியில் ஒன்றியப் படைகள் வெற்றி அடைந்தன. முக்கியமாகக் கூட்டமைப்பின் படைகளில் 4000 வீரர்கள் இறந்து போனார்கள். இது லீயின் படையின் எண்ணிக்கையை வெகுவாகக் குறைத்தது.

இதற்கு மேலும் தங்களால் பீட்டர்ஸ்பர்க்-ரிச்மண்ட் நகரங்களைக் காப்பாற்ற முடியாது என்ற முடிவிற்கு ஜெனரல் லீ வந்துவிட்டார். தனது படைகள் பின்வாங்கப் போவதாக ஜெபர்சன் டேவிஸிற்கும் மற்ற ரிச்மண்ட் நகரக் கூட்டமைப்பு அரசின் பிரதிநிதிகளுக்கும் தெரிவித்துவிட்டார். அன்றே நகரம் காலியாக ஆரம்பித்தது.

லீயின் படைகளும் பின்வாங்கி அப்போமோட்டோஸ் நதியின் அருகில் செல்ல ஆரம்பித்தன. சற்றுத் தூரத்தில் இருந்த லிஞ்ச்பர்க் நகரமே அவர்களது இலக்கு.

ஏப்ரல் 4ஆம் தேதி ரிச்மண்ட் நகரம் ஒன்றியப் படைகளின் கைகளுக்கு வந்தது. அருகில் ஜேம்ஸ் நதியில் இருந்த லிங்கன், அன்றே கூட்டமைப்பின் தலைநகரைச் சென்று பார்த்தார்.

ஏப்ரல் 8ஆம் தேதி ஒன்றியப் படைகள், எஞ்சியிருந்த லீயின் படைகளை அப்போமோட்டோஸ் ஸ்டேஷன் என்ற இடத்தில் சுற்றி வளைத்தன. தன்னுடைய படைகள் சுற்றி வளைத்துவிட்டதாகவும், ஜெனரல் லீயைச் சரணடைய கோரியும் ஜெனரல் கிராண்ட் கடிதம்

எழுதினார். சரணடையாத பட்சத்தில், இனி நிகழும் சண்டைகளுக்கு ஜெனரல் லீ மட்டுமே காரணம் என்றும் தெரிவித்தார்.

முதலில் தான் சரணடையப்போவதில்லை என்று பதில் எழுதிய ஜெனரல் லீ, ஏப்ரல் 9ஆம் தேதி தன்னுடைய படைகள் உணவும், பொருட்களும் இல்லாமல் இருப்பதால், வேறு வழியின்றித் தன்னுடைய படைகளுடன் சரணடையத் தயாராக இருப்பதாகப் பதில் எழுதினார்.

அன்றைய தினம் தலைவலியால் அவதிப்பட்டுக் கொண்டிருந்த கிராண்ட், லீயின் கடிதத்தைப் பார்த்தவுடன் தன்னுடைய தலைவலி மறைந்துவிட்டதாக எழுதுகிறார். தன்னுடைய பதிலில் பெருந்தன்மையுடன் சரணடையும் இடத்தை லீயே தேர்வு செய்யலாம் என்றும் எழுதினார்.

அன்று மாலை 3 மணிக்கு அருகில் இருந்த பாதசாரிகள் தங்கும் விடுதியான அப்போமோட்டோஸ் கோர்ட் ஹவுஸ் என்ற இடத்தில் சந்திக்க முடிவானது.

ஜெனரல் லீ தன்னுடைய முழுச் சீருடையில் முதலில் வந்திருந்தார். சற்றுத் தாமதமாக வந்த ஜெனரல் கிராண்ட், சேறும், சகதியும் படிந்திருந்த முழுச் சீருடையில் இருந்தார். இருவரும் முதலில் தங்களது மெக்ஸிகோ போர் அனுபவங்களைப் பேசிக் கொண்டனர்.

அதன்பின் சந்திப்பின் நோக்கம் குறித்து லீ கேட்டார். கிராண்ட் தனது எதிர்பார்ப்பை முன்வைத்தார். படைகள் அனைத்தும் தங்களது ஆயுதங்களை ஒப்படைக்கவேண்டும். குதிரைகளையும் கைதுப்பாக்கி களையும் வைத்துக் கொள்ளலாம். மற்றபடி, அனைவரும் இனி ஒன்றிய சட்டத்திற்குக் கட்டுப்பட்டு இருப்போம் என்று எழுதிக் கொடுத்துவிட்டு அவரவர் வீடுகளுக்குத் திரும்பலாம் (parole). இதுதான் கிராண்டின் திட்டம்.

லீ எதிர்பார்த்திருந்ததைவிட மிகவும் கருணையான நிபந்தனைகள். லீ உடனடியாக ஒப்புக்கொள்ள, சந்திப்பு ஒரு மணி நேரத்தில் முடிவிற்கு வந்துவிட்டது.

மறுநாள் ஏப்ரல் 10 அன்று, ஒன்றியப் படைகளின் சார்பில் ஜெனரல் ஜோஷுவா சாம்பேர்லைன் கூட்டமைப்புப் படைகளின் சரணை ஏற்றுக்கொண்டார். எந்தக் கொண்டாட்டமும் நடக்கக்கூடாது என்று கிராண்ட் கண்டிப்பாக உத்தரவிட்டிருந்தார்.

அமெரிக்க உள்நாட்டுப் போர் முடிவிற்கு வந்தது. இருப்பினும் இந்தக் கதை துயருடன்தான் முடிவடையப்போகிறது.

32. யுகங்களின் நாயகன்

'நானிருந்த இடத்தில் அப்போது ஊதா நிற மலர்கள் பூத்திருந்தது நினைவில் இருக்கிறது. நடந்த நிகழ்வுகளுக்கு எந்த விதத்திலும் தொடர்பின்றி இருந்தாலும், சில நேரங்களில் நடப்பது போல, இப்போதும் ஊதா மலர்களும் அவற்றின் வாசமும் அன்றைய தினத்தின் பெரும் துயரத்தை எப்போதும் நினைவிற்குக் கொண்டு வருகின்றன.'

- வால்ட் விட்மன்

ஏப்ரல் 11, 1865. வெள்ளை மாளிகையில் காலையில் எழுந்த லிங்கன் தனது நண்பரான வார்ட் லமோனிடம் முந்தைய நாளிரவு தான் கண்ட கனவை விவரித்தார்.

'நான் நடந்து கொண்டே கிழக்கு அறைக்கு (வெள்ளை மாளிகையில்) வந்து சேர்ந்தேன். உள்ளே நுழைந்தேன். அங்கே எனக்கு ஓர் அதிர்ச்சி காத்திருந்தது. எனக்கு முன்னே ஒரு சவப்பெட்டியில் பிணம் ஒன்று, துணிகள் சுற்றி வைக்கப்பட்டிருந்தது. அதைச் சுற்றி வீரர்கள் காவலுக்கு நின்று கொண்டிருந்தார்கள். நிறைய மக்கள் வருத்தத்துடன் முகம் மூடியிருந்த அந்தப் பிணத்தைப் பார்த்துக் கொண்டிருந்தார்கள். சிலர் தேம்பி அழுது கொண்டிருந்தார்கள். அங்கிருந்த வீரர் ஒருவரிடம் 'வெள்ளை மாளிகையில் யார் இறந்துவிட்டார்கள்?' என்று கேட்டேன். 'நமது குடியரசுத் தலைவர். அவரை ஒருவன் கொன்று விட்டான்' என்று பதில் கிடைத்தது.'

லிங்கன் குடியரசுத் தலைவராகப் பதவியேற்றதில் இருந்து அவருக்குத் தினமும் பல மிரட்டல் கடிதங்கள் வந்து கொண்டிருந்தன. விர்ஜினியா மாநிலத்தில் இருந்து சில கிலோ மீட்டர் தூரத்தில் இருந்ததால்,

வாஷிங்டன் நகரில் தென் மாநில உளவாளிகளும் சதிகாரர்களும் எப்போதும் நிரம்பி இருந்தார்கள். ஓரளவிற்கு நான்கு வருடங்களில் இது கட்டுப்படுத்தப் பட்டிருந்தாலும், போர் முடிவிற்கு வந்துவிட்டதால் நிலைமை சற்றே சீர்பட்டிருந்தது. ஆனாலும், தினமும் வரும் கொலை மிரட்டல் கடிதங்கள் நிற்கவில்லை.

போர் முடிவிற்கு வந்துவிட்டதால் நகரம் முழுவதும் மகிழ்ச்சி நிரம்பி இருந்தது. ஏப்ரல் 11 அன்று இரவு வெள்ளை மாளிகையின் முன் மக்கள் குழுமி இருந்தார்கள். அனைவரும் ஒரு கொண்டாட்ட மனநிலையில் இருந்தார்கள். அவர்களின் நடுவே ஓர் உயரமான மனிதர், மிகுந்த யோசனையில் இருப்பது போல நின்று கொண்டிருந்தார். அவர் பேசப் போவதை எதிர்பார்த்துக் கூட்டம் அமைதியாக நின்று கொண்டிருந்தது.

லிங்கன் அந்த இரவில் வரப்போகும் நாட்களைப் பற்றிப் பேச ஆரம்பித்தார். அப்போதுதான் முதல் முறையாகத் தெற்கை மீண்டும் எப்படி ஒன்றியத்துடன் இணைக்கவேண்டும் என்பது பற்றி லிங்கன் பேசுகிறார். லூசியானா மாநிலத்தில் நடந்த நிகழ்வுகளை மேற்கோள் காட்டுகிறார்.

ஒன்றியத்தின் கட்டுப்பாட்டில் சில காலமாக இருக்கும் லூசியானா மாநிலத்தில், ஒன்றியத்துடன் ஒற்றுமையாக இருப்பதாக உறுதிமொழி எடுத்துக் கொண்ட 12000 மக்களுடன் ஒரு தாற்காலிக மாநில அரசு அமைக்கப்பட்டிருந்தது. அடிமை முறையை ஒழிப்பதற்காகக் கொண்டு வரப்பட்டிருந்த அரசியலமைப்புச் சட்டத் திருத்தத்தை ஏற்றுக் கொள்ளவும் இந்த அரசு தயாராக இருந்தது. எனவே லிங்கன் இதைக் குறிப்பிட்டு, இது போன்றதொரு நிபந்தனைகளை அனைத்து தென் மாநிலங்களுக்கும் வைக்கலாமா என்பது குறித்து ஆலோசிப்பதாகத் தெரிவித்தார். மேலும் விடுதலை அடைந்திருக்கும் கறுப்பர்களுக்கு வாக்குரிமை அளிப்பது குறித்தும் யோசித்து வருவதாகத் தெரிவித்தார்.

கடைசியாகத் தெரிவித்த நிபந்தனையைக் கூட்டத்தில் இருந்த ஒருவன் மட்டும் ரசிக்கவில்லை. 'இதுதான் அவரது கடைசிப் பேச்சு' என்றான் ஜான் பூத். அதுவே உண்மையாகிப் போனது.

•

வாஷிங்டனில் இருந்து விர்ஜினியா செல்லும் பாதையில், வாஷிங்டனிற்குச் சற்று வெளியே இருந்தது சுர்ராட் பயணிகள் விடுதி. பயணிகள் அங்கே இளைப்பாறவும் தங்கி செல்லவும் வசதிகள் இருந்தன. அந்த விடுதியை மேரி சுர்ராட் என்னும் பெண்மணி நடத்தி வந்தாள்.

எல்லை மாநிலமான மேரிலாண்டைச் சேர்ந்த மேரி, தென் மாநிலங்களின் மீது அனுதாபம் கொண்டவள். அவளது மூன்று மகன்களில் மூத்தவன் டெக்சாஸ் சென்று அங்கே கூட்டமைப்பின் படைகளில் சேர்ந்துவிட்டான். மூன்றாமவன், மேரிலாண்டில் கூட்டமைப்பின் உளவாளிகளின் செய்திகளை எடுத்துச் செல்லும் வேலை செய்து வந்தான்.

எனவே சுர்ராட்டின் விடுதி கூட்டமைப்பின் அனுதாபிகள் வந்து செல்லும் இடமாக இருந்தது. அங்கேயே தங்கும் விடுதியும் இருந்ததால், கூட்டமைப்பைச் சேர்ந்தவர்கள் வாஷிங்டனிற்கு அருகே தங்கக்கூடிய பாதுகாப்பான விடுதியாகவும் இருந்தது.

அங்கே மார்ச் 1865இல், ஜான் வில்க்ஸ் பூத்தின் நண்பர்கள், ஜார்ஜ் அட்ஸிரோட் மற்றும் லெவிஸ் பவல் தங்கியிருந்தனர். ஜார்ஜ் மேரிலாண்டைச் சேர்ந்த கூட்டமைப்பின் அனுதாபி. லெவிஸ் பவல் கூட்டமைப்பின் படைகளில் வீரனாக இருந்து, அங்கிருந்து தானாகவே வெளியே வந்தவன். இவர்கள் இருவரையும் பூத் தன்னுடைய திட்டத்திற்கு உதவியாக வைத்திருந்தான்.

ஜான் வில்க்ஸ் பூத் ஒரு நாடக நடிகன். போருக்கு முந்தைய வருடங்களில் ஓரளவிற்கு வெற்றிகரமான நடிகனாக வடமாநிலங்களில் இருந்தவன். பாஸ்டன், நியூ யார்க் போன்ற பல இடங்களில் நாடகங்கள் நடித்துக் கொண்டிருந்தான். அவனது குடும்பத்தினரும் நாடகத் தொழில் செய்து வந்தவர்களே. அவனது சகோதரர்களும் நாடக நடிகர்களாகவே இருந்தார்கள்.

அவர்களது குடும்ப நண்பரான ஜான் போர்ட் வாஷிங்டனில் ஒரு நாடக அரங்கை ஆரம்பித்தவுடன், அங்கும் பூத்தின் நாடகங்கள் நடக்க ஆரம்பித்தன. எனவே போர்ட் அரங்கிற்கு எப்போதும் வந்து செல்லும் பிரபல நடிகனாக பூத் இருந்தான்.

போர் ஆரம்பத்தில் இருந்தே பூத்தின் அனுதாபம் தென் மாநிலங்கள்மீது இருந்தது. பிரிவினையை ஏற்றுக் கொள்ளவேண்டும் என்பதே அவனது நிலைப்பாடு. ஆனால் போர் நடக்க ஆரம்பித்தவுடன், தன்னுடைய நண்பர்களின் துணையுடன் எப்படி உதவலாமோ அப்படியெல்லாம் உதவிக் கொண்டிருந்தான். தென் மாநிலங்களுக்கு நெருக்கடியான நிலையில் போர் செல்ல ஆரம்பித்தவுடன், தான் எப்படி உதவுவது என்று யோசிக்க ஆரம்பித்தான்.

முதலில், லிங்கனைக் கடத்திச் சென்று ஒன்றிய அரசை மிரட்டுவதுதான் அவனது திட்டமாக இருந்தது. அதற்காகவே

மேற்சொன்ன இருவரையும் தேர்ந்தெடுத்திருந்தான். ஆனால் அவர்கள் திட்டத்தைத் தள்ளிப் போட்டுக் கொண்டே இருந்தார்கள்.

அதற்குள் லீயின் படைகள் சரணடைந்துவிட்ட செய்தியும், போர் முடிவிற்கு வந்துவிட்ட செய்தியும் அவர்களை எட்டியது. அத்துடன் மேலே சொன்ன லிங்கனின் பேச்சையும் நேரடியாகக் கேட்டான்.

கேட்டுவிட்டுத் திரும்பியவன், தன்னுடைய நண்பர்களிடம் தான் இனி நடிக்கப்போவதில்லை என்றும் பெரும் புகழை அடைய முடிவு செய்திருப்பதாகவும் கூறினான்.

பூத்தின் திட்டம் எளிதானது. ஒன்றிய அரசின் தலையை வெட்டிவிடுவது. அதாவது லிங்கனை மட்டுமல்ல, துணை குடியரசுத் தலைவரான ஆண்ட்ரு ஜான்சன், உள்துறை அமைச்சரான வில்லியம் ஸ்டீவர்ட் ஆகியோரையும் ஒரே இரவில் கொன்றுவிடுவதே அவன் திட்டம். இதன்மூலம் ஒன்றிய அரசு முழுவதுமாகக் குழப்பத்தில் ஆழ்ந்துவிடும். தென் மாநிலங்கள் திரும்பவும் போரிட வாய்ப்பு அமையும் என்பது அவனது எண்ணம்.

•

ஏப்ரல் *14, 1865*. புனித வெள்ளி. அன்றைய தினம் லிங்கன் மற்ற நாட்களைவிட மிகுந்த மகிழ்ச்சியான முகத்துடன் இருந்தார். தனது மனைவி மேரியிடம் அதைத் தெரிவிக்கவும் செய்தார். அப்படிச் சொல்வது கெட்ட செய்தியை கொண்டு வரும் என்று மேரி பதில் கூறினார்.

அன்றைய தினம், ஜெனரல் கிராண்ட்டும் வாஷிங்டன் நகரில் இருந்தார். லிங்கன் அவரது குடும்பத்துடன் அன்று மாலை போர்ட் அரங்கில் நாடகம் ஒன்றைப் பார்க்க செல்வதாக இருந்தது. தான் ஜெனரல் கிராண்ட்டையும் குடும்பத்துடன் வருமாறு அழைக்கப் போவதாக மேரியிடம் தெரிவித்தார்.

ஆனால் மேரி லிங்கனிற்கும் ஜூலியா கிராண்டிற்கும் இடையில் சுமூகமான உறவு இல்லை. எனவே அன்று மாலையே தாங்கள் பிலடெல்பியா செல்ல வேண்டும் என்று ஜூலியா கிராண்ட்டிடம் உறுதியாகச் சொல்லி இருந்தார்.

லிங்கனின் காரியதரிசிகள் அன்றைய மாலைக் காட்சிக்கு லிங்கனும் கிராண்ட்டும் வருவதாக போர்ட் அரங்கிற்குச் செய்தி அனுப்பினார்கள்.

அன்று மதியம் தன்னுடைய தபாலைப் பெற்றுக் கொள்ளப் போர்ட் அரங்கிற்கு வந்த பூத்திற்கு இந்தத் தகவல் தெரிந்தவுடன், அன்றிரவே தன்னுடைய திட்டத்தை நிறைவேற்ற முடிவு செய்துவிட்டான்.

ஜெனரல் கிராண்ட் மறுத்துவிடவே, லிங்கன் வேறு சிலரைத் தங்களுடன் வரச் சொல்லிக் கேட்டுக் கொண்டார். இறுதியாக மேஜர் ஹென்றி ராத்போனும் அவரது மனைவி கிளாரா ஹாரிசும் ஒத்துக் கொண்டார்கள்.

ஜான் பூத்தும் அவனது கூட்டாளிகளும்கூட அவர்களது திட்டத்தை முடிவு செய்திருந்தார்கள். துணைக் குடியரசுத் தலைவர் ஜான்சன் தங்கியிருந்த விடுதியிலேயே ஜார்ஜ் தங்குவது என்றும், சரியான நேரம் பார்த்து அவரது அறைக்குள் நுழைந்து சுட்டுக் கொன்றுவிடுவது என்றும் முடிவு செய்தார்கள். லெவிஸ் பவல், ஸ்டீவர்ட்டின் வீட்டில் நுழைந்து கொல்வது என்றும் முடிவு செய்யப்பட்டது.

திட்டமிட்டது போலவே அன்று மாலை போர்ட் அரங்கிற்கு வந்து சேர்ந்தார் லிங்கன். இருவரையும் வரவேற்று, அமெரிக்கக் குடியரசுத் தலைவர்களுக்கு வாசிக்கப்படும் 'Hail to the chief!' பாடல் வாசிக்கப்பட்டது. லிங்கன் தன்னுடைய தனி அறையில் சென்று அமர்ந்து நாடகத்தைப் பார்க்க ஆரம்பித்தார்.

நாடகம் ஆரம்பித்தவுடன், மேரி லிங்கனின் கைகளை எடுத்து தன்னுடைய கைகளோடு கோர்த்துக் கொண்டார். ‘மிஸ் ஹாரிஸ் என்ன நினைப்பார்?’ என்று மேரி லிங்கன் கேட்டதற்கு, லிங்கன், ‘மிஸ் ஹாரிஸ் ஒன்றும் நினைத்துக் கொள்ளமாட்டார்.’ என்றார். அதுவே அவர் கடைசியாகப் பேசியது.

சரியாக இரவு 10.10 மணிக்கு ஜான் பூத் அரங்கிற்குள் நுழைந்தான். அவனை அனைவருக்கும் தெரியும் என்பதால், நேராக லிங்கனின் அறையை நோக்கிச் செல்வதற்கு எந்தத் தடையும் இல்லை. லிங்கனின் அறையைக் காவல் செய்ய வேண்டிய காவலர், லிங்கனின் வண்டி ஓட்டுனருடன் அருகில் இருந்த மது விடுதிக்குச் சென்றிருந்தார். எனவே காவலுக்கு யாரும் இல்லை.

பூட்டாமல் இருந்த கதவை நுழைந்து உள்ளே நுழைந்த பூத், கதவை உள்புறமாகப் பூட்டினான். நாடகத்தில் வரும் வசனம் ஒன்றிற்குப் பார்வையாளர்கள் கைதட்டுவார்கள் என்பதைத் தெரிந்து வைத்திருந்த அவன், சரியாக 10.15 மணிக்கு அந்த வசனம் பேசப்படும்போது, லிங்கனின் அறையில் நுழைந்தான்.

மேரி லிங்கன் திரும்பிப் பார்த்தபோது, சிறிது புகை மட்டுமே தெரிந்தது. லிங்கன் தன்னுடைய நாற்காலியில் சரிந்திருந்தார். மேஜர் ராத்போன் அவனைப் பிடிக்க முயற்சிக்கவும், அவரைத் தன்னிடமிருந்த கத்தியால் குத்திவிட்டு, மேலிருந்து குதித்து மேடையின் பின்புறமாகத் தப்பித்துப் போனான். மேடையில் நின்று

‘தெற்கு பழிவாங்கிவிட்டது!’ என்று கத்தினான் என்று கூறப்படுவதுண்டு. ஆனால் அதை அனைவரும் ஒத்துக் கொள்வதில்லை.

லிங்கனின் பின்னந்தலையில் வைத்து துப்பாக்கி சுடப்பட்டிருந்தது. அவரது மூளையில் தோட்டா பாய்ந்திருந்தது. அரங்கில் இருந்த அறுவை சிகிச்சை மருத்துவர் உடனடியாக முதலுதவி செய்தார். தோட்டா தலையில் பாய்ந்திருக்கிறது என்பது தெரிந்தவுடன், லிங்கனைக் காப்பாற்ற முடியாது என்று தெரிவித்துவிட்டார். லிங்கனை அரங்கிற்கு அருகில் இருந்த தையல்காரர் ஒருவரின் வீட்டின் மாடியில் எடுத்துச் சென்று படுக்கையில் வைத்தார்கள்.

லிங்கனின் மூத்த மகன் ராபர்ட் அங்கு வந்து சேர்ந்தார். இரவு முழுவதும் நினைவில்லாமல் இருந்த லிங்கன், மறுநாள் (ஏப்ரல் 15) காலை 7.22 மணிக்கு உயிரிழந்தார்.

அருகில் நின்று கொண்டிருந்த போர் அமைச்சரான எட்வின் ஸ்டான்டன், ‘இனி அவர் யுகங்களுக்குச் சொந்தம்!’ என்றார்.

•

கொலைகாரர்களின் மற்ற இரண்டு திட்டங்களும் பொய்த்து போயின. துணை குடியரசுத் தலைவரை கொலை செய்வதற்குத் தைரியம் வராமல் ஜார்ஜ் குடித்துவிட்டு மயங்கினான். லெவிஸ் பவல், ஸ்டீவர்ட்டின் வீட்டிற்குள் நுழைந்தாலும், அவனது துப்பாக்கி வேலை செய்யவில்லை. எனவே ஸ்டீவர்ட்டைத் துப்பாக்கியில் தலையில் அடித்துவிட்டு ஓடிவிட்டான்.

கொலைகாரர்கள் அனைவரும் ஏப்ரல் மாத இறுதிக்குள் பிடிபட்டனர். ஜான் பூத்தைப் பிடிக்கும்போது, அவன் சுடப்பட்டு உயிரிழந்தான். கொலை முயற்சி செய்தவர்களும் அவர்களுக்கு உதவி செய்த மேரி சுர்ராட்டும் தூக்கிலிடப்பட்டார்கள்.

•

லிங்கன் என்ற மாமனிதர் நான்கரை வருடங்கள் போரை நடத்தி, தங்களது நாட்டைப் பிரிந்துவிடாமல் காத்ததற்காக அந்த நாடு இன்னமும் தனது நன்றியைத் தெரிவித்து வருகிறது.

பெரும் போரின் நடுவிலும் தன்னுடைய மனிதத்தை இழந்து விடாமல், இறுதிவரை வாழ்ந்ததற்காக இந்த உலகம் அவரை நினைவில் வைத்திருக்கிறது.

•••

பின்னுரை

நமது வரலாறு இத்துடன் முடிந்துவிடுகிறது. ஆனால் எல்லா வரலாறுகளையும் போல அமெரிக்காவின் வரலாறும் தொடர்ந்து கொண்டே இருக்கிறது.

அமெரிக்க உள்நாட்டுப் போர் இன்னமும் பல விதங்களில் அந்த நாட்டில் நிகழ்ந்துகொண்டே இருக்கிறது. இனவெறி என்பது இன்னமும் அமெரிக்காவில் தீர்க்கப்படாத பிரச்சினையாகவே இருந்திருக்கிறது. இதற்கான விதை நாம் கூறிய வரலாற்றில் இருந்தே ஆரம்பிக்கிறது.

லிங்கனின் விடுதலைப் பிரகடனத்தால் விடுதலை பெற்ற கறுப்பர்கள், அதன் பின்னர் தங்களது வாழ்வை மேம்படுத்திக் கொண்டு, இன்னமும் நன்றாக வாழ்கிறார்கள் என்று எழுத ஆசைதான். ஆனால் உண்மை வேறாக இருக்கிறது. தங்களது உரிமைகளைச் சட்டமாகப் பெறுவதற்கு அவர்கள் இன்னமும் 100 வருடங்கள் காத்திருக்க வேண்டியிருந்தது. பல உயிர்த் தியாகங்களைச் செய்ய வேண்டி யிருந்தது. பல போராட்டங்களை முன்னெடுக்க வேண்டியிருந்தது. அந்தக் கதையும் கட்டாயம் சொல்லவேண்டிய ஒன்றுதான்.

லிங்கன் கொலை செய்யப்படவில்லை என்றால் என்ன ஆகியிருக்கும் என்று எழுதுவது அமெரிக்க வரலாற்றாய்வாளர்களின் பொழுது போக்குகளில் ஒன்று. உண்மையில் லிங்கன் உயிரோடு இருந்திருந்தாலும், வெறுப்பை முற்றாக அழித்திருக்க முடியுமா என்பது சந்தேகமே. உதாரணமாக இன்று லிங்கன் இருந்த குடியரசுக் கட்சியைச் சேர்ந்தவர்தான் டொனால்ட் டிரம்ப். குடியரசுக் கட்சியின் ஆரம்பக் கால ஆதர்சங்கள் எல்லாம் எங்கே வந்து சேர்ந்திருக்கிறார்கள்

என்பதை அறிந்தால், லிங்கன் சுட்டுக் கொல்லப்படவே விரும்பியிருப்பார்.

லிங்கனின் பேச்சுகளும் எழுத்துகளும் நமக்கு முழுமையாகவே கிடைக்கின்றன. அவை முழுவதும் நாம் பிற மனிதர்கள் - கறுப்பர்களோ, வெள்ளையர்களோ, செவ்விந்தியர்களோ - மீதான அன்பை மட்டுமே பார்க்கிறோம். குடியரசுத் தலைவர் என்ற பணியுடன், போர் அழுத்தமும் சேர்ந்து கொள்ள நான்கரை வருடங்களைக் கழித்த அவர் எப்போதேனும் கோபப்பட்டிருந்தாலோ அல்லது தன்னை அப்படியான நிலையில் வைத்திருந்த கூட்டமைப் பின் மீது ஒரு சுடுசொல் சொல்லி இருந்தாலோ, அதை நாம் மன்னிக்கத்தான் செய்திருப்போம்.

அவர் அப்படிச் செய்யவில்லை என்பதற்காகத்தான் அமெரிக்கா அவருக்குக் கோயில் எழுப்பி இருக்கிறது. அத்தகைய அன்பை வெளிக்காட்டியதால்தான் நாம் அவரை மாமனிதனாகப் பார்க்கிறோம்.

●

இந்நூலில் சொல்லப்பட்டிருக்கும் சில இடங்களுக்கு நான் சென்றிருக்கிறேன். கெட்டிஸ்பர்க், சார்லஸ்டன், அட்லாண்டா, இன்னமும் சில விர்ஜினியா போர்க்களங்கள், லிங்கன், கிராண்ட் முதலியோரின் நினைவுச் சின்னங்கள், அட்லாண்டாவில் இருக்கும் லீ, டேவிஸ், 'ஸ்டோன்வால் ஜாக்சன்' ஆகியோரின் நினைவுச் சின்னம் என அனைத்தையும் சென்று பார்த்திருக்கிறேன். அங்கு நிகழ்ந்த போரையும், அதன் இழப்புகளையும் நம்மால் கற்பனை கூடச் செய்ய இயலாது. அமெரிக்கர்கள் அவற்றைப் புனித பூமியாகவே பார்க்கிறார்கள். அதுவே சரியானதும்கூட.

ஆனால் இந்த இடங்களும் நிகழ்வுகளும் அவற்றில் இருந்து பல்லாயிரக்கணக்கான மைல்கள் தொலைவில் இருக்கும் நமக்கு என்ன சொல்கின்றன என்று யோசித்திருக்கிறேன். போரின், வெறுப்பின் உபயோகமின்மையை மட்டுமே தெரிவிக்கின்றன என்பதே என்னுடைய முடிவு.

போரின் முடிவில், இரண்டு பக்கங்களும் பெரும் இழப்பைச் சந்தித்துவிட்டன. வடமாநிலங்களால் வெறுப்பை முழுவதுமாக அழிக்கமுடியவில்லை. தென் மாநிலங்கள் இன்னமும் போர் கொண்டு வந்த வறுமையிலிருந்து வெளியே வர முயன்று கொண்டிருக்கின்றன.

வரலாற்றைப் படிக்க, படிக்க 'அன்பின் வழி மட்டுமே நித்தியம்' என்பதையே எல்லாப் பெரும் போர்களும் எனக்கு உணர்த்துகின்றன. அந்த ஒரு காரணம் மட்டுமே வரலாற்றைப் படிப்பதற்குப் போதுமானது.

கென் பர்ன்ஸ் இயக்கிய 'The Civil war' என்ற ஆவணப்படமே என்னை இந்த வரலாற்றைப் படிப்பதை நோக்கித் தள்ளியது. அந்த ஆவணப்படத்தை இரண்டு படைகளுக்கு நடுவிலான போராகக் காட்டாமல், அந்தப் போரில் கலந்து கொண்ட வீரர்களின் கடிதங்களை வாசித்து, அதன் பின்னணியில் வரலாறு சொல்லப்படும். நானும் அதையே முயற்சி செய்திருக்கிறேன்.

எல்லா வரலாறும் மனிதர்களின் வரலாறே. அவர்களின் துயரங்களும் மகிழ்ச்சியுமே ஒரு நாட்டின், இனத்தின், உலகின் வரலாற்றை எழுதுகிறது என்பது எனது தாழ்மையான கருத்து.

இந்நூலுக்காக நான் சில பழைய புத்தகங்களைத் தூசி தட்டினேன். மீண்டும் சில பகுதிகளை வாசித்தேன். புதிதாகச் சில பாட்காஸ்டு களைக் கேட்டேன். சில ஆவணப்படங்களைப் பார்த்தேன். நான் உபயோகப்படுத்திய புத்தகங்கள், ஆவணப்படங்கள், பாட்காஸ்ட் அனைத்தையும் பின்னிணைப்பில் அளித்துள்ளேன்.

என்னை ஊக்கப்படுத்தி எழுதத் தூண்டிய கிழக்கு பதிப்பகத்தின் ஆசிரியர் மருதனுக்கு நன்றி.

என்னை எழுத ஊக்கப்படுத்தி, எல்லா நேரங்களிலும் துணையாக நிற்கும் என் அன்பு மனைவி ஜெயஸ்ரீக்கு மிக்க அன்பும் நன்றியும்.

•

ஆதாரங்கள்

1. 1776 - David McCullough.
2. Alexander Hamilton - Ron Chernow.
3. Washington: A Life - Ron Chernow.
4. Many Thousands Gone: The First Two Centuries of Slavery in North America - Ira Berlin
5. 1493: Uncovering the New World Columbus Created - Charles Mann
6. Narrative of the Life of Frederick Douglass, an American Slave - Frederick Douglass
7. Uncle Tom's Cabin - Harriet Beecher Stowe
8. The Underground Railroad - Colson Whitehead
9. Undaunted Courage: Meriwether Lewis, Thomas Jefferson, and the Opening of the American West - Stephen Ambrose
10. The Causes of the Civil War - Kenneth Stampp
11. Abraham Lincoln: The Prairie Years and the War Years - Carl Sandburg
12. Lincoln - Gore Vidal
13. With malice toward none - Stephen B. Oates
14. A Diary From Dixie - Mary Chestnut
15. Battle Cry of Freedom: The Civil War Era. - James McPherson.
16. Reminiscences of Forts Sumter and Moultrie in 1860–61 - Abner Doubleday
17. Team of Rivals: The Political Genius of Abraham Lincoln - Doris Kearns Goodwin
18. Life of Abraham Lincoln - W. Lamon
19. Gods and Generals - Jeff Shaara
20. The Civil War: A Narrative. Vol 1: Fort Sumter to Perryville - Shelby Foote
21. Grant - Ron Chernow
22. The Personal Memoirs of U. S. Grant - U.S.Grant
23. The Civil War, a Narrative: Fort Sumter to Perryville - Shelby Foote
24. Lincoln - Carl Sandburg
25. Battles and leaders of the Civil War
26. Shiloh: A Novel - Shelby Foote
27. The American Civil War: A Military History - John keegan
28. Charles Sumner and the Rights of Man - David Herbert Donald.
29. Abraham Lincoln : A history - John Nicolay

30. Landscape Turned Red: The Battle of Antietam - Stephen Sears
31. Democracy in America - Alexis de Tocqueville
32. The Battle of Fredericksburg - James Longstreet
33. The Civil War Volume II: Fredericksburg to Meridan - Shelby Foote
34. The Battle of Chancellorsville - Gary W. Gallagher
35. The campaign of Chancellorsville - David Gregg McIntosh
38. Thẹ Vicksburg Campaign - Christopher R. Gabel
39. A Chain of Thunder - Jeff Shaara
40. The Beleaguered City: The Vicksburg Campaign - Shelby Foote
41. The Killer Angels - Michael Shaara.
42. Gettysburg - Stephen Sears.
43. Chancellorsville and Gettysburg - Abner Doubleday
44. Blue jackets of '61. A history of the navy in the war of secession.
45. The Overland Campaign - David W. Hogan Jr.
46. The Memoirs of General W. T. Sherman - William Sherman
47. The Civil War: A Narrative, Vol. 3: Red River to Appomattox. - Shelby Foote.
48. The Petersburg and Appomattox Campaigns 1864-1865 - John R. Maass
49. A Journal - Emma Florence LeConte
50. This Hallowed Ground: A History of the Civil War - Bruce Catton
51. Podcast - Threads From The National Tapestry: Stories From The American Civil War
52. Podcast - 1001 Heroes, Legends, Histories & Mysteries
53. Podcast - Key battles of Civil War
54. Documentary - Slavery and the Making of America
55. TV Series - Grant (History Channel)
56. Movie - Gettysburg (1993)

•

வானதி

'வானதி' என்ற புனைபெயரில் எழுதிவரும் இர. முத்து பிரகாஷ் 1976இல் பிறந்தவர். முதுநிலைப் பொறியியல் பட்டதாரியான இவர், கணினி தொழில்நுட்பத் துறையில் 24 வருடங்களாக பணிபுரிந்தபின் இன்று தனியார் நிறுவனம் ஒன்றில் துணைத்தலைவராக இருக்கிறார். தமிழில் எழுதுவதை தன்னுடைய உணர்வு பூர்வமான கடமையாகக் கருதுகிறார். வரலாறு, அரசியல், இலக்கியம் என்று பல துறைகள் சார்ந்த நூல்களைத் தமிழில் மொழிபெயர்த்திருக்கிறார்.

www.ingramcontent.com/pod-product-compliance
Lightning Source LLC
LaVergne TN
LVHW042302051026
849519LV00012B/1911
* 9 7 8 9 3 9 0 9 5 8 5 6 6 *